ഇന്ത്യയിലെ നദികൾ

indiayile nadikal

•

cheppad bhaskaran nair

•

first edition
february 2010

•

second edition
march 2017

•

typesetting
megha

•

published
chintha publishers, thiruvananthapuram

•

cover
anil vega

വിതരണം

ദേശാഭിമാനി ബുക്ക് ഹൗസ്

H O തിരുവനന്തപുരം-695 035
phone: 0471-2303026, 6063026
www.chinthapublishers.com
chinthapublishers@gmail.com

ബ്രാഞ്ചുകൾ

ഹെഡ്ഡാഫീസ് ബ്രാഞ്ച് കുന്നുകുഴി • സ്റ്റാച്യു തിരുവനന്തപുരം • കെ എസ് ആർ ടി സി ബസ് സ്റ്റേഷൻ ആലപ്പുഴ • കെ എസ് ആർ ടി സി ബസ് സ്റ്റേഷൻ എറണാകുളം • മച്ചിങ്ങൽ ലെയിൻ തൃശൂർ • ഐ ജി റോഡ് കോഴിക്കോട് • മാവൂർ റോഡ് കോഴിക്കോട് • എൻ ജി ഒ യൂണിയൻ ബിൽഡിങ് കണ്ണൂർ • സെൻട്രൽ ബസ് ടെർമിനൽ കോംപ്ലക്സ് താവക്കര കണ്ണൂർ

CR - VV.76 / 1651 / 4176
ISBN - 978-81-26204-16-8

ഇന്ത്യയിലെ നദികൾ

ചേപ്പാട് ഭാസ്കരൻ നായർ

ചിന്ത പബ്ലിഷേഴ്സ്
തിരുവനന്തപുരം-695 035

ചേപ്പാട് ഭാസ്കരൻ നായർ

1942 ജനുവരി 25-ന് ആലപ്പുഴ ജില്ലയിലെ പുതുകുളം ഗ്രാമത്തിൽ ജനിച്ചു. അച്ഛൻ: കോട്ടാൽ കെ പരമേശ്വരൻ നായർ. അമ്മ: മണ്ണൂരേത്തു പത്മാക്ഷിയമ്മ. പ്രാഥമികവിദ്യാഭ്യാസത്തിനുശേഷം എഞ്ചിനീയറിങ്ങിൽ ഡിപ്ലോമ സമ്പാദിച്ചു. കേരള മുനിസിപ്പൽ സർവീസിൽ പ്രവേശിച്ചു. കേരളത്തിലെ വിവിധ നഗരസഭകളിൽ എൻജിനീയറായി സേവനമനുഷ്ഠിച്ചിട്ടുണ്ട്. കോട്ടയം നഗരസഭയിൽ അസിസ്റ്റന്റ് എക്സിക്യൂട്ടീവ് എൻജിനീയറായിരിക്കെ 1997 ജനുവരിയിൽ സർവീസിൽനിന്ന് വിരമിച്ചു.

ബാലസാഹിത്യം, ശാസ്ത്രസാഹിത്യം, വൈജ്ഞാനികസാഹിത്യം എന്നീ വിഭാഗങ്ങളിലായി നാൽപ്പതോളം കൃതികൾ പ്രസിദ്ധീകരിച്ചിട്ടുണ്ട്. ശാസ്ത്രസാഹിത്യ പരിഷത്ത് പുരസ്കാരം (1970), കൈരളി ചിൽഡ്രൻസ് ബുക്ട്രസ്റ്റ് അവാർഡ് (1993), കേരള തിയോസഫിക്കൽ ഫെഡറേഷൻ പുരസ്കാരം (2003), ഭാരത്ജ്യോതി അവാർഡ് (2005) എന്നിവ ലഭിച്ചിട്ടുണ്ട്.

ബാലകവിത എന്ന കുട്ടികളുടെ മാസിക ഏഴു വർഷക്കാലം നടത്തി. ആനുകാലികങ്ങളിൽ എഴുതാറുണ്ട്. ഇപ്പോൾ മുതുകുളം പാർവതി അമ്മ ട്രസ്റ്റിന്റെ വൈസ് ചെയർമാൻ.

ചിന്താസുമങ്ങൾ, വിയറ്റ്നാം നാടോടിക്കഥകൾ, കടങ്കവിതകളും കുട്ടിക്കവിതകളും, കിലുക്കാംപെട്ടി, നഴ്സറി പാട്ടുകൾ, പൂവാലിയും കൂട്ടുകാരും, ജനഗണമന മുതൽ താമരപ്പൂവു വരെ, ഇന്ത്യ എന്റെ രാജ്യം, തെറ്റേത്? ശരിയേത്?, കൂടുകൾ വീടുകൾ, കുട്ടിക്കവിതകളും ചിരിക്കവിതകളും, ഭൂമിശാസ്ത്രവിശേഷങ്ങൾ, പാദമുദ്രകൾ, സ്വാതന്ത്ര്യസമരയോദ്ധാക്കൾ, സാഹിത്യത്തിലെ അമരക്കാർ, ഇന്ത്യയും കേരളവും, പരിസ്ഥിതിയും പ്ലാസ്റ്റിക്കും, മലയാളഭാഷ മുതൽ കണിക്കൊന്നവരെ തുടങ്ങിയവയാണ് പ്രധാനകൃതികൾ.

ഭാര്യ	:	സുമ
മക്കൾ	:	സന്തോഷ്കുമാർ ചേപ്പാട്, സിതാരാ ഹരീഷ്
വിലാസം	:	ഏവൂരേത്തുവീട്, ചേപ്പാട് പി ഒ, ആലപ്പുഴ-690 507 ഫോൺ : 0479-2473551

ഉള്ളടക്കം

1

മനുഷ്യരും നദികളും

ഭൂമിയെ മനുഷ്യവാസത്തിന് അനുയോജ്യമാക്കുന്നത് പ്രധാനമായി നദികളാണ്. ഒരു രാഷ്ട്രത്തിന്റെ സാംസ്കാരികവും സാമ്പത്തികവുമായ ഘടനയെ സ്വാധീനിക്കുന്ന സുപ്രധാന ഘടകവും നദികൾ തന്നെ. ഇന്ത്യയിലെന്നല്ല, ലോകത്തിന്റെ പല ഭാഗങ്ങളിലും പ്രാചീന സംസ്കാരത്തിന്റെ ഉറവിടങ്ങളായി പരിണമിച്ചത് നദീതടങ്ങളാണെന്ന വസ്തുത ഇവിടെ ഓർക്കേണ്ടതുണ്ട്. മനുഷ്യ ശരീരത്തിലെ നാഡീഞരമ്പുകൾ പോലെ ഭൂമി സജീവമാകുന്നതിനു വേണ്ടതെല്ലാം നൽകുന്നത് നദികളാണ്. ചന്ദ്രനിൽ ജലമില്ലാത്തതുകൊണ്ടാണ് ജീവജാലങ്ങൾ ഉണ്ടാവാത്തത്. ജീവജാലങ്ങളെ ചന്ദ്രനിൽ എങ്ങനെ വളർത്താനാവുമെന്ന് 'ചന്ദ്രയാനി'ലൂടെ ഇന്ത്യയും പരീക്ഷണ വിധേയമാക്കുന്ന കാലഘട്ടമാണിത്.

കര, സമുദ്രം, അന്തരീക്ഷം എന്നിവയെ തമ്മിൽ ബന്ധിപ്പിക്കുന്ന ജലപ്രവാഹ ചക്രത്തിന്റെ ഭൂമിയിലെ ഭാഗമാണ് നദികൾ. നീരാവിയും മഴയുമെല്ലാം ഈ ജല ചക്രത്തിന്റെ ഭാഗങ്ങളാണ്. ജലമില്ലാതെ ഭൂമിയിൽ മനുഷ്യന് നിലനിൽപ്പില്ല. കുടിക്കുന്നതിനും കൃഷിക്കും വാണിജ്യ വ്യവസായ വികസനത്തിനുമെല്ലാം ജലം അത്യന്താപേക്ഷിതമാണ്. ജലം ലഭിക്കുന്ന പ്രധാന സ്രോതസ്സ് എന്ന നിലയിൽ ഭൂമിയിൽ നദികളെ നാം സംരക്ഷിച്ചേ മതിയാകൂ.

വ്യക്തമായ അതിരുകൾക്കുള്ളിലെ ചാലിലൂടെ ഒഴുകുന്ന സ്വാഭാവിക ജലപ്രവാഹമെന്ന് നദികളെ നിർവചിക്കാം. ഭൂഗർഭശാസ്ത്രപരവും ഭൂസ്ഥിതിപരവു (Geological and Topographical) മായ കാരണങ്ങളാണ് നദികളുടെ ഉത്ഭവവും ഗതിയും നിർണയിക്കുന്നത്.

ഭൂമിയുടെ ഉപരിതലം രൂപപ്പെടുത്തുന്നതിൽ പ്രധാന പങ്കുവഹിക്കുന്നതും നദികളാണ്. വൻപാറക്കെട്ടുകൾപോലും കാലാന്തരത്തിൽ

ദ്രവീകരിച്ച് കടത്തിക്കൊണ്ടുപോകുകയും ഒരിടത്തുനിന്ന് ലഭിക്കുന്ന മണ്ണ് മറ്റൊരിടത്തേക്ക് നിക്ഷേപിക്കുന്നതിലൂടെ ഭൂമിയുടെ ഉയർച്ച താഴ്ചകളെ ഒരു പരിധിവരെ രൂപപ്പെടുത്തുകയും ചെയ്യുന്നതാണ് നദികൾ നൽകുന്ന മറ്റൊരു സേവനം. മരുഭൂമികൾപോലും വെള്ളപ്പൊക്കത്തിന്റെ ഫലമായി വൻ പരിവർത്തനത്തിന് വിധേയമാക്കുവാൻ ജലത്തിനു കഴിയും. നദിയുടെ ആഴം ഒരു മീറ്റർ കണ്ട് താഴുന്നതിന് കുറഞ്ഞത് മുപ്പതിനായിരം വർഷങ്ങൾ വേണ്ടിവരുമെന്നു പറയുമ്പോൾ നദികൾ അനുഷ്ഠിക്കുന്ന കർമം ആരെയും അത്ഭുതപ്പെടുത്താതിരിക്കില്ല. ജലഗതാഗതം ഏറെ വികസിച്ച കാലയളവാണിത്. നദികളിലൂടെ ഹൗസ് ബോട്ടുകളിൽ വിനോദയാത്രയും ഇപ്പോൾ വർധിച്ചിരിക്കുന്നു. കൃഷിക്കും ജലസേചനത്തിനുമായി ഒട്ടേറെ ജലസേചനപദ്ധതികളാണ് നദികളിൽ രൂപകൽപ്പന ചെയ്തു നിർമിച്ചിട്ടുള്ളത്. കൂടാതെ പ്രധാനപ്പെട്ട എല്ലാ വ്യവസായ സ്ഥാപനങ്ങളും നദീതീരങ്ങളിലാണ് സ്ഥിതിചെയ്യുന്നതെന്ന്, അവയെപ്പറ്റി പഠിക്കുമ്പോൾ മനസിലാക്കാനാവും. ജലസേചനത്തിനു പുറമേ വൈദ്യുതോൽപ്പാദനം, മത്സ്യബന്ധനം, നഗരശുചീകരണ പദ്ധതികൾ എന്നിവയ്ക്കെല്ലാം നദികൾ കൂടിയേ കഴിയൂ.

സംസ്കാര കേന്ദ്രങ്ങൾ

പുരാതനകാലം മുതൽക്കുതന്നെ നദീതീരങ്ങളിലാണ് ജനങ്ങൾ തിങ്ങിപ്പാർത്തിരുന്നത്. വേനലിന്റെ കാഠിന്യത്തെ കുറയ്ക്കുന്നതിനും ജലലഭ്യതയ്ക്കും നദീതീരങ്ങളിലെ വാസമാണ് അനുയോജ്യമെന്ന് മനുഷ്യൻ നേരത്തെതന്നെ കണ്ടറിഞ്ഞിരുന്നു. അനേകായിരം വർഷങ്ങൾക്കുമുമ്പ് ഈജിപ്തിലെ നൈൽ നദീതീരത്താണ് മഹത്തായ ഒരു സംസ്കാരം ഉടലെടുത്തത്. ഉദ്ദേശം 6000 വർഷങ്ങൾക്കുമുമ്പാണ് നൈൽ നദീതീരത്ത് ആദ്യമായി ജനങ്ങൾ കുടിയേറി പാർക്കുവാൻ ആരംഭിച്ചതെന്ന് വിശ്വസി

നൈൽ നദി

ക്കപ്പെടുന്നു. വേട്ടയാടിയും വനത്തിലെ ഫലമൂലാദികൾ ഭക്ഷിച്ചുമാണ് അവർ ജീവിച്ചത്.

ഭാരതത്തിൽ സിന്ധു നദീതടത്തിലാണ് ഒരു ജനപഥം രൂപമെടുത്തത്. സിന്ധു നദീതടത്തിലെ മോഹൻജോദാരോ സംസ്കാരത്തിന് ഉദ്ദേശം 4500 വർഷത്തെ പഴക്കമുള്ളതായി ചരിത്രകാരന്മാർ വെളിപ്പെടുത്തുന്നു.ലോകത്തിലെ വൻ നഗരങ്ങളെല്ലാംതന്നെ നദീതീരങ്ങളിലാണ് സ്ഥിതിചെയ്യുന്നതെന്ന വസ്തുത നമ്മെ അതിശയിപ്പിക്കും. ലണ്ടൻ കതംസ് നദിയുടെ തീരത്തും, പാരീസ് സീൻ (Seine) നദീതീരത്തും, മോസ്കോ മോസ്കോവ നദീതീരത്തും, കെയ്റോ നൈൽ നദീതീരത്തുമാണ് സ്ഥിതിചെയ്യുന്നത്. ഇന്ത്യയിലാകട്ടെ ന്യൂഡൽഹി യമുനാ തീരത്തും, കാശി (വാരണാസി) ഗംഗാ തീരത്തും, വിജയവാഡ കൃഷ്ണാ നദീതീരത്തുമാണ് സ്ഥിതി ചെയ്യുന്നത്. ഇവ കൂടാതെ ഒട്ടേറെ ഉദാഹരണങ്ങൾ ചൂണ്ടിക്കാട്ടുവാനുണ്ട്.

നദികൾ ഉണ്ടാകുന്നത്

നദികൾ ഉത്ഭവിക്കുന്നത് അനേകം ചെറിയ നീർച്ചാലുകൾ ഒന്നിച്ചുചേർന്നാണ്. വിവിധ അരുവികളിൽനിന്ന് ഒഴുകിയെത്തുന്ന ജലം ഒത്തുചേർന്ന് ഒഴുകിയാണ് അവസാനം ഒരു നദിയായി പരിണമിക്കുന്നത്. മലമ്പ്രദേശങ്ങളിൽ ഉത്ഭവിച്ച് കൂടുതൽ ഇളകിയ മണ്ണിലൂടെ ഒഴുകുന്ന നദി, മണ്ണിലേക്ക് ജലം താഴാൻ സഹായിക്കുകയും അവ ഭൂഗർഭത്തിൽ ശേഖരിക്കപ്പെടുവാൻ സഹായിക്കുകയും ചെയ്യുന്നു. എന്നാൽ വരണ്ട പ്രദേശങ്ങളിൽക്കൂടി ഒഴുകുമ്പോഴാകട്ടെ, ജലത്തിന്റെ നല്ലൊരളവ് നീരാവിയായി മാറുന്നു. ക്രമേണ ആ നദി വരളുന്നു. മധ്യ തിരുവിതാംകൂറിൽ അത്തരം ഒരു നദിയുണ്ട്. ചെങ്ങന്നൂരിനു സമീപമുള്ള വരട്ടാറ്.

നദികൾ ഉത്ഭവിക്കുന്നതിനെപ്പറ്റി മഹാകവി പാലാ നാരായണൻ നായർ *കേരളം വളരുന്നു* എന്ന കാവ്യത്തിൽ വിവരിക്കുന്നത് ഇങ്ങനെയാണ്.

കുന്നിനെത്തലോടിയും
ചുംബിച്ചു മുത്സംഗത്തിൽ
നിന്നിറങ്ങിയ നീർച്ചാൽ
വീതി വെച്ചാറാകവേ,
തന്നുടൽക്കനുദിനം
സസ്യദൂതികൾ നിന്നു
തുന്നിയ നീരാളങ്ങൾ
സുന്ദര കേദാരങ്ങൾ!

പാറക്കെട്ടുകൾക്കുമീതെ കൂടി ഒഴുകിവരുന്ന നദി ചിലപ്പോൾ അപ്രത്യക്ഷമാകുന്നതായും കാണപ്പെട്ടിട്ടുണ്ട്. എന്നാൽ അതേ നദി തന്നെ മറ്റൊരുസ്ഥലത്ത് വീണ്ടും പ്രത്യക്ഷപ്പെടുന്നതും ഭൂമിയിലെ ഒരു സവിശേഷതയായി കണക്കാക്കാം. നദിയുടെ ആകൃതിയും വലുപ്പവുമെല്ലാം

സ്വയം രൂപപ്പെടുന്നവയാകയാൽ അതേപ്പറ്റി മുൻവിധിയൊന്നും തന്നെ പാടില്ല. വർഷകാലത്ത് നദിയുടെ ബേസിൻ (Basin) ഉൾക്കൊള്ളുന്ന വെള്ളത്തിന്റെ ആഴവും പരപ്പുമാണ് നദീതടത്തിന്റെ വികസനത്തിന് കണക്കാക്കപ്പെടുന്ന ഘടകങ്ങൾ.

ഓരോ നദിയുടെയും നദീതടങ്ങളുടെയും വികസന പ്രവർത്തനങ്ങൾ ഏറ്റെടുക്കുമ്പോൾ അവയുടെ സവിശേഷതകൾകൂടി കണക്കാക്കപ്പെടുന്നു. ശാസ്ത്രീയമായ കാഴ്ചപ്പാടിൽ നദീതട വികസനത്തിന് മൂന്നു മുഖ്യ വിഷയങ്ങൾ പരിഗണിക്കപ്പെടുന്നുണ്ട്.

ഏറ്റവും പ്രാധാന്യമർഹിക്കുന്നത്, നദിയുടെ ഒഴുക്കിന്റെ ഉഗ്രത കുറയ്ക്കുകയും അമിതമായ വെള്ളപ്പൊക്കഭീഷണി ഒഴിവാക്കുകയുമാണ്. നാവിക ഗതാഗതത്തിന് നദിയെ പ്രയോജനപ്പെടുത്തുകയാണ് ഇതിന്റെ പിന്നിലെ മുഖ്യലക്ഷ്യം. നദീമുഖങ്ങളിലാകട്ടെ, വേലിയേറ്റം അനുഭവപ്പെടുമ്പോൾ വൻ കപ്പലുകൾക്ക് പ്രവേശിക്കാനുള്ള സൗകര്യങ്ങളുടെ സാധ്യത നിരീക്ഷിക്കുകയും, തുറമുഖ വികസനത്തിന് അനുയോജ്യമാക്കുകയും ചെയ്യുക എന്നതാണ് വികസനപ്രവർത്തനങ്ങൾ ഏറ്റെടുക്കുമ്പോൾ പരിഗണിക്കപ്പെടുക.

നദിയിലെ നീരൊഴുക്ക് അതിന്റെ ചരിവിന്റെ അടിസ്ഥാനത്തിലാണ് വർധിക്കാറുള്ളത്. നദിയുടെ വലുപ്പവും മറ്റൊരു പ്രധാന ഘടകം തന്നെയാണ്. വലുപ്പം വർധിക്കുന്നതോടെ ഘർഷണംമൂലം നദിയുടെ ഗതിവേഗത്തിലുണ്ടാകുന്ന പ്രതിബന്ധങ്ങൾ കുറഞ്ഞുവരുന്നതായി കാണാം. എന്നാൽ ഇക്കാലത്ത് നദികളിലുണ്ടാകുന്ന കൈയേറ്റങ്ങൾ ഒരു പരിധി വരെ നദിയുടെ സ്വാഭാവികമായ നീരൊഴുക്കിന് പ്രതിബന്ധമാകാറുണ്ട്. ഇതുമൂലം ജനങ്ങൾക്കുണ്ടാകുന്ന പ്രയാസങ്ങളെയും ബുദ്ധിമുട്ടുകളെയുംപറ്റി വേണ്ടത്ര ചർച്ചകൾ ഉണ്ടാവാറില്ല എന്നത് ഖേദകരമെന്നേ പറയേണ്ടൂ.

നദിയുടെ ഗതി

ഒരു നദിയുടെ ഗതിവേഗത്തിന് പ്രധാനമായി മൂന്നു ഘട്ടങ്ങൾ ഉണ്ട്. നദികൾ, മലനിരകളിൽനിന്ന് അരുവികളായി ഉത്ഭവിക്കുന്നതിനാൽ ആദ്യഘട്ടത്തിൽ വളരെ വേഗത്തിലാണ് ഒഴുകാറുള്ളത്. പല അരുവികൾ ചേർന്ന് അതിവേഗത്തിൽ ഒഴുകുന്ന ആദ്യഘട്ടത്തിൽ നദീതീരങ്ങളെയും അടിത്തട്ടിനെയും കാർന്നെടുക്കുക പതിവാണ്. എന്നാൽ നദികളിലെ മൗലിക പ്രവാഹം (Base flow) ഏറെക്കുറെ സ്ഥിരമായിരിക്കും. ഭൂഗർഭജലമാണ് (Ground Water) ഇതിനുകാരണം. വെള്ളപ്പൊക്കകാലത്ത് മണ്ണൊലിപ്പ് ഉണ്ടാവുകയും ക്രമേണ നദീമുഖത്ത് ഡെൽറ്റകൾ രൂപപ്പെടുകയും ചെയ്യുന്നത് സാധാരണമാണ്.

എന്നാൽ മധ്യഘട്ടത്തിൽ കുറെ സാവധാനത്തിലായിരിക്കും നദി ഒഴുകുക. പർവത പ്രദേശങ്ങളിലൂടെ ഒഴുകി മധ്യഘട്ടമാവുമ്പോൾ സമതലങ്ങളിൽ പ്രവേശിക്കുമ്പോഴാണ് നദിയുടെ ഗതി മന്ദമാകുന്നത്.

ഈ ഘട്ടത്തിൽ നദിയുടെ വീതി വർധിക്കുന്നതിനുള്ള പ്രവണതയും ദൃശ്യമാകും. ഇരുകരകളെയും കാർന്നെടുക്കുന്ന നദി ഇതോടൊപ്പം എക്കൽമണ്ണുകൂടി ഒഴുക്കിക്കൊണ്ടുപോകുന്നു. തടങ്ങളിൽ ഇതു വന്നടിഞ്ഞ് തിട്ടകൾ രൂപമെടുക്കും.

സുന്ദർബൻ ഡൽറ്റ

നദിയുടെ മൂന്നാം ഘട്ടമാണ് പതന ഘട്ടം. ഈ ഘട്ടത്തിൽ നദിയുടെ ഒഴുക്കിന്റെ തീവ്രത കുറയുകയും ഒഴുക്കിക്കൊണ്ടുവരുന്ന മണ്ണും മണലും എക്കലും അടിഞ്ഞ് തുരുത്തുകൾ രൂപമെടുക്കുകയും ചെയ്യാറുണ്ട്. ഈ തുരുത്തുകളെ 'ഡൽറ്റ'കൾ എന്നാണ് വിളിക്കാറുള്ളത്. ഗംഗാ നദീമുഖത്തെ 'സുന്ദർബൻ ഡൽറ്റ'യാണ് ഏറ്റവും നല്ല ഉദാഹരണം.

വെള്ളപ്പൊക്കം

പുരാതനകാലം മുതൽ വെള്ളപ്പൊക്കത്തിന്റെ ഭീകരതയെപ്പറ്റി മനുഷ്യനു ബോധമുണ്ടായിരുന്നു. വെള്ളപ്പൊക്കത്തിന്റെ ഫലമായി കരകവിഞ്ഞൊഴുകുന്ന നദികരകളിൽ നിക്ഷേപിക്കുന്ന എക്കൽ പിന്നീട് കൃഷിക്ക് വളരെയേറെ ഗുണകരമാകുമെന്നും മനുഷ്യനു ബോധ്യമായി. അങ്ങനെ സാമ്പത്തികമായി വെള്ളപ്പൊക്കം മറ്റൊരു തരത്തിൽ മനുഷ്യന് ഗുണകരമാവുമെന്ന് അനുഭവത്തിലൂടെ അവൻ കണ്ടെത്തി.

എന്നാൽ ചില സ്ഥലങ്ങളിൽ വെള്ളപ്പൊക്കം ഒട്ടേറെ നാശനഷ്ടങ്ങൾക്ക് ഇടയാക്കുമെന്നും അങ്ങനെ വെള്ളപ്പൊക്കത്തിന്റെ കെടുതികൾ ഉണ്ടാകാതിരിക്കാൻ വെള്ളപ്പൊക്ക നിയന്ത്രണ മാർഗങ്ങൾ ആവിഷ്കരിക്കണമെന്നും മനുഷ്യൻ മനസിലാക്കി. നദിയിലെ വെള്ളം ഒരിക്കലും നിശ്ചലമാകാറില്ല. ചില പ്രവാഹങ്ങൾ ജലത്തെ മേൽപ്പോട്ടും കീഴ്പോട്ടും അങ്ങോട്ടും ഇങ്ങോട്ടും ചലിപ്പിച്ചുകൊണ്ടിരിക്കും. ചുരുക്കത്തിൽ വെള്ളം എപ്പോഴും ചലനാത്മകമായിരിക്കും എന്നർഥം.

നദിയിലെ വേലിയേറ്റം, വേലിയിറക്കം എന്നിവയെപ്പറ്റി നാം സാധാരണ കേൾക്കാറുണ്ടല്ലോ. സൂര്യ ചന്ദ്രന്മാരുടെ ആകർഷണശക്തികൊണ്ട് ജലാശയങ്ങളിലെ ജലം ദിവസവും രണ്ടു പ്രാവശ്യം വീതം ഉയരുകയും താഴുകയും ചെയ്യുന്നു. സൂര്യൻ വളരെ അകലെ സ്ഥിതി ചെയ്യുന്നതിനാൽ ആകർഷണശക്തിക്ക് കുറവുണ്ടാകും. എന്നാൽ ഭൂമിയോട് കൂടുതൽ അടുത്തുനിൽക്കുന്ന ചന്ദ്രന്റെ ആകർഷണശക്തിമൂലമാണ് ഭൂമിയുടെ രണ്ടു ഭാഗത്ത് വെള്ളം ഉയരുകയും മറ്റു രണ്ടു ഭാഗത്ത് വെള്ളനിരപ്പ് താഴുകയും ചെയ്യുന്നത്. വെള്ളം ഉയരുന്നത് വേലിയേറ്റ സമയത്തും താഴുന്നത് വേലിയിറക്ക സമയത്തുമാണ്.

നദീമുഖങ്ങളിലും മറ്റുമുള്ള തുറമുഖങ്ങളിൽ വേലിയേറ്റ സമയത്ത് വൻ കപ്പലുകൾ തുറമുഖത്ത് എത്തുന്നു. ആഴം വർധിപ്പിച്ചും വീതി കൂട്ടിയും തുറമുഖങ്ങളെ കൂടുതൽ പ്രവർത്തനക്ഷമമാക്കുന്നത് ഇന്നൊരു സാങ്കേതികവിദ്യയുടെ ഭാഗമാണ്. റിവർ എൻജിനീയറിങ് എന്ന ശാസ്ത്ര സാങ്കേതികശാഖ തന്നെ ഇപ്പോൾ നിലവിലുണ്ട്. വേലിയേറ്റം നിയന്ത്രിക്കേണ്ടതിനായി ചെറുതോടുകൾ നിർമിച്ച് അവയിൽ ചിറകെട്ടി വെള്ളം നിയന്ത്രിക്കാനും ഇന്നു കഴിയുന്നുണ്ട്.

'99 ലെ വെള്ളപ്പൊക്കം'

നമ്മുടെ മുത്തച്ഛന്മാരും മറ്റും ഇപ്പോഴും പറഞ്ഞുവരുന്ന ഒരു വെള്ളപ്പൊക്കത്തിന്റെ കഥയുണ്ട്. കേരള ചരിത്രത്തിൽ '99 ലെ വെള്ളപ്പൊക്കം' എന്നാണ് ഇത് അറിയപ്പെടുന്നത്. കേരളത്തിലെ മിക്ക ജില്ലകളെയും പ്രളയത്തിലാഴ്ത്തിയ ആ വെള്ളപ്പൊക്കം 1924 ലായിരുന്നു. അതായത് കൊല്ലവർഷം 1099 ൽ. അതാണ് ഇന്നും 99 ലെ വെള്ളപ്പൊക്കം എന്നറിയപ്പെടുന്നത്. തകഴിയുടെ ഒരു പ്രശസ്തമായ കഥയുണ്ട്. *വെള്ളപ്പൊക്ക*ത്തിൽ എന്ന പേരിൽ. 1924 ജൂലൈ 16 നും 25നുമിടയിൽ കേരളത്തിലും കർണാടകത്തിലും പേമാരിയുണ്ടായി. 5060 സെന്റീ മീറ്റർ വരെ മഴ പല സ്ഥലങ്ങളിലും പെയ്തു. പ്രളയ ജലത്തിൽ തിരുവിതാംകൂറിലെയും കൊച്ചിയിലെയും മിക്ക പ്രദേശങ്ങളും ആണ്ടുപോയി. ഒൻപതു ദിവസം നീണ്ടുനിന്ന വെള്ളപ്പൊക്കക്കെടുതിയിൽ വസ്തുവകകൾക്കുണ്ടായ വ്യാപകമായ നഷ്ടം കൂടാതെ നൂറിലേറെ മനുഷ്യ ജീവനും പൊലിഞ്ഞു. ഇത്ര രൂക്ഷമായ ഒരു പ്രകൃതി ദുരന്തം അതിനു മുമ്പോ പിമ്പോ കേരളത്തിലുണ്ടായിട്ടില്ല.

നദിക്കു വധശിക്ഷ

ഒരു നദിക്ക് വധ ശിക്ഷ വിധിച്ച ഒരു രാജാവിന്റെ കഥ രസകരമാണ്. ഇറാക്കിലുള്ള 'ഡയാലോ' എന്ന നദിക്ക് പണ്ട് 'കിൻഡസ്'

എന്നായിരുന്നു പേര്. പേർഷ്യയിലെ സൈറസ് രാജാവ് ഒരിക്കൽ കുതിരപ്പുറത്തു കയറി സഞ്ചരിക്കവെ ഈ നദി കടക്കേണ്ടതായി വന്നു. തന്റെ വാത്സല്യ ഭാജനമായ കുതിര നദി കടക്കവെ വെള്ളത്തിൽ മുങ്ങിച്ചത്തു. നദിയാണ് തന്റെ കുതിരയുടെ ജീവൻ അപഹരിച്ചതെന്നു ധരിച്ച രാജാവ്, പിന്നെ ഒട്ടും ക്ഷമിച്ചില്ല. ഉടനടി അദ്ദേഹം നദിക്ക് മരണ ശിക്ഷ വിധിക്കുകയും ചെയ്തു. ശിക്ഷ നടപ്പാക്കാൻ അദ്ദേഹം സ്വീകരിച്ച രീതി അതിലും രസകരമായി. മുന്നൂറ്റി അറുപതു തോടുകൾ വെട്ടി കിൻഡസ് നദിയിലെ വെള്ളം മുഴുവനും വറ്റിച്ചിട്ടേ അദ്ദേഹം അടങ്ങിയുള്ളൂ. നദി ഒഴുകിക്കൊണ്ടിരുന്ന സ്ഥലം മരുഭൂമിപോലെയായി.

എന്നാൽ അവസാനം പ്രകൃതി കനിയുവാൻ ആയിരം വർഷങ്ങൾ കാക്കേണ്ടിവന്നു. പ്രകൃതിയുടെ ദയകൊണ്ട് കാലപ്പഴക്കത്തിൽ തോടുകളെല്ലാം നികരുകയും നദി പഴയതുപോലെ പ്രവഹിക്കുവാൻ തുടങ്ങുകയും ചെയ്തു.

നദികളും പാലങ്ങളും

നദികൾ, തോടുകൾ, സമുദ്രം എന്നിവയൊക്കെ കടന്നുപോകാൻ മനുഷ്യനെ സഹായിക്കുന്ന അത്ഭുത നിർമിതികളാണ് പാലങ്ങൾ. പാലങ്ങളില്ലാത്ത ഒരു രാജ്യത്തെ നമുക്കിന്ന് സങ്കൽപ്പിക്കാനാവില്ല.

പുഴ കടക്കണമെങ്കിൽ മനുഷ്യന് പാലം വേണം. പാലം ഇല്ലാതിരുന്ന കാലത്ത് നദി കടക്കണമെങ്കിൽ നീന്തിത്തന്നെ വേണമായിരുന്നു. പിന്നീട് പൊങ്ങുതടിയും അതിനുശേഷം വഞ്ചികളും ഉപയോഗിക്കാൻ തുടങ്ങി. നദികളുടെ ഇരുകരകളിൽ താമസിക്കുന്ന ജനങ്ങൾക്ക് പരസ്പരം സമ്പർക്കം പുലർത്തുന്നതിനും സാമൂഹിക ജീവിതത്തിൽ സുഖസൗകര്യങ്ങൾ ലഭ്യമാക്കുന്നതിനും പാലങ്ങൾ അത്യന്താപേക്ഷിതമായി വന്നു.

കാൽനടക്കാർക്കുമാത്രം പോകാനുള്ള ചെറു പാലങ്ങൾ മുതൽ ബസുകൾ, കാറുകൾ, തീവണ്ടികൾ എന്നിവ വരെയുള്ള വാഹനങ്ങൾ കടന്നുപോകാൻ തക്കവണ്ണമുള്ള വമ്പൻ പാലങ്ങൾവരെ ലോകത്തിന്റെ ഏതു ഭാഗത്തും ഇപ്പോൾ കാണുവാൻ കഴിയും. ട്രെയിനുകൾ സഞ്ചരിക്കുന്ന മേൽപ്പാലങ്ങൾ, തിരക്കേറിയ നിരത്തുകളിൽ ഒരു വശത്തുനിന്ന് മറുവശത്ത് എത്താനുള്ള 'ഫ്ളൈ ഓവറുകൾ' തുടങ്ങിയവയെല്ലാം പാലങ്ങളിൽ ഉൾപ്പെടുന്നു.

ഇന്ത്യയിലെ ആദ്യത്തെ കടൽപ്പാലം

ഇന്ത്യയുടെ എൻജിനീയറിങ് വിസ്മയമായ മുംബൈയിലെ ബാന്ദ്ര വർളി കടൽപ്പാലം 2009 ജൂൺ 30 ന് ഉദ്ഘാടനം ചെയ്യപ്പെട്ടു. നിലവിൽ ബാന്ദ്രയിൽനിന്ന് വർളിയിൽ എത്താൻ ഒന്നര മണിക്കൂർ സമയമെടുത്തിരുന്നു. എന്നാൽ ഈ പുതിയ പാത തുറന്നതോടെ ആറു മുതൽ എട്ടു മിനിറ്റുകൊണ്ട് ബാന്ദ്രയിൽനിന്ന് വർളിയിൽ എത്താൻ കഴിയും.

കൽക്കത്തയിലെ ഹൗറാ പാലം

ഈ കടൽപ്പാതയുടെ നിർമാണം ഹിന്ദുസ്ഥാൻ കൺസ്ട്രക്ഷൻ കമ്പനിയാണ് നിർവഹിച്ചത്. 1634 കോടി രൂപയാണ് നിർമാണച്ചെലവ്. ഇരുചക്രവാഹനങ്ങൾക്കും മുച്ചക്രവാഹനങ്ങൾക്കും ഈ പാത ഉപയോഗിക്കാനാവില്ല. 4.80 കിലോമീറ്റർ നീളമുള്ള ഈ എട്ടുവരിപ്പാത ഇന്ത്യയുടെ ശാസ്ത്ര സാങ്കേതിക രംഗത്തെ മികവായി കണക്കാക്കപ്പെടുന്നു. 2004 ഒക്ടോബറിൽ ആരംഭിച്ചതാണ് ഈ പദ്ധതി. സമുദ്രത്തിലൂടെയാണ് ഈ പാത കടന്നുപോകുന്നത്. ഇതുമൂലം വാഹനങ്ങളുടെ ഇന്ധന ലാഭം പ്രതിവർഷം 200 കോടി രൂപ വരും.

ആദികാലത്ത് മനുഷ്യൻ തടികൾ വെട്ടിയിട്ട് ചെറിയ തോടുകളും മറ്റും കടക്കാനുള്ള തടിപ്പാലങ്ങൾ നിർമിച്ചിരുന്നു. ആ പരിചയമാവാം പിൽക്കാലത്ത് പാലങ്ങളുടെ നിർമാണത്തിന് വഴി വച്ചത്. കുട്ടനാട്ടിലും മറ്റും അടുത്ത കാലം വരെ ചെറിയ തടിപ്പാലങ്ങൾ സുലഭമായിരുന്നു.

ചരിത്രം പരിശോധിച്ചാൽ ആദ്യമായി പാലം നിർമിക്കപ്പെട്ടത് ബി സി 2200 നോടടുത്ത് ബാബിലോണിലാണെന്നുകാണാം. അവിടെ ഒരു കമാന ആകൃതിയിലാണ് പാലം നിർമിക്കപ്പെട്ടത്. അന്നൊക്കെ തടിയും കല്ലുകളുമുപയോഗിച്ചാണ് പാലങ്ങൾ നിർമിക്കപ്പെട്ടത്. ചില പ്രദേശങ്ങളിൽ, പ്രത്യേകിച്ചും ഗ്രാമപ്രദേശങ്ങളിൽ ഇത്തരം നടപ്പാലങ്ങൾ ഇന്നും കാണുവാൻ കഴിയും.

1700 കളുടെ അവസാനത്തിലാണ് ഇരുമ്പുപാലങ്ങൾ നിർമിക്കാൻ തുടങ്ങിയത്. 1847 ൽ ആദ്യത്തെ പ്ലേറ്റ് ഗിർഡർ പാലം പൂർത്തിയായി. കോൺക്രീറ്റ് ഉപയോഗിച്ചുള്ള ആദ്യപാലം 1869 ൽ നിർമിക്കപ്പെട്ടു.

ആദ്യത്തെ ആധുനിക തൂക്കുപാലം 1826 ൽ ഉദ്ഘാടനം ചെയ്യപ്പെട്ടു.

യു കെ യിലെ ആംഗിൾ സേ ദ്വീപിനെ വെയ്ൽസുമായി ബന്ധിപ്പിച്ച 176 മീറ്റർ നീളമുള്ള മെനായ് പാലമാണിത്. തോമസ്ടെൽഫോർഡ് എന്ന എൻജിനീയറാണ് ഈ പാലം രൂപകൽപ്പന ചെയ്തത്.

വെള്ളത്തിനടിയിലെ പാലം (മോണിറ്റർ മെറിമാക് മെമ്മോറിയൽ ബ്രിഡ്ജ് ടണൽ)

സാധാരണയായി പാലം വെള്ളത്തിനു മുകളിലാണല്ലോ നിർമിക്കാറുള്ളത്. എന്നാൽ വെള്ളത്തിനടിയിലൂടെയും പാലം നിർമിച്ചിരിക്കുന്നു എന്നു കേട്ടാൽ ആരാണ് അത്ഭുതപ്പെടാത്തത്! അതും രണ്ടു രാജ്യങ്ങളെ തമ്മിൽ ബന്ധിപ്പിക്കുന്ന ഒരു അത്ഭുത പാലം.

സ്വീഡനെയും ഡെൻമാർക്കിനെയും തമ്മിൽ ബന്ധിപ്പിച്ചു കൊണ്ട് ജയിംസ് നദിയിൽ നിർമിച്ചതാണ് ഈ പാലം. ഏഴര കിലോമീറ്റർ നീളമുള്ള ഒരു തുരങ്കപ്പാലം. 'മോണിറ്റർ മെറിമാക് മെമ്മോറിയൽ ബ്രിഡ്ജ് ടണൽ' എന്നാണ് ഈ പാലത്തിന് നൽകിയിട്ടുള്ള പേര്.

പുഴയുടെ നടുഭാഗംവരെ വെള്ളത്തിനു മുകളിലൂടെ പോകുന്ന പാലം പിന്നീട് പുഴയിലേക്കിറങ്ങി ഉള്ളിലൂടെ ഒരു തുരങ്കം വഴി കടന്നുപോകുന്നു. തുരങ്കത്തിലൂടെ യാത്ര ചെയ്താൽ അപ്പുറത്തെ രാജ്യത്തുള്ള പാലത്തിലേക്ക് കയറുകയും ചെയ്യാം. തൊട്ടടുത്തുള്ള സമുദ്രത്തിൽ നിന്നുവരുന്ന കപ്പലുകൾക്ക് കടന്നുപോകാൻ വേണ്ടിയാണ് പാലം തുരങ്കമാക്കിയത്. ഏഴുവർഷംകൊണ്ട് പണി പൂർത്തിയാക്കിയ ഈ പാലം 1992 ലാണ് തുറന്നുകൊടുത്തത്.

പാലങ്ങൾ ഏഴുതരം

പ്രധാനമായി ഏഴുതരത്തിലുള്ള പാലങ്ങളാണ് ലോകത്ത് കാണപ്പെടുന്നത്. ഗിർഡർ പാലങ്ങൾ, ട്രസ് പാലങ്ങൾ, ആർച്ച് പാലങ്ങൾ, കാന്റീലിവർ പാലങ്ങൾ, തൂക്കുപാലങ്ങൾ, കേബിൾ-സ്റ്റേയ്സ് പാലങ്ങൾ, ഡ്രോ ബ്രിഡ്ജസ് എന്നിവയാണവ.

സാധാരണ റോഡുപാലങ്ങൾ ഗിർഡർ പാലങ്ങളായിരിക്കും. ഗിർഡറുകൾ എന്നറിയപ്പെടുന്ന ബീമുകൾ ഉപയോഗിച്ചാണ് ഇത്തരം പാലങ്ങൾ നിർമിക്കുക. ഭൂമിയിൽ ഉറപ്പിക്കുന്ന തൂണുകൾ (പില്ലർ)ക്കു മുകളിലാണ് ഗിർഡറുകൾ ഉറപ്പിക്കുന്നത്.

ട്രസ്സുകൾ എന്നറിയപ്പെടുന്ന ഫ്രെയിമുകൾ ഉപയോഗിച്ച് നദികൾക്കും മലയിടുക്കുകൾക്കും മറ്റും മുകളിൽ ട്രസ്സ് പാലങ്ങൾ നിർമിക്കുന്നു. ത്രികോണാകൃതിയിലുള്ള വിവിധ ഭാഗങ്ങൾ കൂട്ടിയോജിപ്പിച്ചാണ് ട്രസ്സുകൾ ഉണ്ടാക്കുന്നത്.

രണ്ടു താങ്ങുകൾക്കിടയിലുള്ള ഭാഗം കമാനാകൃതിയിൽ നിർമിക്കുന്ന പാലങ്ങൾ റോഡുപാലങ്ങളായിരിക്കും. വാഹനങ്ങളുടെ സഞ്ചാരം

മൂലമുണ്ടാകുന്ന മർദം കമാനങ്ങളിലേക്ക് കടത്തിവിടുന്നതിനാൽ പാലം കൂടുതൽ സുരക്ഷിതമായിരിക്കും.

കാന്റീലിവർ പാലങ്ങളിൽ, കാന്റീലിവർ എന്നറിയപ്പെടുന്ന രണ്ടു സ്വതന്ത്ര ബീമുകൾ പാലങ്ങളുടെ പ്രധാനഭാഗമാണ്. രണ്ടു കാന്റീലിവറുകളും ഗിർഡർ ഉപയോഗിച്ചോ ട്രസ്സ് ഉപയോഗിച്ചോ പരസ്പരം ബന്ധിപ്പിക്കുന്നു.

രണ്ട് ഉയർന്ന ടവറുകളിൽ ഘടിപ്പിച്ചിട്ടുള്ള ഉരുക്കുവടത്തിൽ പാലങ്ങൾ തൂക്കിയിടുന്നതാണ് തൂക്കുപാലങ്ങളുടെ സവിശേഷത. കേരളത്തിൽ പണ്ട് നിർമിച്ച പുനലൂരിലെ തൂക്കുപാലം ഇന്നും ജനശ്രദ്ധ ആകർഷിക്കുന്ന ഒരു നിർമാണമാണ്. ഇപ്പോൾ ഒരു പുരാവസ്തുവായി ഈ പാലം സംരക്ഷിക്കപ്പെട്ടിരിക്കുന്നു.

കേബിൾ-സ്റ്റേയ്സ് പാലങ്ങൾ ഒറ്റനോട്ടത്തിൽ തൂക്കുപാലങ്ങൾ പോലെ തോന്നും. ഇവയുടെ ഗതാഗതമാർഗം ടവറുകളിൽനിന്ന് നേരിട്ടുവരുന്ന ഉരുക്കുവടങ്ങളിലാണ് തൂക്കിയിട്ടിരിക്കുക.

ജലം എന്ന അമൂല്യ വസ്തു

നാം കുടിക്കുന്ന ജലം എത്ര അമൂല്യ വസ്തുവാണെന്ന തിരിച്ചറിവാണ് ഓരോ മനുഷ്യനും ഉണ്ടാകേണ്ടത്. 'ജീവജലം' എന്നാണ് നമ്മുടെ പൂർവികന്മാർ ജലത്തെ വിശേഷിപ്പിച്ചിരുന്നത്. ജീവൻ നിലനിർത്തണമെങ്കിൽ മനുഷ്യനും മൃഗങ്ങൾക്കും സർവ ജീവജാലങ്ങൾക്കും വെള്ളം കൂടിയേതീരു. ഓരോ തുള്ളി വെള്ളവും വിലമതിക്കാനാവാത്തതാണെന്ന ബോധം നമ്മെ കരുതലോടെ ജലം ഉപയോഗിക്കുവാൻ സഹായിക്കുന്നു. ജലം ദുരുപയോഗപ്പെടുത്താനും നാം തയാറാവില്ല.

ലോക ജലദിനം

ശുദ്ധജലം സംരക്ഷിക്കപ്പെടേണ്ടതിന്റെ ആവശ്യകത ലോകജനതയെ ബോധ്യപ്പെടുത്തുന്നതിനാണ് എല്ലാവർഷവും മാർച്ച് 22 ലോക ജലദിനമായി ആചരിച്ചുവരുന്നത്. ജലവുമായി ബന്ധപ്പെട്ട മറ്റ് അന്താരാഷ്ട്ര ദിനങ്ങൾ ഇവയാണ്.

1. ലോക തണ്ണീർത്തട ദിനം	ഫെബ്രുവരി 2
2. ലോക കാലാവസ്ഥ ദിനം	മാർച്ച് 23
3. ലോക ഭൗമ ദിനം	ഏപ്രിൽ 22
4. ലോക പരിസ്ഥിതി ദിനം	ജൂൺ 5

1972 ജൂൺ 5 ന് സ്റ്റോക്ക് ഹോമിൽ ചേർന്ന ലോക സമ്മേളനമാണ് ജലത്തെ സൂക്ഷ്മതയോടെ പരിരക്ഷിക്കപ്പെടേണ്ട പ്രകൃതിവിഭവമായി നിർദേശിച്ചത്. 1977ൽ ഒന്നാം ലോക ജല സമ്മേളനം അർജന്റീനയിലെ മാർഡൽ പ്ലാട്ടയിൽ നടക്കുകയുണ്ടായി. 1992 ൽ നെതർലൻഡിലെ

1972ലെ സ്റ്റോക്ക് ഹോം സമ്മേളന വേദി

അന്തർദേശീയ ജല പരിസ്ഥിതി കോൺഫറൻസും അതേവർഷം ബ്രസീലിലെ റിയോഡിജനീറോയിൽ നടന്ന ഭൗമ ഉച്ചകോടിയും എല്ലാ മനുഷ്യർക്കും കുടിവെള്ളം ലഭിക്കാനുള്ള അവകാശമുണ്ടെന്ന് പ്രഖ്യാപിക്കുകയുണ്ടായി. 2000-ാമാണ്ടിനെ അന്തർദേശീയ ശുദ്ധജല വർഷമായി യു എൻ ഒ പ്രഖ്യാപിക്കുകയും ചെയ്തു.

ഭൂഗർഭജലം അമിതമായി ചൂഷണം ചെയ്യുന്നതിനെതിരെ കേരളത്തിലെ പ്ലാച്ചിമടയിൽ (പാലക്കാട്) ചേർന്ന ലോക ജലസമ്മേളനം പ്രതിഷേധിക്കുകയുണ്ടായി.

ജലത്തിന്റെ ശാസ്ത്രീയ വശം

ഹൈഡ്രജൻ, ഓക്സിജൻ എന്നീ വാതകങ്ങൾ 2:1 എന്ന അനുപാതത്തിൽ ചേർന്നാണ് ജലം എന്ന ദ്രാവകമുണ്ടാവുന്നത്. അതായത് രണ്ട് ഹൈഡ്രജൻ അണുവും ഒരു ഓക്സിജൻ അണുവും ചേർന്നതാണ് ഒരു ജലകണിക എന്നർഥം. രാസസൂത്രമാണ് H_2O.

ശുദ്ധജലത്തിന് നിറമോ, മണമോ, രുചിയോ ഇല്ല. സാർവലായകമാണ് ജലം. മിക്കതിനെയും ലയിപ്പിക്കാനും ജലത്തിനു കഴിയും. ജലത്തിന് മൂന്നു രൂപങ്ങളിൽ നിലനിൽക്കാൻ കഴിയും. ഖരം, ദ്രാവകം, വാതകം എന്നീ രൂപങ്ങളിൽ. മഞ്ഞുകട്ടയായി ഖര രൂപത്തിലും, ദ്രാവക രൂപത്തിൽ വെള്ളമായി നദികളിലും സമുദ്രത്തിലും, വാതകമായി അന്തരീക്ഷത്തിൽ നീരാവിയായും വെള്ളം സ്ഥിതിചെയ്യുന്നു. ഭൂമിയിലുള്ള വെള്ളത്തിൽ 97% സമുദ്രത്തിലും നദികളിലും മറ്റുമായി സ്ഥിതി ചെയ്യുമ്പോൾ 2% മഞ്ഞുകട്ടയായി ധ്രുവ പ്രദേശങ്ങളിലും പർവതങ്ങളിലും നിലനിൽക്കുന്നു. ശേഷിച്ച ഒരു ശതമാനമാണ് നീരാവിയായി അന്തരീക്ഷത്തിൽ നിലനിൽക്കുന്നത്.

ഖര രൂപത്തിന് ഘനത്വം കുറവാണ്. ശുദ്ധജലം വൈദ്യുത വാഹിയല്ല. പക്ഷേ, എന്തെങ്കിലും ആസിഡോ, ലവണങ്ങളോ മറ്റോ കലർന്നാൽ ജലം വൈദ്യുതി കടത്തിവിടും.

പി എച്ച് വാല്യൂ

പൂർണമായും ശുദ്ധമായ ജലം ഭൂമിയിൽ ലഭിക്കാൻ പ്രയാസമാണ്. ഭൂമിയിൽ ലഭിക്കുന്ന ജലം എപ്പോഴും അശുദ്ധമാണെന്നർഥം. കിണറുകൾ, തടാകങ്ങൾ, നദികൾ, സമുദ്രങ്ങൾ എന്നിവയിലൊന്നിലും പൂർണമായ ശുദ്ധജലമല്ല ഉള്ളത്. അമ്ലങ്ങളോ, ക്ഷാരമോ കലരാത്തതായി ഒരു വെള്ളവുമില്ല. എന്നാൽ ഇവയുടെ അനുപാതത്തിൽ ഏറ്റക്കുറച്ചിൽ ഉണ്ടായിരിക്കുമെന്നു മാത്രം. ഇവയെ അളക്കുന്നത് പി എച്ച് വാല്യൂ (P H Value) എന്ന അളവുമൂലമാണ്. പൂജ്യം മുതൽ 14 വരെയുള്ള ഈ അളവിൽ പൂർണമായ ശുദ്ധതയെ കുറിക്കുന്നത് 7 (ഏഴ്) ആണ്. അതായത് ശുദ്ധജലത്തിന്റെ പി എച്ച് മൂല്യം 7 എന്നാണർഥം. മരുന്നുകൾ കുത്തിവയ്ക്കാൻ ഉപയോഗിക്കുന്ന 'ഡിസ്റ്റിൽഡ് വാട്ടറിന്റെ' പി എച്ച് വാല്യൂ 7 ആണ്. പൂജ്യം മുതൽ 7 വരെയുള്ളത് അമ്ലത്തിന്റെ തോതിനെ കുറിക്കുമ്പോൾ 7 മുതൽ 14 വരെയുള്ളത് ക്ഷാരത്തിന്റെ തോതിനെയാണ് കുറിക്കുന്നത്. പി എച്ച് വാല്യം 7 നും 8 നും ഇടയ്ക്കുള്ള വെള്ളം മനുഷ്യനു കുടിക്കാൻ ഉപയോഗിക്കാം.

ജലത്തിന് പ്രതലബലം വളരെ കൂടുതലാണ്. ഉയർന്ന ഉപരിതല വലിവുള്ളതുകൊണ്ടാണ് മഴത്തുള്ളികൾ ഗോളാകൃതിയിൽ കാണപ്പെടുന്നത്. സോപ്പു പതയാത്ത ജലത്തെ 'കഠിനജലം' എന്നാണ് പറയുക. കാത്സ്യത്തിന്റെയും മെഗ്നീഷ്യത്തിന്റെയും ക്ലോറൈഡുകളും സൾഫേറ്റുകളും ബൈകാർബണേറ്റുകളും ലയിച്ച ജലമായിരിക്കും ഇത്.

കെട്ടിനിൽക്കുന്ന ജലത്തിനും ഒഴുകുന്ന ജലത്തിനും ശക്തിയുണ്ട്. ഈ ശക്തിയാണ് ജലവൈദ്യുതനിലയങ്ങൾ പ്രവർത്തിപ്പിക്കാൻ ഉപയോഗിക്കുന്നത്.

2

നദികളും സംസ്കാരവും

ഏതൊരു രാജ്യത്തിന്റെയും സാംസ്കാരികവും സാമ്പത്തികവുമായ വളർച്ചയെ സ്വാധീനിക്കുന്ന മുഖ്യഘടകങ്ങളിൽ ഒന്നാണ് നദികൾ. ജലത്തിന്റെ അഭാവംകൊണ്ടാണ് ചന്ദ്രൻ ഉൾപ്പെടെയുള്ള ഗോളങ്ങളിൽ ജീവജാലങ്ങൾ ഇല്ലാതിരിക്കുന്നത്. ഭൂമിയിൽ ജലലഭ്യതയുള്ളതുകൊണ്ടാണല്ലോ മനുഷ്യനും മറ്റു ജീവജാലങ്ങളും കഴിയുന്നത്. ഭൂമിയിലുള്ള ആകെ ജലത്തിന്റെ 97 ശതമാനവും സമുദ്രജലമാണ്. ആകെ ജലത്തിന്റെ ഒരു ചെറിയ ശതമാനം (0.025) മാത്രമാണ് നദികളിലൂടെ ഒഴുകിയെത്തുന്നത്.

ആദിമമനുഷ്യന് ജലം ആഹാരത്തിന്റെ ഭാഗമായിരുന്നു. അതിനാൽ ജലത്തിന്റെ സാന്നിധ്യമുള്ള ഭാഗങ്ങളിലാണ് മനുഷ്യർ പാർത്തിരുന്നത്. അതുകൊണ്ടാണ് കൂടുതൽ ജലസാന്നിധ്യമുള്ള ഭാഗങ്ങളിൽ നാഗരികതയുടെ ആരംഭംകുറിക്കാൻ ഇടയായത്.

ജലം ഒരു അമൂല്യവസ്തു

ജലം ഇന്ന് ലോകത്തിലെ ഏറ്റവും വിലയേറിയ വസ്തുവാണെന്നു പറഞ്ഞാൽ അതിൽ അതിശയിക്കേണ്ട കാര്യമില്ല. മിക്കരാജ്യങ്ങളും നദീജലത്തെ ആശ്രയിച്ചാണ് അവരുടെ കുടിവെള്ളപദ്ധതികൾ ഇപ്പോൾ പ്രവർത്തിപ്പിച്ചുകൊണ്ടിരിക്കുന്നത്. ഭൂഗർഭജലം ചൂഷണംചെയ്യുന്നതും സാധാരണമാണ്. എന്നാൽ ജനസംഖ്യയിലുണ്ടായ അമിതവർധനവും കാലാവസ്ഥാമാറ്റങ്ങളും ജലമലിനീകരണവും മറ്റും ജലലഭ്യത നന്നേ കുറച്ചിരിക്കുന്നു.

ലോകത്തിലെ മുന്നൂറുകോടിയിലേറെ ജനങ്ങൾ കുടിവെള്ളത്തിനായി ക്ലേശിക്കുകയാണിപ്പോൾ. കുടിനീർക്ഷാമം ലോകത്തിലെ മിക്ക രാഷ്ട്രങ്ങളെയും ഇപ്പോൾ അലട്ടിക്കൊണ്ടിരിക്കുന്ന ഒരു സങ്കീർണ

പ്രശ്നമാണ്. ലോകത്തിലെ 56 രാജ്യങ്ങൾ വലിയ വരൾച്ചയെ നേരിടുകയാണ്.

ജലദൗർലഭ്യത്തിന്റെ ഭീകരമായ അവസ്ഥ നേരിടുന്ന പ്രധാന ലോകരാഷ്ട്രങ്ങൾ ഇന്ത്യയും ചൈനയുമാണ്. കഴിഞ്ഞ 20 വർഷങ്ങൾക്കിടയിൽ ജലലഭ്യത 40 ശതമാനംകണ്ട് കുറഞ്ഞിട്ടുണ്ട്. നദികളെയും തണ്ണീർത്തടങ്ങളെയും സംരക്ഷിക്കാത്തപക്ഷം ലോകം സമീപഭാവിയിൽ അതിഭയങ്കരമായ കുടിവെള്ള ക്ഷാമത്തെ നേരിടാൻ പോവുകയാണ്.

ഭാവിയിൽ ലോകമഹായുദ്ധം ഉണ്ടാവുകയാണെങ്കിൽ അത് ജലത്തിനുവേണ്ടിയായിരിക്കുമെന്ന് കണക്കാക്കപ്പെടുന്നു. അത്തരത്തിൽ ലോകരാഷ്ട്രങ്ങൾ തമ്മിൽ ജലത്തിനുവേണ്ടി മത്സരിക്കുകയാണ്. വില കൊടുത്ത് കുടിവെള്ളം വാങ്ങുന്നതിനെപ്പറ്റി രണ്ടു പതിറ്റാണ്ടു മുമ്പുവരെ കേരളീയർ ചിന്തിച്ചിരിക്കില്ല. എന്നാൽ ഇപ്പോഴാകട്ടെ ദൂരയാത്ര ചെയ്യുന്നവരെല്ലാം മിനറൽവാട്ടർ വാങ്ങിയാണ് യാത്രയിലുടനീളം ഉപയോഗിക്കുന്നത്.

നദി-പര്യായങ്ങൾ

നദിക്ക് ഒട്ടേറെ പര്യായങ്ങൾ മലയാള ഭാഷയിലുണ്ട്. സംസ്കൃതത്തിൽനിന്ന് മലയാളത്തിലേക്കു വന്നവയാണ് കുറെ ഏറെ പര്യായങ്ങൾ. താഴെപ്പറയുന്ന പര്യായങ്ങൾ ശ്രദ്ധിക്കുക.

നദി, പുഴ, ആറ്, സരിത്ത്, ശൈവലിനി, തടിനി, ഹ്രദിനി, ധുനി, സ്രോതസ്വിനി, സ്രോതസ്വതി, ദീപവതി, സ്രവന്തി, നിമ്നഗ, ആപഗ, നിർഝരി, കുല്യ, കൂലങ്കുഷ, ശിരിങ്ക, ഹിരണ്യവർണ, പയസ്വിനി, തരംഗിണി, സിന്ധു, വാഹിനി, ഹ്രാദിനി, ശിഫ, രോധാവക്ര എന്നിവയാണ് പ്രധാനമായവ.

മനുഷ്യപുരോഗതിക്ക് നദികൾ നൽകുന്ന സംഭാവനകൾ എത്രയോ വിപുലമാണ്. ജലമില്ലെങ്കിൽ മനുഷ്യനും മറ്റുജീവജാലങ്ങൾക്കും നിലനിൽപ്പില്ല. 'ജീവജലം' എന്നാണ് ജലത്തെ വാഴ്ത്താറുള്ളത്. കുടിക്കാനും കുളിക്കാനും കൃഷിക്കും വാണിജ്യവളർച്ചയ്ക്കും വ്യവസായവികസനത്തിനും മനുഷ്യന്റെ മറ്റു ദൈനംദിനാവശ്യങ്ങൾക്കുമെല്ലാം ജലം ഒഴിച്ചുകൂടാൻ വയ്യാത്തതാണ്.

നദികൾ-പഴഞ്ചൊല്ലുകളിൽ

നദികളെ ചുറ്റിപ്പറ്റി ഒട്ടേറെ പഴഞ്ചൊല്ലുകൾ നമ്മുടെ ഭാഷയിലുണ്ട്. ഇവയെല്ലാം തന്നെ പ്രായോഗിക ജീവിതവുമായി ബന്ധപ്പെട്ടവയാണെന്ന സവിശേഷതയും ചൂണ്ടിക്കാട്ടാനാവും. മനുഷ്യന്റെ നിരീക്ഷണപാടവവും ഹാസ്യാത്മകതയും ഈ പഴഞ്ചൊല്ലുകളെ നമുക്കു പ്രിയപ്പെട്ടവയാക്കുന്നു. ചില പഴഞ്ചൊല്ലുകൾ നോക്കുക.

1. ആറ്റിൽ കളഞ്ഞാലും അളന്നു കളയണം.
2. ആറ്റിൽ കളഞ്ഞിട്ടറയിൽ തപ്പുക.

3. ആറ്റിലിറങ്ങിയവനേ ആഴമറിയൂ.
4. ആഴം പേടിച്ചോനാറ്റിൽ ചാടി.
5. ആഴമറിഞ്ഞേ ആറ്റിലിറങ്ങാവൂ.
6. ആഴമുള്ളിടത്തലയില്ല.
7. ആഴമുള്ളിടത്തേ ചൂണ്ടലിടാവൂ.
8. ഒഴുക്കുനീറ്റിലഴുക്കില്ല.
9. തലയ്ക്കുമീതേ വെള്ളം വന്നാൽ അതുക്കുമീതേ തോണി.
10. നദി കടക്കുന്നതിന് ഇവിടെ വച്ചേ മുണ്ടു തെറുത്തു കയറ്റണോ?
11. നദി പാഞ്ഞാൽ കടലോളം.
12. വെള്ളത്തിലിറങ്ങാതെ നീന്തൽ പഠിക്കാനൊക്കുമോ?
13. ആറുകവിഞ്ഞേ തോടു നിറയൂ.
14. ആറു നൂറുകടക്കിലും കോണകമൊന്നുമതി.
15. ആറും കടന്നു, തോടും കടന്നു, എന്നിട്ടാണോ പൊയ്ക?
16. ആറേ പോയാലും, തോടേ പോയാലും കായലേ പോയാലും കടലിൽ!
17. ആറ്റിൽ ചിറകെട്ടി, നീരൊലിമുട്ടിച്ചാൽ മറുഭാഗത്ത് കവിഞ്ഞൊഴുകും.
18. ആറുനിറയെ വെള്ളമുണ്ടെങ്കിലും നായ നക്കിയേ കുടിക്കൂ.
19. ആറ്റിൽ ചാടീട്ട് നീന്താൻ വയ്യെന്ന് പറയുക.
20. ആറ്റുമണൽ ആർക്കും വാരാം.
21. ആകെമുങ്ങിയാൽ കുളിരില്ല.

ഓരോ നാട്ടിലും നദികളെപ്പറ്റി ഇതുപോലുള്ള അനേകം പഴഞ്ചൊല്ലുകൾ പ്രചാരത്തിലുണ്ടാവും. അവ ശേഖരിക്കുന്നത് വിദ്യാർഥികളെ സംബന്ധിച്ചിടത്തോളം നല്ലൊരു ആക്ടിവിറ്റി കൂടിയാണ്. അത്തരം പഴഞ്ചൊല്ലുകൾ എഴുതിസൂക്ഷിക്കാനും ശ്രമിക്കുക.

നദി-കടങ്കഥകളിൽ

നദിയെ ഉപമകളാക്കിയുള്ള പല കടങ്കഥകളും മലയാള ഭാഷയിലുണ്ട്. ഇത്തരം കടങ്കഥകൾ പല നാടുകളിലും പല പല രീതികളിലായിരിക്കും പ്രചാരത്തിലുണ്ടാവുക. അവ ശേഖരിക്കുന്നതുതന്നെ കൗതുകകരമാണ്. ചില കടങ്കഥകൾ ഇതാ:

1. ആറ്റിൽക്കൂടെ ഒരു പൊന്നിൻകിണ്ണം ഒലിച്ചുപോകുന്നു.
2. ആറ്റിൽ നിന്നൊന്നെടുത്തു
   ഒന്നുകൊണ്ടു മൂന്നാക്കി
   മൂന്നിൽനിന്നു രണ്ടെടുത്തു
   രണ്ടുകൊണ്ടു നൂറാക്കി
3. ആറ്റിൽ കടകട അമ്പഴങ്ങ.
4. ആറ്റിൽ മുങ്ങി ചെപ്പെടുത്തു
   ചെപ്പു തുറന്നു മുത്തെടുത്തു.
5. പുഴയിൽക്കൂടി ഒരു മൺകുടം ഒഴുകിപ്പോയി.

കടങ്കഥകൾ-ഉത്തരം

1. നദിയിൽ ചന്ദ്രബിംബം നിഴലിക്കുന്നത്.
2. കക്ക.
3. തൈർ കടഞ്ഞ് വെണ്ണ എടുക്കുക.
4. മുത്തുച്ചിപ്പിയിൽനിന്ന് മുത്തെടുക്കുക.
5. മത്തങ്ങ

സിന്ധുനദീതട സംസ്കാരം

സിന്ധു എന്ന പദത്തിന് സമുദ്രം എന്നും അർഥമുണ്ട്. പ്രാചീന കാലത്ത് അറബിക്കടലിന് 'സിന്ധു സാഗർ' എന്നായിരുന്നു പേര്. ഇന്ത്യക്കു പുറമേ, യെമൻ, ഒമാൻ, ഇറാൻ, പാകിസ്ഥാൻ, ശ്രീലങ്ക, മാലിദ്വീപുകൾ, സൊമാലിയ എന്നീ രാജ്യങ്ങളുമായും അറബിക്കടലിന് തീരമുണ്ട്.

സമുദ്രംപോലെ വിശാലമായ ജലപ്പരപ്പോടുകൂടിയ നദിയായതുകൊണ്ടാവാം പൗരാണികന്മാർ ഈ നദിയെ സിന്ധു എന്നു വിളിച്ചതെന്നു തോന്നുന്നു. സിന്ധുവിനെ വിദേശികൾ 'ഹിന്ദു' എന്നു വിളിക്കുകയും ഹിന്ദു പിന്നീട് ഇംഗ്ലീഷിൽ 'ഇൻഡസ്' എന്ന് രൂപാന്തരപ്പെടുകയും ചെയ്തു. സിന്ധു എന്ന പദത്തിൽനിന്നും ഉടലെടുത്ത ഒരു പേർഷ്യൻ പദമാണ് ഹിന്ദു. ഹിന്ദുവിനോടൊപ്പം 'സ്ഥാൻ' എന്നുകൂടി കൂട്ടിച്ചേർക്കപ്പെട്ടതോടെ ഇന്ത്യക്ക് 'ഹിന്ദുസ്ഥാൻ' എന്ന പേരുണ്ടായി.

ലോകത്തിന്റെ വിവിധ ഭാഗങ്ങളിലും നദീതടങ്ങളിലാണ് മഹത്തായ സംസ്കാരങ്ങൾ ഉടലെടുത്തത്. ഈജിപ്ഷ്യൻ സംസ്കാരം, മെസപ്പൊട്ടോമിയൻ സംസ്കാരം, റോമൻ സംസ്കാരം എന്നിവ ഉദാഹരണം.

സിന്ധു നദീതടസംസ്കാരം സൈറ്റുകളിലൊന്ന്

നാലായിരത്തിലേറെ വർഷങ്ങൾക്കുമുമ്പ് സിന്ധുനദീതീരത്ത് നില നിന്നിരുന്ന ഈ സംസ്കാരത്തിന്റെ പ്രധാന കേന്ദ്രങ്ങളായിരുന്നു പഞ്ചാബ്, സിന്ധ് പ്രവിശ്യകൾ. പഞ്ചാബിലെ രാവി നദീതീരത്തുള്ള ഹാരപ്പ, സിന്ധിലെ സിന്ധുനദീതീരത്തുള്ള മോഹൻജദാരോ എന്നീ സംസ്കാരികകേന്ദ്രങ്ങൾ നാഗരികതയുടെ ആദ്യകാല പ്രഭവകേന്ദ്രങ്ങളായി.

നദീ സാമീപ്യം വമ്പിച്ച കാർഷിക പുരോഗതിക്ക് കാരണമായി. ജനപദങ്ങളിൽ ശുചിത്വപരിപാലനം, അഴുക്കുചാൽ പദ്ധതി എന്നിവ കുറ്റമറ്റരീതിയിൽ സംവിധാനം ചെയ്യപ്പെട്ടിരുന്നു. വിജ്ഞാനത്തിനും വിനോദത്തിനും കലകൾക്കും അർഹമായ സ്ഥാനം നൽകിയിരുന്ന ഇവിടം വിജ്ഞാനദാഹികൾക്ക് അഭയകേന്ദ്രങ്ങളായി മാറി. പ്രകൃതീദേവിയെ ആരാധിക്കുന്നവരും, ശിവാരാധന നടത്തുന്നവരും ജനങ്ങളിൽ ഉൾപ്പെട്ടിരുന്നു. വിദ്യാഭ്യാസത്തിന്റെ ആവശ്യകത അംഗീകരിക്കുകയും പഠനം നിർബന്ധമാക്കുകയും ചെയ്യുവാൻ ജനങ്ങൾ തയാറാവുകയും ചെയ്തു. ചിത്രലിപികൾ കൊണ്ടാണ് അവർ രചനകൾ നിർവഹിച്ചിരുന്നത്.

പുരാവസ്തു ഗവേഷകർ പിന്നീട് സ്ഥലപരിശോധന നടത്തിയതിൽ നിന്ന് പല പുതിയ വിവരങ്ങളും കണ്ടെത്തുകയുണ്ടായി. ചക്രം ഉപയോഗിച്ച് നിർമിക്കപ്പെട്ട കളിമൺ പാത്രങ്ങളുടെയും കളിമൺ പലകകളിൽ ചിത്രങ്ങൾ കോറിയിട്ടിരുന്നതിന്റെയും മറ്റും അവശിഷ്ടങ്ങൾ ഖനനത്തിൽ നിന്ന് ലഭ്യമായി. ചിലർ കൃഷിപ്പണികളിൽ വ്യാപൃതരായപ്പോൾ മറ്റുചിലർ ആയുധങ്ങൾ നിർമിക്കുന്നതിൽ ശ്രദ്ധകേന്ദ്രീകരിച്ചു. കൂട്ടായ ജീവിതത്തിൽ നിന്ന് അധ്വാനത്തിന്റെ പല പുതിയ പാഠങ്ങളും അവർ കണ്ടെത്തിയിരുന്നു. ക്രമേണ അവരുടെ സാമൂഹികജീവിതത്തിൽ പലവിധ പരിഷ്കാരങ്ങളുമുണ്ടായി.

സാങ്കേതികജ്ഞാനത്തിന്റെ വളർച്ചയാണ് നഗരങ്ങൾ ഉണ്ടാകാൻ കാരണമായത്. മോഹൻജദാരോ, ഹാരപ്പ എന്നിവയ്ക്കു പുറമേ ഗുജറാത്തിലെ ലോഥൽ, രാജസ്ഥാനിലെ കാളീബംഗൻ, പഞ്ചാബിലെ രൂപാർ എന്നിവിടങ്ങളിലും നാഗരികതയുടെ അവശിഷ്ടങ്ങൾ കണ്ടെത്താനായി.

വലുപ്പമേറിയ പലനിലക്കെട്ടിടങ്ങൾ ഇവിടങ്ങളിൽ ഉണ്ടായിരുന്നു. ചുട്ട ഇഷ്ടികകൊണ്ട് നിർമിച്ചവയായിരുന്നു കെട്ടിടങ്ങൾ. വീതിയുള്ള തെരുവുകൾ, ഇടവഴികൾ, മാലിന്യസംസ്കരണപ്ലാന്റുകൾ എന്നിവ ഖനനത്തിനിടയിൽ കണ്ടെത്തി. സിന്ധുനദീതട നഗരങ്ങൾ നഗരാസൂത്രണത്തിന്റെ ഫലമായിരുന്നു. ഇത്ര ശ്രേഷ്ഠമായ ഒരു സംസ്കാരം എങ്ങനെയാണ് നശിക്കാനിടയായതെന്ന് ഊഹിക്കാവുന്നതേയുള്ളൂ. ശത്രുക്കൾ സംഘടിതമായിവന്ന് ആക്രമണം നടത്തിയതാകാനാണ് ഏറെ സാധ്യത. ബി സി 3000-നും 2500നും ഇടയ്ക്കാണ് സിന്ധുനദീതട സംസ്കാരത്തിന്റെ പ്രാരംഭകാലഘട്ടം. എന്നാൽ ബി സി 2500നും 1750നും ഇടയ്ക്കാണ് ഏറ്റവും വികസിച്ചത്. അതിനാൽ ബി സി 1750നും 1500നും മധ്യേയാകണം നാശത്തിലേക്കു കൂപ്പുകുത്തിയത് എന്നുവേണം കരുതാൻ. മോഹൻജദാരോ തീവച്ചുനശിപ്പിക്കപ്പെട്ടതായി ഖനനത്തിൽ തെളിയു

കയുണ്ടായി. എന്നാൽ ഹാരപ്പയിൽനിന്ന് അത്തരത്തിലുള്ള തെളിവുകളൊന്നും ലഭിക്കുകയുണ്ടായില്ല.

കലയിലും സാഹിത്യത്തിലും ശാസ്ത്രത്തിലും പുരാതനകാലത്തുതന്നെ ഒട്ടേറെ തത്വങ്ങൾ ആവിഷ്കരിക്കുവാൻ ഭാരതത്തിനു കഴിഞ്ഞിട്ടുണ്ട്. താജ്മഹൽപോലുള്ള ലോകാത്ഭുതങ്ങൾ ഭാരതത്തിൽ ഉണ്ടായത് നമ്മുടെ വാസ്തുവിദ്യാപാരമ്പര്യത്തിന്റെ നല്ലൊരു നിദർശനമാണ്. ക്ഷേത്രകലകളും നാടൻകലാരൂപങ്ങളും ഇന്ത്യൻ കലകളെ ലോകനിലവാരത്തിലേക്ക് ഉയർത്തി. വൈജ്ഞാനികവിഷയങ്ങൾക്ക് ഇത്രയേറെ മഹത്വം നൽകിയ മറ്റൊരു സംസ്കാരം ലോകത്ത് അപൂർവമെന്നേ പറയേണ്ടൂ.

സിന്ധുനദീതട നാഗരികത പ്രധാനകേന്ദ്രങ്ങളും നദീതീരങ്ങളും

1. ഹാരപ്പ - രവി
2. മോഹൻജദാരോ - സിന്ധു
3. ലോത്തൽ - സബർമതി സോഗ്വാ സംഗമതീരം
4. കാളിബംഗാൻ - സരസ്വതി, ലഹാർ
5. ബൻവായി - സരസ്വതി
6. മിത്തൽ - യമുന
7. ചാൻഹുദാരോ - സിന്ധു
8. കോട്ട്സിജി - സിന്ധു

താജ് മഹൽ

സിന്ധുനദീതട നാഗരികത കണ്ടെത്തിയവരും വർഷവും

സ്ഥലം	കണ്ടെത്തിയവർ	വർഷം
1. ഹാരപ്പ	ദയാറാംസാഹ്നി	1921
2. മോഹൻജദാരോ	ആർ സി ബാനർജി	1922
3. അമറ്റി	എം ജി മജുംദാർ	1929
4. രാഗ്പൂർ	എം വാട്സ്	1953
5. കാളിബംഗാൻ	എ ഘോഷ്	1953
6. ലോത്തൽ	എസ് ആർ റാവു	1957
7. സുർകോതാഡ	ജഗത്പതി ജോഷി	1972
8. ബൻവാലി	ആർ എസ് ബിഷ്ട്	1973

നദീതീരങ്ങളിലാണ് സാംസ്കാരിക കേന്ദ്രങ്ങൾ പൊട്ടിമുളച്ചത് എന്ന് നാം കണ്ടുകഴിഞ്ഞു. ഇന്ത്യയിലെന്നല്ല, ലോകത്തിലെതന്നെ വൻ നഗരങ്ങളെല്ലാം നദീതീരങ്ങളിലാണ് സ്ഥാപിക്കപ്പെട്ടിട്ടുള്ളത്. ഇന്ത്യയിലെ പ്രധാന നഗരങ്ങൾ ഏതെല്ലാം നദിക്കരയിലാണ് സ്ഥിതി ചെയ്യുന്നതെന്ന് നോക്കുക.

നദീതീരത്തെ നഗരങ്ങൾ

ക്രമനമ്പർ	നഗരം	നദി	സംസ്ഥാനം
1.	ആഗ്ര	യമുന	ഉത്തർപ്രദേശ്
2.	അഹമ്മദാബാദ്	സബർമതി	ഗുജറാത്ത്
3.	അയോധ്യ	സരയൂ	ഉത്തർപ്രദേശ്
4.	ബദരീനാഥ്	ഗംഗ	ഉത്തർപ്രദേശ്
5.	കൊൽക്കത്ത	ഹൂഗ്ലി	പശ്ചിമബംഗാൾ
6.	കട്ടക്	മഹാനദി	ഒറീസ
7.	ഡൽഹി	യമുന	ഡൽഹി
8.	ദിബ്രുഗഢ്	ബ്രഹ്മപുത്ര	അസം
9.	ഫിറോസ്പുർ	സത്‌ലജ്	പഞ്ചാബ്
10.	ഗുവാഹട്ടി	ബ്രഹ്മപുത്ര	അസം
11.	ഹരിദ്വാർ	ഗംഗ	ഉത്തർപ്രദേശ്
12.	ഹൈദരാബാദ്	ഗുസി	ആന്ധ്രപ്രദേശ്
13.	ജബൽപൂർ	നർമദ	മധ്യപ്രദേശ്
14.	കാൺപൂർ	ഗംഗ	ഉത്തർപ്രദേശ്
15.	കോട്ട	ചംബൽ	രാജസ്ഥാൻ
16.	ലക്നൗ	ഗോമതി	ഉത്തർപ്രദേശ്
17.	ലുധിയാന	സത്‌ലജ്	പഞ്ചാബ്
18.	നാസിക്	ഗോദാവരി	മഹാരാഷ്ട്ര

19.	പാന്തർപുർ	ഭിമ	മഹാരാഷ്ട്ര
20.	പാട്ന	ഗംഗ	ബീഹാർ
21.	സാംബൽപൂർ	മഹാനദി	ഒറീസ
22.	ശ്രീനഗർ	ഝലം	ജമ്മുകാശ്മീർ
23.	സൂററ്റ്	താപ്തി	ഗുജറാത്ത്
24.	തിരുച്ചിറപ്പള്ളി	കാവേരി	തമിഴ്നാട്
25.	ഈറോഡ്	കാവേരി	തമിഴ്നാട്
26.	വാരാണസി (കാശി)	ഗംഗ	ഉത്തർപ്രദേശ്
27.	വിജയവാഡ	കൃഷ്ണ	ആന്ധ്രപ്രദേശ്
28.	മഥുര	യമുന	ഉത്തർപ്രദേശ്
29.	ജമ്മു	താവി	ജമ്മുകാശ്മീർ
30.	ഉജ്ജയിനി	ശിപ്രാ	മധ്യപ്രദേശ്
31.	കാഞ്ചീപുരം	പാലാർ	തമിഴ്നാട്

ലോകത്തിലെ നദീതീരനഗരങ്ങൾ

ക്രമനമ്പർ	നഗരം	നദി
1.	ബാഗ്ദാദ്	ടൈഗ്രീസ്
2.	ബുഡാപെസ്റ്റ്	ഡാന്യൂബ്
3.	കെയ്റോ	നൈൽ
4.	ബൽഗ്രേഡ്	ഡാന്യൂബ്
5.	കറാച്ചി	സിന്ധു
6.	ലാഹോർ	രാവി
7.	ലണ്ടൻ	തേംസ്
8.	ന്യൂയോർക്ക്	ഹഡ്സൺ
9.	സെന്റ് ലൂയിസ്	മിസിസ്സിപ്പി
10.	കാബൂൾ	കാബൂൾ
11.	മോസ്കോ	മോസ്ക്വ
12.	ഒട്ടാവ	സെന്റ് ലോറൻസ്
13.	സിഡ്നി	ഡാർലിങ്
14.	വിയന്ന	ഡാന്യൂബ്
15.	വാഷിംഗ്ടൺ	പോളോമെക്
16.	ലിസ്ബൺ	ടാഗുസ്
17.	മോംട്രിയേൽ	സെന്റ് ലോറൻസ്
18.	പാരീസ്	സീൻ
19.	വാഴ്സോ	വിസ്ത
20.	ന്യൂകാസിൽ	ടൈൻ

3

ഇന്ത്യയിലെ നദികൾ

നദികളാൽ അനുഗൃഹീതമായ നാടാണ് ഇന്ത്യ. ഇന്ത്യയിലെ നദികളെ ഹിമാലയൻ നദികളെന്നും ഉപദ്വീപീയ നദിക (Peninsular Rivers) ളെന്നും രണ്ടായി തിരിക്കാം. ഉപദ്വീപീയ നദികളെ പടിഞ്ഞാറോട്ടൊഴുകുന്ന നദികൾ, കിഴക്കോട്ടൊഴുകുന്ന നദികൾ എന്നിങ്ങനെ വീണ്ടും രണ്ടായി തിരിക്കാവുന്നതാണ്.

ഉത്തരേന്ത്യൻ നദികൾ ഹിമാലയത്തിൽനിന്ന് ഉത്ഭവിക്കുന്ന നദികളാണ്. എല്ലാക്കാലത്തും ഈ നദികളിൽ ജലം സമൃദ്ധമായി ഉണ്ടാകും. മഴക്കാലത്ത് മഴയിൽനിന്നും വേനൽക്കാലത്ത് ഹിമാലയ നിരകളിലെ മഞ്ഞ് ഉരുകിയും നദികളിൽ വെള്ളം സുലഭമായി എത്തിച്ചേരും.

മഹാനദി

ഹിമാലയൻ നദികളിൽ ഏറ്റവും പ്രധാനപ്പെട്ട മൂന്നു നദികളാണ് സിന്ധു, ഗംഗ, ബ്രഹ്മപുത്ര എന്നിവ. ഈ നദികളുടെ പോഷകനദികളാണ് മറ്റു മിക്ക നദികളും.

പടിഞ്ഞാറോട്ട് ഒഴുകുന്ന നദികളിൽ ഏറ്റവും പ്രധാനപ്പെട്ട നദി നർമദയാണ്. പടിഞ്ഞാറോട്ട് ഒഴുകുന്ന ഏറ്റവും നീളംകൂടിയ നദിയും നർമദ തന്നെ.

കിഴക്കോട്ട് ഒഴുകുന്ന നദികളിൽ ഗോദാവരി, മഹാനദി, ദാമോദർ എന്നിവ ഉൾപ്പെടുന്നു. ഇന്ത്യയിലെ ഏറ്റവും നീളംകൂടിയ നദിയാണ് ഗംഗ. ഭാരതത്തിന്റെ ദേശീയ നദിയായി അംഗീകരിക്കപ്പെട്ടിട്ടുള്ള നദിയാണ്. എന്നാൽ ഏറ്റവും ജലസമൃദ്ധമായ നദി ബ്രഹ്മപുത്രയാണ്. ഗംഗയുടെ ഏറ്റവും വലിയ പോഷക നദിയാണ് യമുന. കാളിന്ദി എന്ന പേരിൽ പുരാണങ്ങളിൽ വിവരിക്കുന്നതും യമുന തന്നെ.

തെക്കെ ഇന്ത്യയിലെ ഏറ്റവും വലിയ നദി എന്ന സ്ഥാനം ഗോദാവരിക്കാണ്. 'വൃദ്ധ ഗംഗ' എന്നാണ് ഗോദാവരിയെ വിശേഷിപ്പിക്കാറുള്ളത്. ഹിമാലയൻ നദികളെക്കാൾ പഴക്കമുള്ളതിനാലാണ് ഗോദാവരിയെ ഇങ്ങനെ വിളിക്കുന്നത്.

മഹാനദിയെ 'ഒറീസയുടെ ദുഃഖം' എന്നു വിശേഷിപ്പിക്കുമ്പോൾ ദാമോദർ നദിയെ 'ബംഗാളിന്റെ ദുഃഖം' എന്നും കോസി നദിയെ 'ബീഹാറിന്റെ ദുഃഖം' എന്നും വിശേഷിപ്പിക്കാറുണ്ട്. മുഖ്യ ദക്ഷിണേന്ത്യൻ നദികളാണ് മഹാനദി, താപ്തി, നർമദ, ഗോദാവരി, കൃഷ്ണ, കാവേരി എന്നിവ. കാവേരി നദിയെ 'ദക്ഷിണ ഗംഗ' എന്നുവിളിച്ചുവരുന്നു.

ഇന്ത്യയുടെ പുരോഗതിക്ക് നദികൾ നൽകുന്ന സംഭാവന വളരെ വിലപ്പെട്ടതാണ്. സ്വാതന്ത്ര്യ ലബ്ധിക്കുശേഷം ഇന്ത്യയിലെ നദികളിലെ വെള്ളം ഉപയോഗപ്പെടുത്തി വിദ്യുച്ഛക്തി ഉൽപ്പാദനം, കാർഷിക വികസനം, ശുദ്ധജല വിതരണം എന്നിവയ്ക്ക് ഉതകുന്ന പല പദ്ധതികളും ആവിഷ്കരിച്ച് നടപ്പാക്കിയിട്ടുണ്ട്. പലതും വിവിധോദ്ദേശ പദ്ധതികളായിരുന്നു. വെള്ളപ്പൊക്ക നിയന്ത്രണം, ജലഗതാഗതം, മത്സ്യം വളർത്തൽ, കുടിനീർവിതരണം, ടൂറിസം എന്നിവയ്ക്ക് ഉതകുന്ന വിധമാണ് പല പദ്ധതികളുമാവിഷ്കരിച്ചിട്ടുള്ളത്.

ഇന്ത്യയിലെ ഏറ്റവും വലിയ തടാകം

ഇന്ത്യയിലെ പ്രധാനപ്പെട്ട മൂന്നു നദികൾ വന്നുപതിക്കുന്ന ചിൽക്കാ തടാകമാണ് ഇന്ത്യയിലെ ഏറ്റവും വലിയ തടാകം. ഒറീസയിലെ ചിൽക്കാ തടാകം ഒരു ലവണ തടാകമാണ്. ഒറീസയുടെ തലസ്ഥാനമായ ഭുവനേശ്വറിൽനിന്ന് 100 കിലോമീറ്റർ അകലെ ബംഗാൾ ഉൾക്കടലിനു സമീപത്താണ് ഈ തടാകം സ്ഥിതിചെയ്യുന്നത്. തടാകത്തിന് 916 ചതുരശ്ര കിലോമീറ്റർ വിസ്തീർണ്ണമുണ്ട്.

മഹാനദി, ഭാർഗവി, ദയ എന്നീ നദികൾ ഈ തടാകത്തിലാണ് വന്നു പതിക്കുന്നത്. 64 കിലോമീറ്റർ നീളവും 16 കിലോമീറ്റർ ശരാശരി

ചിൽക്കാ തടാകം

വീതിയുമുള്ള ഈ തടാകം കാഴ്ചയ്ക്കും ഏറെ മനോഹരമാണ്. തടാകത്തിൽ നിരവധി ചെറിയ ദ്വീപുകളുണ്ട്. അതിനാൽ ഇതൊരു വിനോദ സഞ്ചാരകേന്ദ്രമായിത്തീർന്നു.

പുരാതനകാലത്ത് രാജാക്കൻമാർ നായാട്ടിനായി എത്തിയിരുന്നത് ഈ ദ്വീപുകളിലാണ്. മത്സ്യബന്ധനത്തിൽ ഏർപ്പെടുന്നവരും വിനോദ സഞ്ചാരികളും ഈ ദ്വീപുകളിൽ സ്ഥിരമായി എത്താറുണ്ട്. അസംഖ്യം ദേശാടനപ്പക്ഷികളുടെ ഒരു സങ്കേതംകൂടിയാണ് ഈ ദ്വീപുകൾ. സൈബീരിയയിൽ നിന്നുപോലും ഇവിടെ പക്ഷികൾ പറന്നെത്താറുണ്ട്. ഫ്ളമിങ് ഗോ എന്ന വലിയ പക്ഷികളും അക്കൂട്ടത്തിൽപ്പെടുന്നു പകലും നിലാവുള്ള രാത്രികളിലും സഞ്ചാരികൾ ഈ തടാകത്തിലൂടെ ബോട്ടുകളിൽ സഞ്ചരിക്കാറുണ്ട്. തടാകതീരത്ത് അനേകം ഉപ്പളങ്ങൾ കാണാം. അപൂർവമായി മാത്രം കാണപ്പെടുന്ന ഡോൾഫിനുകൾ ഈ തടാകത്തിലുണ്ട്.

ബ്രേക്ഫാസ്റ്റ് ദ്വീപ്, ഹണിമൂൺ ദ്വീപ്, പക്ഷികളുടെ ദ്വീപ് എന്നിവ ചിൽക്കാതടാകത്തിലെ ചില പ്രധാന ദ്വീപുകളിൽപ്പെടുന്നു. പണ്ട് ഈ തടാകം ബംഗാൾ ഉൾക്കടലിനോട് ചേർന്നു കിടന്നിരുന്നുവെന്നാണ് ഭൂമിശാസ്ത്രജ്ഞന്മാരുടെ നിഗമനം. പിന്നീട് സമുദ്രത്തിൽനിന്ന് വേർപെട്ടതാണത്രേ ഈ തടാകം. അതുകൊണ്ടാണ് തടാകത്തിലെ വെള്ളത്തിന് ഉപ്പുരസമുള്ളതെന്നും പറയപ്പെടുന്നു. വംശനാശഭീഷണി നേരിടുന്ന ഒട്ടേറെ ജീവികളുടെ ആവാസകേന്ദ്രം കൂടിയാണ് ചിൽക്കാതടാകം.

4

സിന്ധുനദി

ടിബറ്റിൽ മാനസസരോവർ തടാകത്തിന് 100 കിലോമീറ്റർ വടക്ക് സമുദ്രനിരപ്പിൽനിന്ന് 5180 മീറ്റർ ഉയരത്തിലുള്ള സെങ്കെ ഖബബ് എന്ന കുളത്തിൽനിന്നാണ് സിന്ധുവിന്റെ ഉത്ഭവം. 3180 കിലോമീറ്റർ നീളമുള്ള സിന്ധുവിന്റെ 709 കിലോമീറ്റർ മാത്രമാണ് ഭാരതത്തിലൂടെ ഒഴുകുന്നത്. ബാക്കിഭാഗം പശ്ചിമ പാകിസ്ഥാനിലൂടെ ഒഴുകി കറാച്ചിക്കുസമീപംവച്ച് അറബിക്കടലിൽ പതിക്കുന്നു.

ഇന്ത്യയിൽ ലഡാക്കിലെ 'ലെ' പട്ടണത്തെ ചുറ്റിയാണ് സിന്ധുനദി ഒഴുകിവരുന്നത്. പത്താൻകോട്ടിനു സമീപംവച്ചാണ് സിന്ധുവിന്റെ പ്രധാ

മാനസസരോവർ

നപ്പെട്ട അഞ്ചു പോഷകനദികളായ ഝലം, ചെനാബ്, രവി, സത്‌ലജ്, ബിയാസ് എന്നിവ ഒഴുകിയെത്തുന്നത്. ഇതുകൂടാതെ സിന്ധുവിന് ഒട്ടേറെ പോഷകനദികൾ വേറെയുമുണ്ട്. സാസ്കർ, ഷയോക്, അസ്തർ, കാബൂൾ, കോനർ, സ്വാത്, പഞ്ചകൊറ, കർറം, സോബ്, കുന്ദർ എന്നിവ യെല്ലാം വിവിധ സ്ഥലങ്ങളിൽവച്ച് സിന്ധുവിലേക്ക് ഒഴുകിയെത്തുന്നു. ഇവ കൂടാതെ ഹിമാലയത്തിലെ പല ഹിമനദികളും സിന്ധുവിൽ വന്നു ചേരുന്നുണ്ട്. സ്വെൻ ഹെഡിൻ എന്ന സ്വീഡൻകാരനാണ് സിന്ധുവിന്റെ ഉത്ഭവസ്ഥാനം കണ്ടെത്തിയത്.

സിന്ധുനദീതട സംസ്കാരം ചരിത്രം

ഭാരതീയ സംസ്കാരത്തിന് അയ്യായിരം വർഷത്തെ പഴക്കമുള്ള തായി കണ്ടെത്തിയത് സിന്ധു നദീതടത്തിലെ പുരാവസ്തു ഗവേഷണ ത്തെ തുടർന്നായിരുന്നു. 1921-ൽ പശ്ചിമ പഞ്ചാബിൽ 'മാണ്ട്ഗോമറി' ജില്ലയിൽ ഹാരപ്പായിലും 1922-ൽ സിന്ധിൽ ലാർഖാനാ ജില്ലയിൽ മോഹൻജദാരോവിലും ഇന്ത്യാ ഗവൺമെന്റിന്റെ പുരാവസ്തു ഗവേഷ കനായിരുന്ന സർ ജോൺ മാർഷലിന്റെ മേൽനോട്ടത്തിൽ നടത്തിയ ഖന നത്തെ തുടർന്നായിരുന്നു സിന്ധു നദീതട സംസ്കാരത്തിന്റെ ചരിത്രം മാനിക്കപ്പെട്ടത്. ഡൽഹിക്കു വടക്കുവരെ പലഭാഗങ്ങളിലും ഉൽഖനനം നടത്തിയിരുന്നു. ഈ സംസ്കാരം വ്യാപിക്കപ്പെട്ടിരുന്ന പുരാതന സാമ്രാ ജ്യത്തിലെ രണ്ടു പ്രധാന നഗരങ്ങളായിരുന്നു മോഹൻജദാരോയും ഹാര പ്പയും. ഈ നഗരങ്ങളാകട്ടെ, അഞ്ചു കിലോമീറ്ററിലധികം ചുറ്റളവുള്ള വലിയ നഗരങ്ങളുമായിരുന്നു. തെക്ക് സൗരാഷ്ട്രം (കത്തിയവാർ) വരെ ഈ സാമ്രാജ്യം വ്യാപിച്ചിരുന്നു. സാക്ഷരത നേടിയ ജനങ്ങളായിരുന്നു ഇവിടെയുണ്ടായിരുന്നത്. അവരുടെ ലിപി, പക്ഷേ ആർക്കും വായിച്ചെടു ക്കാൻ കഴിഞ്ഞിട്ടില്ല. ബി സി 2500 നും 1500 നും ഇടയ്ക്കായിരുന്നു ഈ കാലഘട്ടമെന്ന് കണക്കാക്കപ്പെടുന്നു.

ഇന്ത്യൻ വാസ്തുവിദ്യയുടെ ചരിത്രം സിന്ധുനദീതടസംസ്കാര ത്തോടെയാണ് ആരംഭിച്ചിരുന്നത്. വാസഗൃഹങ്ങൾ, കോട്ടമതിലുകൾ, പൊതുനിരത്തുകൾ എന്നിവയുടെ അവശിഷ്ടങ്ങൾ ഖനനത്തിലൂടെ ലഭി ക്കുകയുണ്ടായി. മോഹൻജദാരോവിലെ വലിയ സ്നാനഘട്ടവും, ഹാരപ്പ യിലെ വലിയ ധാന്യപ്പുരയും പ്രത്യേക ശ്രദ്ധ ആകർഷിച്ചവയാണ്. ചുടു കല്ല് (ഇഷ്ടിക) കൊണ്ട് നിർമിക്കപ്പെട്ടവയായിരുന്നു കെട്ടിടങ്ങൾ. വ്യാപക മായ അഴുക്കുചാൽ പദ്ധതി, വിശാലവും ഋജുവുമായ വീഥികൾ, നഗര സംവിധാനം എന്നിവയെല്ലാം വാസ്തുവിദ്യയുടെ സവിശേഷതകൾ എടുത്തുകാട്ടുന്നവയായിരുന്നു.

ഭാരതത്തിലെ പ്രാചീന സർവകലാശാലയായിരുന്ന തക്ഷശില, ഒരു പ്രസിദ്ധ വാണിജ്യകേന്ദ്രം കൂടിയായിരുന്നു. കാബൂൾ താഴ്‌വരയിൽക്കൂടി സിന്ധുനദി കടന്ന് എത്തുന്നവർ ആദ്യം കാണുന്ന നഗരമായിരുന്നു തക്ഷ ശില.

ഒരുവർഷം 2,09,691 ദശലക്ഷം ക്യൂബിക് മീറ്റർ ജലമാണ് സിന്ധുവിലൂടെ ഒഴുകുന്നത്. ഇതാകട്ടെ, ലോകത്തിലെ നീളംകൂടിയ നദിയായ നൈലിലൂടെ ഒഴുകുന്ന ജലത്തിന്റെ ഇരട്ടിവരും. അതിൽനിന്ന് സിന്ധുവിലെ നീരൊഴുക്കിനെപ്പറ്റി നമുക്ക് ഊഹിക്കാമല്ലോ. സിന്ധുവിന്റെ നീർവാർച്ചാ പ്രദേശത്തിന് 11,65,000 ചതരുശ്ര കിലോമീറ്റർ വിസ്തൃതിയുണ്ട്. ഇതിന്റെ ഏകദേശം മൂന്നിലൊന്ന് ഹിമാലയത്തിലും പരിസരങ്ങളിലുമായി വ്യാപിച്ചുകിടക്കുന്നു. ഹിമാലയത്തിലെ ഹിമനദികൾ നൽകുന്ന ജലമാണ് സിന്ധുവിൽ എക്കാലത്തും ജലസമൃദ്ധി നേടിക്കൊടുക്കുന്നത്. ഇന്ത്യയുടെയും പാകിസ്ഥാന്റെയും സമതലങ്ങളാണ് സിന്ധുവിന്റെ ബാക്കിയുള്ള നീർവാർച്ചാപ്രദേശങ്ങൾ. ഇന്ത്യയിലുള്ള സിന്ധുവിന്റെ നീർവാർച്ചാ പ്രദേശത്തിന് ഏകദേശം 3,21,290 ചതുരശ്ര കിലോമീറ്റർ വിസ്തീർണം വരും.

പഞ്ചനദികൾ

സിന്ധുവിന്റെ അഞ്ചു പോഷകനദികൾ ഒഴുകുന്ന സ്ഥലമെന്ന നിലയിലാണ് പഞ്ചനദികളുടെ നാട് എന്ന അർഥത്തിൽ പഞ്ചാബ് എന്നപേര് ലഭിച്ചത്. മുമ്പ് സൂചിപ്പിച്ചതുപോലെ ആ പോഷകനദികളാണ് ഝലം, ചെനാബ്, രവി, സത്‌ലജ്, ബിയാസ് എന്നിവ. എന്നാൽ വിഭജനത്തിനുശേഷം ഇന്ത്യയുടെ ഭാഗമായ പഞ്ചാബിൽക്കൂടി മൂന്നുനദികൾ മാത്രമാണ് ഒഴുകുന്നത്. രവി, ബിയാസ്, സത്‌ലജ് എന്നിവയാണവ.

ഝലം

വടക്കു കിഴക്കൻ കാശ്മീരിൽ കുത്തനെയുള്ള ഒരു പർവതനിരയുടെ ചുവട്ടിൽ കടുംനീല നിറമുള്ള ഒരു നീരുറവയിൽനിന്നാണ് ഝലം നദി ഉത്ഭവിക്കുന്നത്. ഹിമപരപ്പുകളിൽനിന്ന് അനേകം ഉപനദികൾ ഝലം നദിയിൽ ഒഴുകിയെത്തുന്നുണ്ട്. കാശ്മീരിന്റെ ഗ്രീഷ്മകാല തലസ്ഥാനമായ ശ്രീനഗറിനു താഴെവച്ച് സിന്ദ് നദിയുമായിച്ചേർന്ന് വൂളർ തടാകത്തിലേക്ക് ഒഴുകിയെത്തുന്നു. തുടർന്ന് ഇന്ത്യാ-പാകിസ്ഥാൻ അതിർത്തിയിലൂടെ തെക്കോട്ട് ഒഴുകി ഝലം നഗരത്തിനു സമീപംവച്ച് തെക്കു പടിഞ്ഞാറോട്ടൊഴുകി പാകിസ്ഥാനിലേക്കു പ്രവേശിക്കുന്നു. ഉത്ഭവസ്ഥാനത്തുനിന്ന് 402 കിലോമീറ്റർ ദൂരം ഒഴുകിയശേഷമാണ് അതിർത്തി പിന്നിടുന്നത്. പിന്നീട് ടിമ്മു എന്ന സ്ഥലത്തുവച്ച് ചെനാബ് നദിയുമായിചേർന്ന് ഖണ്ഡേലിനും ബാരാമുള്ളയ്ക്കും ഇടയ്ക്കുള്ള 170 കി മീ ദൂരവും പിന്നിട്ട് ഒഴുകിപ്പോകുന്നു. കൃഷ്ണഗംഗ, ലിസർ, പോഹ്റു എന്നിവയെല്ലാം ഝലം നദിയുടെ പോഷകനദികളാണ്. അലക്സാണ്ടറും പോറസുമായി ബി സി 326-ൽ നടന്ന ഹൈഡസ്പാസ് യുദ്ധം നടന്നത് ഝലം നദിയുടെ തീരത്താണ്.

ചിനാബ്

ഹിമാചൽപ്രദേശിലെ ലാഹുൽസ് പിനി (കെലങ്) ജില്ലയിലുള്ള 'ചന്ദ്ര' 'ഭാഗ' എന്നീ രണ്ട് അരുവികൾചേർന്ന് രൂപമെടുത്ത നദിയാണ്

ചന്ദ്രഭാഗ എന്നുവിളിക്കുന്ന ചെനാബ് അഥവാ ചിനാബ്. അശ്കിനി എന്നാണ് പ്രാചീനകാലത്ത് ചെനാബ് അറിയപ്പെട്ടിരുന്നത്. ചൈനയുടെ നദി എന്നാണ് ചിനാബ് എന്ന പദത്തിന്റെ അർഥം.

സമുദ്രനിരപ്പിൽനിന്ന് 1828 മീറ്റർ ഉയരത്തിലൂടെ വടക്കുപടിഞ്ഞാറോട്ട് ഒഴുകി ഉദ്ധംപൂർ ജില്ലയിൽ കിഷ്തവാർ എന്ന പ്രദേശത്തുകൂടി തെക്കോട്ടൊഴുകി വീണ്ടും പടിഞ്ഞാറോട്ടുതിരിഞ്ഞ് ദേശീയപാത പിന്നിടുന്നു. തുടർന്ന് തെക്കോട്ടൊഴുകി അഖ്നൂർ പട്ടണത്തിൽ എത്തി ഗംഗാവാലാ എന്ന പ്രദേശത്തിനു സമീപംവച്ച് ഊജ്, താവി, മിനാവർതാവി എന്നീ പോഷക നദികളുമായിചേർന്ന് താവിക്കുതാഴെ മറാല ചിറയ്ക്കു സമീപംവച്ച് പാകിസ്ഥാനിലേക്കു കടക്കുന്നു. വീണ്ടും 320 കിലോ മീറ്റർ തെക്കുപടിഞ്ഞാറോട്ട് ഒഴുകിവരുമ്പോൾ വലതു തീരത്തായി ഝലം നദിയും താഴെ ഇടതുതീരത്തായി രവിയും വന്നുചേരുന്നു. മുൽത്താൻ, മുസാഫർഹഢ് എന്നീ സ്ഥലങ്ങൾ കടന്ന്, ആലിപ്പൂരിനു സമീപംവച്ച് ചിനാബ് സത്‌ലജുമായി സന്ധിക്കുന്നു. പാകിസ്ഥാൻ അതിർത്തിവരെയുള്ള നദീതട പ്രദേശത്തിന് 26,155 ച കി മീറ്റർ വിസ്തൃതിയുണ്ട്.

രവി

ഹിമാചൽപ്രദേശിൽ കുളു താഴ്‌വരയ്ക്കു വടക്കുഭാഗത്തുള്ള മനാലിക്കു സമീപത്തുനിന്നാണ് രവി നദി ഉത്ഭവിക്കുന്നത്. പീർപൻജാൽ, ധയോലധാർ എന്നീ പർവതനിരകളിലൂടെ ഒഴുകി പഞ്ചാബ് സമതലത്തിലേക്കു പ്രവേശിക്കുന്നു. ഇന്ത്യാ-പാക് അതിർത്തിയിലൂടെ കുറെദൂരം

രവി നദി

ഒഴുകിയതിനുശേഷം അമൃതസരസിനു 26 കി മീ വടക്കുപടിഞ്ഞാറായി പാകിസ്ഥാനിൽ പ്രവേശിക്കുന്നു. ലാഹോർ, ഹാരപ്പ എന്നീ പ്രദേശങ്ങൾ പിന്നിട്ട് രവി ചെനാബ് നദിയിൽ ചേരുന്നു. രവിക്ക് 725 കിലോ മീറ്റർ ദൈർഘ്യമുണ്ട്. പ്രാചീനകാലത്ത് 'പരുഷണി' എന്നാണ് രവി അറിയപ്പെട്ടിരുന്നത്. ലാഹോറിലെ നദി എന്നും രവിക്ക് പേരുണ്ട്.

ബിയാസ്

'വിപാശ' എന്നാണ് പ്രാചീനകാലത്ത് ബിയാസ് അറിയപ്പെട്ടിരുന്നത്. ഹിമാചൽപ്രദേശിലെ 4000 മീറ്റർ ഉയരത്തിലുള്ള റോഹ്താങ് ചുരത്തിനു സമീപത്തുനിന്നാണ് ബിയാസ് ഉത്ഭവിക്കുന്നത്.

മാൺഡി, ഹമീർപൂർ, ധർമശാല എന്നീ പ്രദേശങ്ങളിലൂടെ ഒഴുകി ബിയാസ് ഹിമാചൽപ്രദേശിന്റെ പടിഞ്ഞാറെ അതിർത്തിയിൽ എത്തി, തെക്കോട്ടുതിരിഞ്ഞ് പഞ്ചാബ് സമതലത്തിലേക്കു പ്രവേശിക്കുന്നു. പിന്നീട് ലാർജി മുതൽ തൽവാര വരെ മലയിടുക്കുകളിലൂടെ ഒഴുകിയ ശേഷം തുടർന്ന് 50 കിലോമീറ്റർ തെക്കോട്ടും 100 കിലോമീറ്റർ തെക്കുപടിഞ്ഞാറോട്ടും ഒഴുകുന്നു. കപൂർത്തലയ്ക്കു തെക്കുപടിഞ്ഞാറായി പാകിസ്ഥാനിലെ ഹോറിക്ക് എന്ന സ്ഥലത്തുവച്ച് ബിയാസ് സത്‌ലജിൽ പതിക്കുന്നു. 460 കിലോമീറ്റർ നീളമുള്ള ബിയാസിൽ വർഷകാലത്ത് വെള്ളപ്പൊക്കമുണ്ടായി ഇരുകരകളെയും മുക്കുക പതിവാണ്. അങ്ങനെ എക്കൽ അടിഞ്ഞുകയറി പഞ്ചാബ് സമതലത്തിന്റെ ഫലപുഷ്ടി വർധിപ്പിക്കുന്നുമുണ്ട്. ബിയാസിന്റെ നദീതടത്തിന് 20,303 ചതുരശ്ര കിലോമീറ്റർ വിസ്തൃതിയുണ്ട്.

സത്‌ലജ്

ടിബറ്റിൽ മാനസസരോവർ തടാകത്തിന്റെ പടിഞ്ഞാറുഭാഗത്ത് സമുദ്രനിരപ്പിൽനിന്ന് 4570 മീറ്റർ ഉയരത്തിൽനിന്നാണ് സത്‌ലജ് നദി ഉത്ഭവിക്കുന്നത്. സിന്ധുനദിയുടെ പ്രധാന പോഷകനദിയായ സത്‌ലജ് ഏറ്റവും തെക്കേ അറ്റത്തുള്ള പോഷകനദിയാണ്. ഇന്ത്യയിലൂടെ ഒഴുകുന്ന സിന്ധുവിന്റെ ഏറ്റവും നീളംകൂടിയ പോഷകനദിയും സത്‌ലജ് തന്നെ.

കൈലാസപർവതനിരയുടെ വടക്കേചരിവിൽക്കൂടി സത്‌ലജ്, വടക്കുപടിഞ്ഞാറോട്ടൊഴുകി ഷിപ്കിലായ്ക്കു സമീപംവച്ച് ഇന്ത്യൻ അതിർത്തി കടന്ന് ഹിമാചൽപ്രദേശിലേക്ക് പ്രവേശിക്കുന്നു. കിന്നൗർ, രാംപൂർ എന്നീ സ്ഥലങ്ങൾ പിന്നിട്ട് ബിലാസ്പൂർവരെ തെക്കുപടിഞ്ഞാറോട്ടൊഴുകിയ ശേഷം ജില്ലാ അതിർത്തിയിലെത്തുന്നതോടെ തെക്കോട്ടുതിരിഞ്ഞ് പഞ്ചാബിലേക്കു കടക്കുന്നു. ഇവിടെയാണ് ഭക്രാനംഗൽ അണക്കെട്ട് നിർമിച്ചിട്ടുള്ളത്. പഞ്ചാബിലെ രൂപ്നഗറിൽ എത്തുമ്പോഴേക്കും നദി മലനിരകൾ വിട്ട് സമതലപ്രദേശത്തേക്കു കടക്കുന്നു. പിന്നീട് പടിഞ്ഞാറോട്ടുതിരിഞ്ഞ് ലുധിയാന, ഫിറോസ്പൂർ എന്നീ ജില്ലകളുടെ അതിർത്തികളിലൂടെ

ഒഴുകി കപൂർത്തലയ്ക്കു തെക്കു പടിഞ്ഞാറായി ബിയാസ് നദിയുമായി സന്ധിക്കുന്നു. തുടർന്ന് 35 കി മീ ദൂരം ഒഴുകിയശേഷം ഉദ്ദേശം 120 കി മീ ദൂരം ഇന്ത്യാ-പാക് അതിർത്തിയിലൂടെ ഒഴുകി സത്‌ലജ് പാകിസ്ഥാനിൽ പ്രവേശിക്കുന്നു. പിന്നീട് ആലിപ്പൂരിനു സമീപംവച്ച് ചെനാബ് നദിയിൽ ചേരുന്നു. സത്‌ലജിന് ഉത്ഭവസ്ഥാനം മുതൽ പതനസ്ഥാനം വരെ 1440 കിലോമീറ്റർ ദൈർഘ്യമുണ്ട്.

5

ഗംഗ-ഇന്ത്യയുടെ ദേശീയ നദി

ഇന്ത്യയുടെ ദേശീയ നദിയാണ് ഗംഗ. ഗംഗാതടത്തിലാണ് ലോകത്തിൽ ഏറ്റവുമധികം ജനങ്ങൾ - എട്ടുശതമാനം - തിങ്ങിപ്പാർക്കുന്നത്. ആര്യന്മാർ കുടിയേറിപ്പാർത്തതും ഈ നദീതീരങ്ങളിലാണ്. ചരിത്രവും സംസ്കാരവും ഐതിഹ്യവും ജീവിതവുമെല്ലാം കെട്ടുപിണഞ്ഞൊഴുകുന്ന മഹാനദിയത്രേ ഗംഗ.

ജയ ജയഗംഗേ, പുണ്യതരംഗേ
ജനിമൃതി വിസ്മൃതിരംഗേ
ജനപദകോടിയെയൂട്ടി വളർത്തും
മനുകുല നന്ദിനി, വന്ദേ!

ബാലാമണിയമ്മ ഗംഗയെ പാടിപ്പുകഴ്ത്തുന്നത് ഇങ്ങനെയാണ്.

ഇന്ത്യയിലെ ഏറ്റവും നീളംകൂടിയ നദി എന്നനിലയിലും ഗംഗയ്ക്ക് വളരെയേറെ പ്രാധാന്യമുണ്ട്. ഉത്തരാഖണ്ഡ്, ഉത്തർപ്രദേശ്, ബീഹാർ, പശ്ചിമബംഗാൾ എന്നീ സംസ്ഥാനങ്ങളിലൂടെയാണ് ഗംഗ ഒഴുകുന്നത്. ഏഷ്യയിൽ പതിനഞ്ചാമത്തെയും ലോകത്തിൽ മുപ്പത്തി ഒൻപതാമത്തെയും സ്ഥാനമാണ് ഗംഗാനദിക്കുള്ളത്. ഏഷ്യയിൽ ഏറ്റവും കൂടുതൽ കൃഷിസ്ഥലമുള്ളതും ഗംഗാതടത്തിലാണ്.

കുമാരസംഭവം എന്ന ചലച്ചിത്രത്തിനുവേണ്ടി ഒ എൻ വി രചിച്ച, ഗംഗയെപ്പറ്റിയുള്ള മനോഹരഗാനം മലയാളികളുടെ ചുണ്ടിൽ എന്നും തങ്ങിനിൽക്കുകതന്നെ ചെയ്യും. അത്രമാത്രം ജനപ്രീതി നേടിയ ഒരു മനോഹര ഗാനമാണിത്:

പ്രിയസഖി, ഗംഗേ! പറയൂ
പ്രിയമാനസനെവിടെ?
ഹിമഗിരി ശൃംഗമേ! പറയൂ, എൻ

പ്രിയതമനെവിടെ? എവിടെ?
മാനസസരസിന്നക്കരയോ? ഒരു
മായാ യവനികയ്ക്കപ്പുറമോ?.......

ഗംഗ അലഹബാദിൽനിന്നുള്ള ദൃശ്യം

രാമായണം, മഹാഭാരതം എന്നീ പുരാണങ്ങളിലും ഗംഗയെ പരാമർശിച്ചിട്ടുണ്ട്. ചാണക്യന്റെ *അർഥശാസ്ത്രം*, കാളിദാസകൃതികൾ, ഇബൻ ബത്തൂത്ത, മെഗസ്തനീസ് എന്നീ വിദേശസഞ്ചാരികളുടെ യാത്രാസ്മരണകൾ എന്നിവയിലും ഗംഗ പരാമർശിക്കപ്പെട്ടിട്ടുണ്ട്.

ഗംഗയ്ക്ക് നിരവധി പേരുകളുണ്ട്. വിഷ്ണുപദി, ഭാഗീരഥി, ദേവനദി, മന്ദാകിനി, ഹൈമവതി, ജാഹ്നവി, ജഹ്നുതനയ, സുരനിമ്നഗ, ത്രിസ്രോതസ്, സമുദ്രമഹിഷി, ശൈലരാജസുത, ശൈവസുത എന്നിവയെല്ലാം ഗംഗയെക്കുറിക്കുന്ന പേരുകളാണ്.

ഗംഗയുടെ ഉത്ഭവം

ഹിമാലയത്തിലെ 4225 മീറ്റർ ഉയരത്തിലുള്ള ഗോമുഖ് ഹിമാനിയിൽനിന്ന് ഉത്ഭവിച്ച് രണ്ടായിരത്തി അഞ്ഞൂറ്റിപ്പത്ത് കിലോമീറ്റർ ദൂരം ഒഴുകി ബംഗാൾ ഉൾക്കടലിൽ പതിക്കുന്നു. ഗംഗാനദി ഇന്ത്യൻ ഉപഭൂഖണ്ഡത്തിൽ ഏറ്റവും കൂടുതൽ പോഷകനദികളുള്ളത്.

ഉത്ഭവസ്ഥാനം മുതൽ ഹിമാലയത്തിലെ ദുർഗമമായ വഴികൾ പിന്നിട്ട് ഗംഗോത്രിയിൽ എത്തി, തുടർന്ന് ദേവപ്രയാഗ് വരെ ഒഴുകിയെത്തുമ്പോൾ ഗംഗ, ഭാഗീരഥി എന്ന പേരിലാണ് അറിയപ്പെടുക.

ഉത്തരാഖണ്ഡിലെ ദേവപ്രയാഗും ഉത്തർപ്രദേശിലെ പ്രയാഗ എന്ന

ത്രിവേണിസംഗമവും ഗംഗാതീരത്തെ രണ്ട് പുണ്യസ്ഥലങ്ങളാണ്. ഭാഗീരഥി അളകനന്ദയുമായിചേർന്ന് ഗംഗയായി മാറുന്നത് ദേവപ്രയാഗയിൽ വച്ചാണ്. പിതൃകർമങ്ങൾക്ക് പ്രശസ്തമായ തീർഥഘട്ടമാണ് ദേവപ്രയാഗ്. ഇന്ത്യയിലെ ഏറ്റവും പ്രാചീന നഗരങ്ങളിൽ ഒന്നായ അലഹബാദ് പുരാതനകാലത്ത് പ്രയാഗ എന്നാണ് അറിയപ്പെട്ടിരുന്നത്. അക്ബർ ചക്രവർത്തിയുടെ കാലത്താണ് ഇവിടം അലാഹബാദ് എന്ന് അറിയപ്പെടാൻ തുടങ്ങിയത്. ദൈവത്തിന്റെ നാട് എന്നർഥം വരുന്ന 'ഇലാഹാബാദ്' ആണ് പിന്നീട് അലഹബാദായി തീർന്നത്.

തീർഥാടനകേന്ദ്രങ്ങൾ

ഇന്ത്യയിലെ പ്രമുഖ തീർഥാടന കേന്ദ്രങ്ങളിൽ പലതും ഗംഗാനദിയുടെ തീരത്താണ് സ്ഥിതിചെയ്യുന്നത്. ഹരിദ്വാർ, ഋഷികേശ്, വാരണാസി എന്ന കാശി എന്നിവയാണ് മുഖ്യകേന്ദ്രങ്ങൾ. വാരണ, അസി എന്നീ നദികൾക്കിടയിൽ സ്ഥിതിചെയ്യുന്ന സ്ഥലം എന്ന അർഥത്തിലാണ് വാര

ഹരിദ്വാർ

ണാസി എന്ന പേരുവന്നത്. കാശി വിശ്വനാഥ ക്ഷേത്രം ലോകപ്രസിദ്ധമാണ്.

ഉത്തരാഖണ്ഡിലെ രണ്ടു പ്രമുഖ തീർഥാടനകേന്ദ്രങ്ങളാണ് ഹരിദ്വാറും ഋഷികേശും. ഗംഗാസ്നാനത്തിനായി ഹരിദ്വാറിൽ ലക്ഷക്കണക്കിന് തീർഥാടകരാണ് വർഷംതോറും എത്തിക്കൊണ്ടിരിക്കുന്നത്. സന്ധ്യാവേളകളിൽ ഗംഗയിൽ ദീപങ്ങൾ കൊളുത്തി ഒഴുക്കിയുള്ള ആരാധന വളരെ പ്രസിദ്ധമാണ്. ദീപമാലകൾ നിരന്നുനീങ്ങുന്ന ഗംഗയിലെ കാഴ്ച ഹൃദയഹാരിയാണ്.

ഹരിദ്വാറിൽനിന്ന് 25 കിലോമീറ്റർ അകലെയാണ് ഋഷികേശ്. യോഗാ ക്യാപ്പിറ്റൽ എന്നറിയപ്പെടുന്ന ഇവിടം ധാരാളം യോഗാകേന്ദ്രങ്ങളുടെ

ആസ്ഥാനംകൂടിയാണ്. ഗംഗാനദിക്കു കുറുകെ ഋഷികേശിൽ രണ്ടു പ്രസിദ്ധ തൂക്കുപാലങ്ങൾ ഉണ്ട്. രാംത്സൂലയും ലക്ഷ്മൺ ത്സൂലയും.

കുംഭമേള

ഗംഗാതീരത്തെ കുംഭമേള പ്രസിദ്ധമാണ്. ഹരിദ്വാർ, അലഹബാദ്, നാസിക്, ഉജ്ജയിനി എന്നീ സ്ഥലങ്ങളിൽ 12 വർഷത്തിലൊരിക്കലാണ് കുംഭമേള കൊണ്ടാടുന്നത്. ഹരിദ്വാറിൽ ഗംഗാതീരത്തും, ഉജ്ജയിനിയിൽ ശിപ്രാ നദീതീരത്തും, നാസിക്കിൽ ഗോദാവരി തീരത്തും, അലഹബാദിൽ യമുനാ-ഗംഗാ സംഗമസ്ഥലത്തുമാണ് കുംഭമേള നടന്നുവരുന്നത്. ആറു വർഷം കൂടുമ്പോൾ അർധകുംഭമേളയും നടന്നുവരുന്നുണ്ട്.

മധ്യപ്രദേശിലെ ഉജ്ജയിനിയിൽ 12 വർഷത്തിലൊരിക്കൽ നടക്കുന്ന കുംഭമേളയിൽ ലക്ഷക്കണക്കിനു തീർഥാടകർ പങ്കെടുക്കുന്നുണ്ട്. സംസ്കൃതഭാഷയും ക്ലാസിക്കൽ കലകളും പ്രോത്സാഹിപ്പിക്കാനും അവയിൽ ഗവേഷണം നടത്താനുമായി മധ്യപ്രദേശ് സർക്കാർ ഉജ്ജയിനിയിൽ സ്ഥാപിച്ചിട്ടുള്ള അക്കാദമി മഹാകവി കാളിദാസന്റെ പേരിലുള്ളതാണ്.

ഗംഗാതീരത്തെ പ്രധാന നഗരങ്ങൾ

ഗംഗാനദീതീരത്തെ ഏറ്റവും പ്രശസ്തമായ നഗരം കാശിയാണ്. വാരണാസി എന്നറിയപ്പെടുന്ന കാശി; വാരണ, അസി എന്നീ നദികൾക്കിടയിൽ സ്ഥിതിചെയ്യുന്ന നഗരമാണ്. ഇന്ത്യാചരിത്രത്തിൽ വാരണാസിക്ക് ഒരു പ്രത്യേക സ്ഥാനമാണുള്ളത്. ബനാറസ് ഹിന്ദുസർവകലാശാലയുടെ ആസ്ഥാനവും വാരണാസിയിലാണ്.

ഉത്തർപ്രദേശിലെ കാൺപൂർ, പട്ന എന്നീ നഗരങ്ങളും ഗംഗാതീരത്താണ് സ്ഥിതിചെയ്യുന്നത്. പട്ന പണ്ട് പാടലീപുത്രം എന്നറിയപ്പെട്ടിരുന്ന പ്രദേശമാണ്. മറ്റൊരു പുരാതനനഗരമായ കൊൽക്കത്തയും ഗംഗാതീരത്തുതന്നെ. ഇവിടെ ഗംഗാനദി ഹൂഗ്ലി എന്നാണ് അറിയപ്പെടുന്നത്. ബംഗാളിൽ ദുർഗാപൂജയോടനുബന്ധിച്ച് വലിയ ദേവീരൂപങ്ങൾ അലങ്കരിച്ച് ആഘോഷസമന്വിതം ഒഴുക്കുന്നതു ഗംഗയിൽതന്നെ.

ഗംഗ, ബംഗാൾ ഉൾക്കടലിൽ പതിക്കുന്നതിനു സമീപമുള്ള ദ്വീപിന് ഗംഗാസാഗർ എന്നാണ് പേര്. എല്ലാ വർഷവും ജനുവരിയിൽ നടക്കുന്ന ഗംഗാസാഗരമേള ആഘോഷപൂർവം നടത്തപ്പെടുന്ന ഒരു ചടങ്ങാണ്. ഇതിനുവേണ്ട എല്ലാ സജ്ജീകരണങ്ങളും ആ ദ്വീപിലാണ് ഒരുക്കാറുള്ളത്.

ചെറുതും വലുതുമായ നൂറോളം കൈവഴികളുള്ള നദിയാണ് ഗംഗ. ഗംഗയുടെ പ്രധാനപോഷകനദി യമുനയാണ്. മറ്റു പോഷകനദികളിൽ രാംഗംഗ, ഘാഗ്ര, സോൺ, ഗണ്ഡക്, കോസി, മഹാനദി, ദാമോദർ, ബ്രഹ്മപുത്ര, രൂപ്നാരായൺ എന്നിവ ഉൾപ്പെടുന്നു. അലഹബാദിനടുത്തുവച്ച് ഗംഗയിൽ ചേരുന്ന നദിയാണ് തമസാനദി. രാംഗംഗയ്ക്ക് 588 കിലോമീറ്റർ നീളമുണ്ട്. മറ്റൊരുനദിയായ ഗോമതി, വാരണാസിയിലൂടെ ഒഴുകി ഗംഗ

യിൽ ചേരുന്നു. ആയിരത്തോളം കിലോമീറ്റർ പിന്നിട്ടാണ് ഈ നദി, ബീഹാറിൽവച്ച് ഗംഗയിൽ ചേരുന്നത്. 430 കിലോമീറ്റർ ദൂരം ഒഴുകിയാണ്, തിബറ്റിൽനിന്ന് ഉത്ഭവിക്കുന്ന ഗണ്ഡക്നദി ഗംഗയിൽ ലയിക്കുന്നത്. കോസിയാണ് മറ്റൊരു പ്രധാനനദി. എവറസ്റ്റ്, കാഞ്ചൻജംഗ എന്നീ കൊടുമുടികളുടെ സമീപത്തുനിന്ന് ഉത്ഭവിക്കുന്ന ഈ നദി, നേപ്പാളിലൂടെ ഒഴുകി കർസെല എന്ന സ്ഥലത്തുവച്ചാണ് ഗംഗയിൽ ചേരുന്നത്.

ഗംഗാസമതല പ്രദേശത്ത് പട്നയ്ക്കുസമീപംവച്ച് ഗംഗയിൽ പതിക്കുന്ന നദിയാണ് സോൺ. മഗധ സാമ്രാജ്യത്തിന്റെ തലസ്ഥാനമായിരുന്ന

ബ്രഹ്മപുത്ര

പാടലീപുത്രം, ഈ നദി സംഗമസ്ഥലത്തായിരുന്നു സ്ഥിതി ചെയ്തിരുന്നത്. സോൺ നദി ഇടയ്ക്കിടെ ഗതിമാറി ഒഴുകിയതു കാരണമാണത്രേ പാടലീപുത്രത്തിന്റെ തകർച്ചയുണ്ടായത്. കോസി നദിയുമായിച്ചേർന്ന് ഗംഗ, പശ്ചിമബംഗാളിലെ സമതലത്തിലൂടെ ഒഴുകുന്നു. ജംഗിപ്പൂരിനു സമീപംവച്ച് രണ്ടു കൈവഴികളായി പിരിയുന്ന ഗംഗയുടെ ഒരു കൈവഴി, പശ്ചിമബംഗാളിലൂടെ ഒഴുകി ബംഗാൾ ഉൾക്കടലിൽ പതിക്കുന്നു. ഹൂഗ്ലി എന്നാണ് ബ്രിട്ടീഷുകാർ ഗംഗയ്ക്ക് പശ്ചിമബംഗാളിൽ പേരുനൽകിയത്. ഹൂഗ്ലിയിൽച്ചേരുന്ന പ്രധാന പോഷകനദി, ദാമോദറാണ്. ഗംഗയുടെ രണ്ടാമത്തെ കൈവഴി പത്മ എന്നപേരിൽ ബംഗ്ലാദേശിലേക്ക് ഒഴുകുന്നു. ഇത് തെക്കുകിഴക്കേ ദിശയിലേക്ക് ഒഴുകി ബംഗാൾ ഉൾക്കടലിൽ പതിക്കുന്നു. ബംഗ്ലാദേശിലൂടെ ഏകദേശം 220 കിലോമീറ്റർ ദൂരമാണ് ഗംഗ ഒഴുകുന്നത്. ബ്രഹ്മപുത്രനദി ജമുന എന്ന പേരിലാണ് ബംഗ്ലാദേശിൽ അറിയപ്പെടുന്നത്. പിന്നീട് മേഘ്ന നദിയോടുചേർന്ന് ആ പേരിൽ ഗംഗ കടലിൽ പതിക്കുന്നു.

ഗംഗാരാജവംശം

എ ഡി പതിനൊന്നാം നൂറ്റാണ്ടിൽ 'ഗംഗ' എന്നപേരിൽ ഒരു രാജവംശം ഭരണം നടത്തിയിരുന്നു. ഇപ്പോഴത്തെ ഒറീസയിൽ ഉൾപ്പെട്ട മിക്കവാറും എല്ലാ പ്രദേശങ്ങളും ഈ രാജവംശത്തിന്റെ അധികാരപരിധിയിൽ ഉൾപ്പെട്ടിരുന്നു. ലോകപൈതൃകപ്പട്ടികയിൽ ഉൾപ്പെട്ടിട്ടുള്ള കൊണാർക്കിലെ ക്ഷേത്രങ്ങൾ ഗംഗാരാജവംശത്തിന്റെ കാലത്ത് പണികഴിപ്പിച്ചതാണ്.

പടിഞ്ഞാറൻ ഗംഗാരാജവംശം എന്ന ഇതിലും പഴക്കമുള്ള മറ്റൊരു രാജവംശം കർണാടകത്തിൽ ഭരണം നടത്തിയിരുന്നു. എ ഡി 350 മുതൽ 1000 വരെ ഇവരുടെ ഭരണകാലമായിരുന്നു.

പ്രാചീനകാലം മുതൽ ഗംഗയിലൂടെ ജലഗതാഗതം നടന്നിരുന്നതായി ഗ്രീക്ക് സഞ്ചാരിയായ മെഗസ്തനീസിന്റെ യാത്രാവിവരണങ്ങളിൽ പ്രസ്താവിച്ചിട്ടുണ്ട്. വഞ്ചികളും, ആവിക്കപ്പലുകളും മറ്റും കൊൽക്കത്തയിൽനിന്ന് അലഹബാദിലേക്ക് പോവുക പതിവായിരുന്നത്രേ. അവിടെനിന്ന് യമുനയിലൂടെ ആഗ്രയിലേക്കും ജലഗതാഗതം സുഗമമായി നടന്നിരുന്നു. 19-ാം നൂറ്റാണ്ടിലാണ് ഈ ജലഗതാഗതം നിലനിന്നിരുന്നത്. പിന്നീട് റോഡുകളും റെയിൽവേയും മറ്റും വർധിച്ചതോടെ ജലഗതാഗതത്തിന്റെ പ്രാധാന്യം കുറയുകയുണ്ടായി.

ഗംഗയെപ്പറ്റി നെഹ്റു

ഇന്ത്യയുടെ പ്രകൃതിസൗന്ദര്യത്തിലും സാംസ്കാരികത്തനിമയിലും ആഹ്ലാദിക്കുകയും അഭിമാനിക്കുകയും ചെയ്തിരുന്ന നമ്മുടെ പ്രഥമ പ്രധാനമന്ത്രി ജവഹർലാൽ നെഹ്റു, തന്റെ ഒസ്യത്തിൽ ഗംഗാനദിയെ ഹൃദയസ്പർശിയായ ഭാഷയിൽ അനുസ്മരിക്കുന്നുണ്ട്. അതിലെ ചില വരികൾ ഇതാ:

> ഭാരതീയർക്ക് പ്രിയങ്കരിയായ ഗംഗ, പ്രത്യേകിച്ച് ഭാരതത്തിന്റെ നദിയാണ്. ഇന്ത്യയുടെ അതിപുരാതന സാംസ്കാരികതയുടെയും നാഗരികതയുടെയും പ്രതീകമാണ് ഗംഗ. എപ്പോഴും മാറിക്കൊണ്ടിരുന്നിട്ടും എപ്പോഴും ഒഴുകിക്കൊണ്ടിരുന്നിട്ടും മാറ്റമില്ലാത്ത അതേ ഗംഗ. ഞാനേറെ സ്നേഹിക്കുന്ന മഞ്ഞുമൂടിയ ഹിമാലയസാനുക്കളെയും അഗാധതാഴ്വാരങ്ങളെയും, താഴെ എന്റെ ജീവിതവും പ്രവൃത്തിയും ഉരുത്തിരിഞ്ഞ സമൃദ്ധവിശാലമായ സമതലങ്ങളെയുമാണ് അവൾ അനുസ്മരിപ്പിക്കുന്നത്. പുലർവെളിച്ച

ത്തിൽ പുഞ്ചിരിച്ച് നൃത്തംചെയ്ത്, നിഴൽവീഴുന്ന സായാഹ്ന ങ്ങളിൽ ഇരുണ്ട് വിഷാദവും ദുരൂഹതയും നിറഞ്ഞ്, ശീത കാലത്ത് മെലിഞ്ഞ് ഒഴുക്കുകുറഞ്ഞ് സൗന്ദര്യവതിയായി, വർഷത്തിൽ അലറിക്കുതിച്ച് സമുദ്രത്തെപ്പോലെ വിശാലമന സ്കയായ സമുദ്രത്തിന്റെ സംഹാരശക്തികളിൽ ഒരു പങ്കുൾ ക്കൊണ്ട ഗംഗ, എന്നെ സംബന്ധിച്ചിടത്തോളം വർത്തമാന കാലത്തേക്കൊഴുകി ഭാവിയുടെ മഹാസമുദ്രത്തിലെത്തി ച്ചേരുന്ന ഭാരതത്തിന്റെ ഗതകാലസ്മൃതികളാണ്.

ഗംഗ അന്യരാജ്യങ്ങളിൽ

ശ്രീലങ്കയിലെ ഏറ്റവും വലിയ നദിയുടെപേര് മഹാവെലി ഗംഗ എന്നാണ്. ഇന്തോനേഷ്യയിൽ 'മെകോങ്' നദി മഹാഗംഗ എന്നപേരിൽ അറിയപ്പെടുന്നു. ഗംഗാനദി ബംഗാൾ ഉൾക്കടലിൽ പതിക്കുന്നിടത്ത് ഒരു ദ്വീപുണ്ട്. പേര് ഗംഗാസാഗർ. ഇവിടെയാണ് വർഷംതോറും ഗംഗാസാഗര മേള നടക്കുന്നത്. ജനുവരിമാസത്തിലാണ് ഈമേള കൊണ്ടാടപ്പെടുന്നത്. ഗംഗാനദീമുഖത്ത് സമുദ്രസ്നാനം ചെയ്യുന്നതാണ് ഈ മേളയിലെ മുഖ്യ ചടങ്ങ്. ഗംഗാനദിക്ക് ചെറുതും വലുതുമായി നൂറോളം കൈവഴികളുണ്ട്. ഗംഗയുടെ ഒരു പ്രധാന പോഷകനദിയാണ് രാംഗംഗ. ഗഢ്വാളിൽനിന്ന് ഉത്ഭവിക്കുന്ന ഈനദിക്ക് 588 കിലോമീറ്റർ നീളമുണ്ട്.

6

ബ്രഹ്മപുത്ര

ഭാരതത്തിലെ ഏറ്റവും ജലസമൃദ്ധമായ നദിയാണ് ബ്രഹ്മപുത്ര. വടക്കൻ ഹിമാലയത്തിലെ ടിബറ്റിൽ, സമുദ്രനിരപ്പിൽനിന്ന് 5150മീറ്റർ ഉയരമുള്ള 'ജിമായാങ് സോങ്' മഞ്ഞുപാടത്തിൽനിന്നാണ് ബ്രഹ്മപുത്ര ഉത്ഭവിക്കുന്നത്. മാനസസരോവർ തടാകത്തിനും കൈലാസം കൊടുമുടിക്കും സമീപത്താണ് ടിബറ്റിലെ ഈ മഞ്ഞുപാടം. ചൈന, ഇന്ത്യ, ബംഗ്ലാദേശ് എന്നീ രാഷ്ട്രങ്ങളിലൂടെ ഒഴുകുന്ന ഈനദി 2900 കിലോമീറ്റർ ദൂരം സഞ്ചരിച്ച്, പല പോഷകനദികളെയും വഹിച്ചുകൊണ്ട് ബംഗാൾ ഉൾക്കട

ലിൽ പതിക്കുന്നു. ബ്രഹ്മപുത്രയ്ക്ക് പതിനെട്ടിൽപ്പരം പോഷകനദികളാണുള്ളത്.

ഉത്ഭവസ്ഥാനത്തിനുശേഷം നംചബറുവ കൊടുമുടിയെ വലംവച്ചാണ് ബ്രഹ്മപുത്ര ഒഴുകുന്നത്. ടിബറ്റിൽ യാർലങ്, സാങ്പോ എന്നീ പേരുകളിലും, ഇന്ത്യയിൽ ദിഹാങ്, സിയാങ്, ബ്രഹ്മപുത്ര എന്നീ പേരുകളിലും ബംഗ്ലാദേശിൽ 'ജമുന' എന്നുമാണ് ബ്രഹ്മപുത്ര അറിയപ്പെടുന്നത്.

അരുണാചൽപ്രദേശിലെ സൗദിയ എന്ന സ്ഥലത്തുകൂടിയാണ് ബ്രഹ്മപുത്ര ഇന്ത്യയിലേക്കുപ്രവേശിക്കുന്നത്. പിന്നീട് അസമിലെ സാദിയ നഗറിൽവച്ച് ദിബാങ്, ലോഹിത് എന്നീ പോഷകനദികൾ ബ്രഹ്മപുത്രയിൽ വന്നുചേരുന്നു. ഇവിടംമുതലാണ് ബ്രഹ്മപുത്ര എന്നപേരിൽ ഈ നദിയൊഴുകുന്നത്. ടിബറ്റിൽ 3600 മീറ്റർ ഉയരത്തിലൂടെ ഒഴുകിയിരുന്ന നദി, സാദിയയിലെത്തുമ്പോഴേക്കും 150 മീറ്റർ ഉയരത്തിലേക്ക് താഴ്ന്നാണ് പ്രവഹിക്കുന്നത്. ദിബ്രുഗഢിൽക്കൂടി ഒഴുകുമ്പോൾ നദിക്ക് 16 കിലോമീറ്റർ വീതിയുണ്ട്. അസമിൽ മിക്കവാറും എല്ലാ ജില്ലകളെയും തഴുകിയാണ് ബ്രഹ്മപുത്രയുടെ ഒഴുക്ക്. നദിയിൽ ഒട്ടേറെ ചെറിയ തുരുത്തുകൾ സൃഷ്ടിച്ചുകൊണ്ടാണ് പ്രവാഹം.

മാജ്ജൂലി ദ്വീപ്

അസമിൽ ബ്രഹ്മപുത്രയിലുള്ള ഏറ്റവും വലിയ ദ്വീപാണ് മാജ്ജൂലി ദ്വീപ്. ഏഷ്യയിലെതന്നെ ഏറ്റവും വലിയ നദീജന്യദ്വീപ് എന്നസ്ഥാനവും ഇതിനാണ്. 420 ചതുരശ്രകിലോമീറ്റർ വിസ്തൃതിയുള്ള മാജ്ജൂലി ദ്വീപിൽ 243 ഗ്രാമങ്ങളുണ്ട്. ജോർഹത് ജില്ലയിൽ ഉൾപ്പെടുന്ന പ്രദേശമാണിത്. ധാരാളം എക്കൽമണ്ണ് അടിച്ചുകയറ്റി, തീരങ്ങളെ വളക്കൂറുള്ളതാക്കുന്നതിൽ ബ്രഹ്മപുത്രയ്ക്ക് സുപ്രധാനമായ ഒരു പങ്കാണുള്ളത്. വർഷകാലത്ത് കരകവിഞ്ഞൊഴുകുന്ന ബ്രഹ്മപുത്ര, അസമിൽ വെള്ളപ്പൊക്കം സൃഷ്ടിക്കുന്നു. ചൂടുകാലത്ത് മഞ്ഞ് ഉരുകിയും സമൃദ്ധമായി ജലനിരപ്പ് ഉയരുന്നതിനാൽ, എല്ലാക്കാലത്തും ബ്രഹ്മപുത്ര ജലസമൃദ്ധംതന്നെ.

ബ്രഹ്മപുത്രയെ ഇന്ത്യയിലെ 'ചുവന്നനദി' എന്നുവിശേഷിപ്പിക്കാറുണ്ട്. അസമിൽക്കൂടി ഒഴുകുമ്പോൾ അവിടുത്തെ ചുവന്നമണ്ണ് കലക്കിക്കൊണ്ട് ഒഴുകുന്നതിനാൽ വെള്ളത്തിന് ചുവപ്പുനിറം ലഭിക്കുന്നു. അതുകൊണ്ടാണ് ബ്രഹ്മപുത്രയെ ചുവന്നനദി എന്നുവിളിക്കുന്നത്.

മജ്ജൂലി ദ്വീപിന് എതിരെ ബ്രഹ്മപുത്രയിൽ ചേരുന്ന മറ്റൊരു പോഷകനദിയാണ് 354 കിലോമീറ്റർ നീളമുള്ള ധൻസിരി. ദിഫു, നംബാർ, കല്യാൺ എന്നിവ ധൻസിരിയുടെ പോഷകനദികളാണ്.

അസമിൽനിന്ന് ഗുവാഹട്ടിവരെ തെക്കുപടിഞ്ഞാറോട്ടും പിന്നീട് പടിഞ്ഞാറോട്ടും ഒഴുകുന്ന ബ്രഹ്മപുത്ര, ധൻസിരിയുമായി സന്ധിച്ചശേഷം

താഴോട്ട് കുറെദൂരം ഒഴുകിയതിനുശേഷം ഒരു കൈവഴി കളങ് നദിയെന്ന പേരിൽ ഗുവാഹട്ടിൽനിന്ന് 16 കിലോമീറ്റർ മുകളിലായി തിരിച്ചെത്തുന്നുമുണ്ട്.

വാൽപാറയ്ക്കു (ധുബുരി) സമീപംവച്ച് ബ്രഹ്മപുത്ര ഗാരൊ മലകൾ ചുറ്റി തെക്കോട്ട് ഒഴുകുന്നു. ജമുന എന്നപേരിൽ ബംഗ്ലാദേശിൽ പ്രവേശിക്കുന്നതോടെ ടോർസ, ജൽധാക്ക, തീസ്ത എന്നീ പോഷകനദികൾ വലതുഭാഗത്തു വന്നുചേരുന്നു. തുടർന്ന് രണ്ടു കൈവഴികളായി പിരിയുന്ന ബ്രഹ്മപുത്രയുടെ 'ജമുന' എന്ന കൈവഴി ഗൊലാണ്ടോ എന്ന സ്ഥലത്തു വച്ച് ഗംഗയുടെ ഒരു പ്രധാന കൈവഴിയായ പത്മാനദിയുമായിച്ചേരുന്നു. മറ്റൊരു കൈവഴി മേഘ്നാ നദിയിലും ചേരുന്നു. തുടർന്ന് അനേകം കൈവഴികളായി പിരിഞ്ഞ് അതിവിശാലമായ ഒരു അഴിമുഖത്തിനു രൂപം നൽകിക്കൊണ്ട് ഗംഗ, ബ്രഹ്മപുത്ര, മേഘ്ന എന്നീനദികൾ ബംഗാൾ ഉൾക്കടലിൽ പതിക്കുന്നു.

മെയ് മാസം മുതൽ ഹിമാലയത്തിൽ മഞ്ഞ് ഉരുകുന്നതിനാൽ ബ്രഹ്മപുത്രയിൽ ജലനിരപ്പ് ഉയരുകപതിവാണ്. ജൂൺ മുതൽ സെപ്റ്റംബർ വരെയുള്ള കാലയളവിൽ കാലവർഷം സജീവമാകുന്നതോടെ നദിയിലെ ജലനിരപ്പ് ക്രമാതീതമായി ഉയരുകയും അപകടരേഖ കടന്ന് പ്രളയജലം അസമിൽ രൂക്ഷമായ വെള്ളപ്പൊക്കം സൃഷ്ടിക്കുകയും ചെയ്യുക പതിവാണ്.

ഗംഗ-ബ്രഹ്മപുത്ര ഡൽറ്റ

ലോകത്തിലെ ഏറ്റവും വലിയ ഡൽറ്റ (അഴി)യാണ് ഗംഗാഡൽറ്റ. ഗംഗ-ബ്രഹ്മപുത്ര ഡൽറ്റ എന്നപേരിലും ഇത് അറിയപ്പെടുന്നുണ്ട്. 350 കിലോമീറ്ററിലധികം നീളമുള്ള ഗംഗാഡൽറ്റയ്ക്ക് 60,000 ചതുരശ്ര കിലോമീറ്റർ വിസ്തൃതിയുണ്ട്.

സുന്ദർബൻ കാട്ടിലെ വെള്ളക്കടുവ

ലോകത്തിലെ ഏറ്റവും വലിയ കണ്ടൽവനമാണ് സുന്ദർബെൻ ഡൽറ്റ എന്നറിയപ്പെടുന്ന ഗംഗ-ബ്രഹ്മപുത്ര നദികളുടെ അഴിമുഖം. പശ്ചിമബംഗാളിലും ബംഗ്ലാദേശിലുമായി പരന്നുകിടക്കുന്ന ഈ ഡൽറ്റയിൽ 'സുന്ദരി' എന്ന ഒരിനം കണ്ടൽ മരങ്ങൾ സമൃദ്ധിയായി വളരുന്നു. അതിനാൽ ഈ പ്രദേശത്തിന് 'സുന്ദർബൻ' എന്നുപേരുണ്ടായി.

ഏഷ്യയിൽ അപൂർവമായി മാത്രം കാണപ്പെടുന്ന വെള്ളക്കടുവകൾ ഈ സുന്ദർബനിൽ സുലഭമാണ്. യുനെസ്കോയുടെ ലോക പൈതൃകപ്പട്ടികയിലും സുന്ദർബൻ ഇടം നേടിയിട്ടുണ്ട്.

ചിലഭാഗങ്ങൾ ഒഴികെ, ബ്രഹ്മപുത്രാനദി പൊതുവെ ഗതാഗതയോഗ്യമാണെന്നു പറയാം. അസമിലും ബംഗ്ലാദേശിലും ജലഗതാഗതത്തിന് ബ്രഹ്മപുത്ര ഉപകാരപ്രദമാണ്. വടക്കെ ഇന്ത്യയെ കിഴക്കെ ഇന്ത്യയുമായി ബന്ധിപ്പിക്കുന്ന ഒരേയൊരു ജലമാർഗമാണ് ബ്രഹ്മപുത്ര. നദി കടക്കാൻ കടത്തുവഞ്ചികൾ, സ്റ്റീമറുകൾ എന്നിവ ഉപയോഗപ്പെടുന്നു.

ഹിമാലയത്തിനു സമീപത്തുനിന്ന് ഉത്ഭവിക്കുന്ന ചില നദികളെപ്പറ്റിയാണ് ഇവിടെ പ്രതിപാദിക്കുന്നത്. മിക്കനദികളും ബ്രഹ്മപുത്രയുടെ പോഷകനദികളുമാണ്.

സുബൻസിരി

ടിബറ്റിൽനിന്ന് ഉത്ഭവിച്ച് തെക്കെദിശയിലേക്ക് ഒഴുകി അരുണാചൽ പ്രദേശിലൂടെ ഒഴുകുന്ന നദിയാണ് സുബൻസിരി. 422 കിലോമീറ്റർ നീളമുള്ള ഈ നദി അരുണാചൽപ്രദേശ് കടന്ന് ബ്രഹ്മപുത്രയിൽ പതിക്കുന്നു. പ്രധാന പോഷകനദി കമലാനദിയാണ്.

മനാസ്

ഭൂട്ടാനിൽനിന്ന് ഉത്ഭവിച്ച് തെക്കുകിഴക്കേ ദിശയിലേക്ക് ഒഴുകി കമങ്, ഗോവാൽപാറ എന്നീ ജില്ലകളിലൂടെ ഒഴുകുന്ന മനാസ്, പിന്നീട് ബ്രഹ്മപുത്രയിൽ പതിക്കുന്നു. 376 കിലോമീറ്റർ നീളമുണ്ട് മനാസിന്.

കമെങ്

ബ്രഹ്മപുത്രയുടെ മറ്റൊരു പോഷകനദിയാണ് കമെങ്. ഭൂട്ടാനിൽനിന്ന് ഉത്ഭവിച്ച് 190 കിലോമീറ്റർ ദൂരം മലമ്പ്രദേശത്തുകൂടി തെക്കുദിശയിലേക്ക് ഒഴുകി അരുണാചൽപ്രദേശ് കടന്ന് തെസ്പൂരിന് സമീപംവച്ച് ബ്രഹ്മപുത്രയിൽ ചേരുന്നു. 265 കിലോമീറ്റർ നീളമുള്ള ഈ നദിക്ക് സൊനെയ്, ദിത്രെയ്, ഖാരി തുടങ്ങിയ ചില പോഷകനദികളുമുണ്ട്.

ബുരിദിഹാങ്

പട്കായ് മലനിരകളിൽ, സമുദ്രനിരപ്പിൽനിന്ന് 2780 മീറ്റർ ഉയരത്തിൽനിന്ന് ഉത്ഭവിച്ച് നിബിഡ വനങ്ങളിലൂടെയും മലഞ്ചരിവുകളിലൂടെയും 116 കിലോമീറ്റർ ദൂരം ഒഴുകി, ഒന്നുരണ്ട് അരുവികളുമായി സംയോജിച്ച് 16 കിലോമീറ്റർ ദൂരം ഒഴുകിയശേഷം പ്രധാന പോഷകനദിയായ

തിരപ്പുമായിച്ചേർന്ന് വടക്കുകിഴക്കോട്ട് ഒഴുകി, മലഞ്ചരിവുകൾ കടന്ന് സമതലപ്രദേശത്ത് എത്തുന്നു. പിന്നീട്, ദിബ്രുഗഢിന് 32 കിലോമീറ്റർ മാറി ബ്രഹ്മപുത്രയിൽച്ചേരുന്നു. നദിക്ക് 362 കിലോമീറ്റർ നീളമുണ്ട്.

ധൻശ്രീ

നാഗാലാൻഡിൽ ലെയ്സ്ഹിംഗ് കൊടുമുടിയുടെ തെക്കുപടിഞ്ഞാറു ഭാഗത്തുനിന്ന് ഉത്ഭവിച്ച് വടക്കുപടിഞ്ഞാറോട്ട് 37 കിലോമീറ്റർ ദൂരം ഒഴുകിയശേഷം വടക്കുകിഴക്കോട്ട് 76 കിലോമീറ്റർ ദൂരം ഒഴുകിയശേഷം ദിമാപൂരിൽ എത്തുന്നു. അവിടെനിന്ന് ധൻശ്രീനദി വടക്കുദിശയിലേക്ക് ഒഴുകി, ഗോലാഘട്ടിൽ എത്തി, പെട്ടെന്ന് പടിഞ്ഞാറുഭാഗത്തേക്കു തിരിഞ്ഞ് ബ്രഹ്മപുത്രയിൽ പതിക്കുന്നു. പതനസ്ഥലത്തിന് ധനശ്രീമുഖ് എന്നാണ് പേര്. നാഗാലാൻഡ്, ആസാം എന്നീ സംസ്ഥാനങ്ങളിലൂടെയാണ് ധൻശ്രീ ഒഴുകുന്നത്. 353 കിലോമീറ്ററാണ് ധൻശ്രീയുടെ നീളം.

കോപിലി

അസമിലെ മലൻഗാ ഗ്രാമത്തിലെ മലനിരകളിൽനിന്ന് ഉത്ഭവിച്ച് മികിർ, വടക്കൻ കച്ചാർ ജില്ലകളിൽക്കൂടി 60 കിലോമീറ്റർദൂരം ഒഴുകി ഖാസി, ജയിൻത്യാ മലനിരകൾക്കു സമീപത്തുകൂടി ഒഴുകി ഡ്യൂങ് നദിയുമായി സന്ധിക്കുന്നു. തുടർന്ന് 67 കിലോമീറ്റർ ദൂരം വടക്കുപടിഞ്ഞാറെ ദിശയിലേക്ക് ഒഴുകി യമുനയിൽ യമുനാമുഖിൽ ചേരുന്നു. തുടർന്ന് 74 കിലോമീറ്റർ ദൂരം പടഞ്ഞാറോട്ട് ഒഴുകി ഗോഹട്ടി-തേജ്പൂർ റെയിൽവേ ലൈൻ കടന്ന് കെലാങ് നദിയുമായി സന്ധിക്കുന്നു. പിന്നീട് 37 കിലോമീറ്റർ ദൂരം കൂടിയൊഴുകി രാജാമയാങ്ങിനു സമീപംവച്ച് ബ്രഹ്മപുത്രയിൽ പതിക്കുന്നു. കോപിലിനദിക്ക് 256 കിലോമീറ്റർ നീളമുണ്ട്. ഇതിൽ 78 കിലോമീറ്റർ നാഗാലാൻഡിന്റെയും അസമിന്റെയും അതിർത്തിയിലൂടെയാണ് ഒഴുകുന്നത്. ബാക്കി 178 കിലോമീറ്റർ ദൂരം അസം സംസ്ഥാനത്തുകൂടിതന്നെ ഒഴുകുന്നു.

ടീസ്റ്റാ

സിക്കിമിലെയും വടക്കൻ ബംഗാളിലെയും ഏറ്റവും വലിയ നദിയാണ് ടിസ്റ്റാ. സിക്കിമിന് വടക്ക് ഹിമാലയനിരകളിൽനിന്നാണ് ഈ നദി ഉത്ഭവിക്കുന്നത്. അഗാധമായ താഴ്വരയിലൂടെ തെക്കോട്ട് 138 കിലോമീറ്റർ ദൂരം ഒഴുകിയശേഷം ജാൽപൈഗുരി ജില്ലയിൽ പ്രവേശിക്കുന്നു. തുടർന്ന് തെക്കുകിഴക്കോട്ട് ഒഴുകി ജാൽപൈഗുരി പട്ടണത്തിലൂടെ കടന്ന് 309 കിലോമീറ്റർ ദൂരംകൂടി ഒഴുകി ബംഗ്ലാദേശിലെ രംഗപുരത്തുവച്ച് ബ്രഹ്മപുത്രയിൽ പതിക്കുന്നു.

ജൽധക

സിക്കിമിൽനിന്നുതന്നെ ഉത്ഭവിക്കുന്ന ജൽധക നദിക്ക് 186 കിലോമീറ്റർ നീളമുണ്ട്. ഭൂട്ടാൻ, ഡാർജിലിങ്, ജൽപൈഗുരി, കൂച്ച് ബിഹാർ എന്നിവിടങ്ങളിലൂടെ കടന്ന് രംഗപുരം ജില്ലയിലെ ആലിപൂരിൽവച്ച് ജൽധക ബ്രഹ്മപുത്രയിൽ പതിക്കുന്നു.

ടോർസ

ടിബറ്റിലെ ചുംബിവാലി മലനിരകളിൽനിന്ന് ഉത്ഭവിച്ച് 113 കിലോമീറ്റർ ദൂരം ടിബറ്റിലൂടെ ഒഴുകി ഭൂട്ടാനിൽ പ്രവേശിക്കുന്നു. ടിബറ്റിൽ മൗച്ചു എന്നാണ് നദി അറിയപ്പെടുന്നത്. തുടർന്ന് 145 കിലോമീറ്റർ ദൂരം ഒഴുകി ഇന്ത്യയിൽ പശ്ചിമബംഗാളിലെ ജാൽപൈഗുരി ജില്ലയിൽ പ്രവേശിക്കുന്നു. ബ്രഹ്മപുത്രയിൽ പതിക്കുന്നതിനുമുമ്പ്, വടക്കെ ബംഗാളിലെ കൂച്ച് ബിഹാറിലൂടെ 160 കിലോമീറ്റർ ദൂരംകൂടി ഒഴുകുന്നുണ്ട്. ഹുലാങ്, ഗാർഗൈര, കെയ്ജനി, റെയ്ഡ്, ഹക്, സൽകോഷ് എന്നിവയാണ് ടോർസയുടെ പോഷകനദികൾ.

ബാരക്

മണിപ്പൂർ മലകളിൽ കൊഹിമ-ഇംഫാൽ റോഡിനു തെക്കുഭാഗത്തുനിന്ന് ഉത്ഭവിക്കുന്ന ബാരക് നദി, തെക്കുപടിഞ്ഞാറ് അഗാധമായ താഴ്വരകളിലൂടെ ഒഴുകി ഹിറ്റ്മൈർനുഖായിൽ എത്തുന്നു. അവിടെനിന്ന് വടക്കോട്ടു തിരിഞ്ഞ് ജിരിഘട്ടിൽ എത്തി, വീണ്ടും പടിഞ്ഞാറോട്ട് ഒഴുകി ലഖിംപൂരിനുസമീപമുള്ള മലമ്പ്രദേശത്തുകൂടി ഒഴുകി സിൽച്ചാർ പട്ടണത്തിന്റെ മധ്യത്തിലൂടെ ബഡാർപൂരിൽ എത്തുന്നു. തുടർന്ന് രണ്ടായി പിരിഞ്ഞ് സുർമ, ഖുഷൈറ എന്നീ പേരുകളിൽ ഒഴുകുന്നു. ഖുഷൈറ അസം അതിർത്തിവരെ ഉത്ഭവസ്ഥാനത്തുനിന്ന് 564 കിലോമീറ്റർ സഞ്ചരിച്ച് ബംഗ്ലാദേശിലേക്കു കടക്കുന്നു. തുടർന്ന് മേഘ്ന നദിയിൽ പതിക്കുന്നു. ഗിരി, ചിൻ, ഹരോങ്, കെത്ഹൽ, ലോംഗത് എന്നിവയാണ് ബാരകിന്റെ പോഷകനദികൾ.

ഗോർനദി

ത്രിപുരയിലെ മലനിരകളിൽനിന്ന് ഉത്ഭവിച്ച് സുർമ, രാജ്മ എന്നീ അരുവികളുമായി സന്ധിച്ച് ഒരുനദിയായി രൂപമെടുക്കുന്നു. പിന്നീട് പടിഞ്ഞാറോട്ട് ഒഴുകുന്ന നദി, രംഗ്മതി, സോനാമുര, ദുർഗാപൂർ എന്നീ പട്ടണങ്ങൾ കടന്ന് ബംഗ്ലാദേശിലേക്ക് പ്രവേശിക്കുന്നു. തുടർന്ന് മേഘ്ന നദിയുമായി സന്ധിക്കുന്നു. ഹയുര, മനു, ഖോവൈ, മുഹരി എന്നിവയാണ് ത്രിപുരയിലൂടെ ഒഴുകുന്ന മറ്റുനദികൾ.

ഇംഫാൽ

വടക്കേ മണിപ്പൂരിലുള്ള മലനിരകളിൽനിന്ന് ഉത്ഭവിച്ച് തലസ്ഥാനമായ ഇംഫാൽ പട്ടണത്തിലൂടെ ഒഴുകി, തെക്കുനിന്ന് ഒഴുകിയെത്തുന്ന ഐറിൽ, കിഴക്കുനിന്നെത്തുന്ന തോംബൽ, തെക്കു കിഴക്കുനിന്നൊഴുകിയെത്തുന്ന ഖുഗ എന്നിവയുമായിച്ചേർന്ന് മണിപ്പൂരിലുള്ള ലോക്തക് തടാകത്തിലെ ജലാശയവുമായി കലർന്ന് കൊർഡാക് നദിവഴി ഇംഫാൽ ബർമയിലെ ചിന്ദ്വിൻ നദിയിൽ ചെന്നെത്തുന്നു. നദിക്ക് 320 കി മീറ്റർ ദൈർഘ്യമുണ്ട്.

മഞ്ഞു പുഴകൾ

പുഴകളിലൂടെ സാധാരണയായി ഒഴുകുന്നതു വെള്ളമാണെന്ന് നമുക്കറിയാം. എന്നാൽ വെള്ളത്തിനുപകരം മഞ്ഞ് പുഴപോലെ ഒഴുകുന്നു എന്നുകേൾക്കുമ്പോൾ നാം അത്ഭുതപ്പെടും. കാരണം മഞ്ഞുതന്നെ വളരെ അപൂർവമായേ നാം കാണാറുള്ളൂ.

മഞ്ഞുപുഴയ്ക്ക് 'ഗ്ലേസിർ' അഥവാ ഹിമാനി എന്നാണ് പേര്. ഗ്ലേസീസ് എന്ന ലാറ്റിൻ വാക്കിൽനിന്നാണ് 'ഗ്ലേസിയർ' എന്ന പേരുണ്ടായത്. ഗ്ലേസീസ് എന്ന വാക്കിന് മഞ്ഞ് എന്നാണർഥം.

തണുത്തുറയുന്ന പ്രദേശങ്ങളിലാണ് ഗ്ലേസിയർ ഉണ്ടാകുന്നത്. വെള്ളം ഉറഞ്ഞു കട്ടിയാകണമെങ്കിൽ കൊടുംതണുപ്പ് ഉണ്ടാകണം. തണുത്തു കോച്ചുന്ന പ്രദേശങ്ങളിലാണ് ഗ്ലേസിയർ ഉണ്ടാകുന്നത്.

തണുപ്പുരാജ്യങ്ങളിൽ മഞ്ഞുകാലത്ത് മഞ്ഞുപെയ്യുകയും ചൂടുകാലത്ത് മഞ്ഞ് ഉരുകുകയും ചെയ്യും. കൂടുതൽ തണുപ്പുള്ള രാജ്യങ്ങളിൽ വേനൽക്കാലത്ത് ഉരുകുന്ന മഞ്ഞിനെക്കാൾ കൂടുതൽ, മഞ്ഞുകാലത്ത് പെയ്യുന്ന മഞ്ഞായിരിക്കും. ഈ മഞ്ഞുമുഴുവനും വേനൽക്കാലത്ത് ഉരുകില്ല. ഉരുകാത്ത മഞ്ഞ് ബാക്കിയുണ്ടാവും. ഈ നാടുകളിലാണ് ഗ്ലേസിയർ ഉണ്ടാവുക.

മഞ്ഞുകാലത്തെ പുതിയ മഞ്ഞ് പഴമഞ്ഞിനു മുകളിൽ വീഴുന്നു. അതോടെ മഞ്ഞുപാളിയുടെ ഒരു പുതിയ അടുക്ക് ഉണ്ടാവും. ക്രമത്തിൽ ഈ മഞ്ഞുപാളികളുടെ കട്ടിയും ഭാരവും കൂടിക്കൂടി വരും. മുകളിലെ മഞ്ഞിന്റെ ഭാരത്താൽ അടിയിലുള്ള മഞ്ഞുപാളികൾ ഞെരുങ്ങും. അതു കൂടുതൽ കട്ടിയാവും. കടുപ്പം കൂടിയ മഞ്ഞുകട്ടയായി അതുമാറിക്കൊണ്ടിരിക്കും. തുടർന്ന് ഈ ഞെരുക്കവും ഭാരവുമെല്ലാംകൂടി ആ മഞ്ഞുപാളികൾ ഒരുമിച്ച് ഒഴുകാൻ ഇടവരുത്തും. മെല്ലെ ഒരു പുഴപോലെ അത് ഒഴുകാൻ തുടങ്ങും.

ഗ്ലേസിയറുകൾ പ്രധാനമായി രണ്ടുതരത്തിലുണ്ട്. ആൽപൈൻ ഗ്ലേസിയറും (Alpine glacier) കോണ്ടിനന്റൽ ഗ്ലേസിയറും. (Continental glacier) പർവതങ്ങളിൽ കാണപ്പെടുന്ന ഗ്ലേസിയറും. പർവതങ്ങളിൽ കാണപ്പെടുന്ന ഗ്ലേസിയറുകൾ ആൽപൈൻ ഗ്ലേസിയർ ഇനത്തിൽപ്പെട്ടവയാണ്. ഏറ്റവും വലിയ ആൽപൈൻ ഗ്ലേസിയറുകൾ അലാസ്കയിലും ഹിമാലയത്തിലും കാണാം.

വലിയ ഒരു ഭൂപ്രദേശത്തെ മൊത്തത്തിൽ മൂടുന്ന മഞ്ഞിനെയാണ് കോണ്ടിനെന്റൽ ഗ്ലേസിയർ എന്നുവിളിക്കുക. അന്റാർട്ടിക്കയിലും ഗ്രീൻലൻഡിലും മാത്രമാണ് ഇതുള്ളത്. അന്റാർട്ടിക്കയിലേതാണ് ലോകത്തിലെ ഏറ്റവും വലിയ കോണ്ടിനെന്റൽ ഗ്ലേസിയർ.

ഗ്രീൻലൻഡിലെ മഞ്ഞുമുഴുവനും ഉരുകിയാൽ ലോകത്തിലെ സമുദ്രനിരപ്പ് 6 മീറ്റർ (20 അടി) ഉയരും! അന്റാർട്ടിക്കയിലെ മുഴുവൻ മഞ്ഞും ഉരുകിയാലോ? സമുദ്രനിരപ്പ് 65മീറ്റർ ഉയരും. അതായത് ഏതാണ്ട് 200 അടിയിൽ കൂടുതൽ!!

കടലിൽ ഒഴുകി നടക്കുന്ന ഗ്ലേസിയർ (ടൈഡൽ വാട്ടർ ഗ്ലേസിയർ) മുട്ടി വൻ കപ്പലുകൾപോലും തകരാറുണ്ട്.

7

യമുനയും മറ്റു നദികളും

ഉത്തർപ്രദേശിൽ ഹിമാലയത്തിൽ സമുദ്രനിരപ്പിൽനിന്ന് 6330 മീറ്റർ ഉയരത്തിൽ യമുനോത്രി മഞ്ഞുമലകളിൽനിന്നാണ് യമുനാനദിയുടെ ഉത്ഭവം. ഉത്തർപ്രദേശിന്റെയും ഹരിയാനയുടെയും അതിർത്തിയിലൂടെ 320 കിലോമീറ്റർ ദൂരം ഒഴുകിയശേഷം മുസാഫർനഗറിലൂടെ ഡൽഹിയിൽ പ്രവേശിക്കുന്നു. പിന്നീട് ഉത്തർപ്രദേശിലേക്കുകടന്ന് 970 കിലോമീറ്റർ ദൂരം ഒഴുകുന്നു. ഡൽഹിയിൽനിന്ന് 203 കിലോമീറ്റർ ദൂരം തെക്കോട്ട് ഒഴുകി മഥുരയിൽ എത്തുന്നു. മഥുരയിൽനിന്ന് തെക്കു കിഴക്കോട്ട് ഒഴുകുന്ന യമുന; ആഗ്ര, മെയിൻപുരി, കാൺപൂർ, അലഹബാദ് ജില്ലകൾ കടന്ന് പ്രയാഗിൽവച്ച് ഗംഗയുമായി സന്ധിക്കുന്നു. ഇന്ത്യയിലെ പ്രസിദ്ധ നഗരങ്ങളായ ഡൽഹിയും ആഗ്രയും യമുനാതീരത്താണ് സ്ഥിതിചെയ്യുന്നത്. ലോകാത്ഭുതങ്ങളിൽ ഒന്നായ ആഗ്രയിലെ താജ്മഹലും യമുനാതീരത്താണ് നിലകൊള്ളുന്നത്.

അലഹബാദിൽവച്ച് യമുന, ഗംഗയുമായി സന്ധിക്കുന്നു. ഉത്ഭവസ്ഥാനം മുതൽ സംഗമസ്ഥാനംവരെ യമുനയ്ക്ക് 1376 കിലോമീറ്റർ നീളമുണ്ട്.

യമുനയുടെ പ്രയാണത്തിനിടയിൽ വിവിധ സ്ഥലങ്ങളിൽനിന്ന് ഒഴുകിയെത്തുന്ന പോഷകനദികളിൽ ടോൺസ്, ഗൗരി, സാഹിബി, ഹിൻഡോൺ, കരൻ, സംഗർ, റിൻഡ്, ചംബൽ, ബെട്വാ, ധാസൻ, കെയ്നി എന്നിവ ഉൾപ്പെടുന്നു. പല നദികളും വിന്ധ്യാപർവതനിരകളിൽനിന്നാണ് ഒഴുകിയെത്തുന്നത്. ചില നദികളാകട്ടെ, ഹിമാലയത്തിൽനിന്നും. മലയാള കവിതയിലും ചലച്ചിത്രഗാനങ്ങളിലും യമുന, നിറഞ്ഞ സാനിധ്യമാണ്.

യമുന-കാൽപ്പനികതയുടെ നദി മരിക്കുന്നു?

കാൽപ്പനികതയുടെ നദിയായ യമുന മരിക്കുന്നതു കാണുമ്പോഴുള്ള ദുഃഖവും തീവ്രവേദനയും ഉള്ളിലൊതുക്കി, ഡൽഹി ഹൈക്കോടതി 2008 ഡിസംബറിൽ ഇങ്ങനെ പറഞ്ഞു: "പ്രകൃതിസൗന്ദര്യം നശിപ്പിക്കപ്പെടുമ്പോഴുള്ള വേദന അനുഭവിച്ചുകൊണ്ടാണ് ഈവിധി എഴുതുന്നത്" എന്ന്.

വികസനപ്രവർത്തനങ്ങൾ പ്രകൃതിയെ നശിപ്പിക്കരുത്. 2012-ലെ കോമൺവെൽത്ത് ഗെയിംസിനുവേണ്ടി ഡൽഹിയാണ് വേദിയൊരുക്കുന്നത്. ഈ മത്സരങ്ങൾക്ക് അനുബന്ധമായി നടക്കുന്ന ചില നിർമാണപ്രവർത്തനങ്ങൾ യമുനാനദിയുടെ അടിത്തട്ട് ഇളക്കിമറിക്കുന്നുവെന്നാണ് ഹൈക്കോടതിയിൽ ഫയൽചെയ്യപ്പെട്ട ഒരു ഹർജിയിൽ ആരോപിച്ചത്. ഇക്കാര്യം പരിശോധിക്കണമെന്ന് കോടതി അഭിപ്രായപ്പെട്ടു.

ഡൽഹി മഹാനഗരത്തിന് കുടിവെള്ളം കിട്ടുന്നത് യമുനാനദിയിൽനിന്നാണ്. മാത്രമല്ല, വർഷങ്ങളായി കടന്നുപോന്നിട്ടുള്ള നഗരവൽക്കരണവും കൈയേറ്റങ്ങളും യമുനയെ വികലമാക്കിയിരിക്കുന്നു. കുടിവെള്ളത്തിന്റെ സ്രോതസും വറ്റിക്കൊണ്ടിരിക്കുന്നു. നദിയുടെ ഒഴുക്കും നിലച്ചമട്ടാണ്. മലിനീകരണവും യമുനയെ വിഴുങ്ങുന്നു. യമുനയുടെ നിറംതന്നെ മാറിയിട്ടുണ്ട്.

ഈ കേസിൽ ഉൾപ്പെട്ടിട്ടുള്ള പാരിസ്ഥിതിക പ്രശ്നങ്ങൾ സത്യസന്ധമായും നിഷ്പക്ഷമായും ശാസ്ത്രീയമായും വിലയിരുത്താൻ ഒരു ഉന്നതതലകമ്മിറ്റിയെ കോടതി നിയോഗിക്കുകയും ചെയ്തു. അന്തർദേശീയ പരിസ്ഥിതി ശാസ്ത്രജ്ഞനായ ആർ കെ പച്ചൗരി അധ്യക്ഷനായ കമ്മിറ്റി നിർമാണപ്രവർത്തനങ്ങൾ പരിശോധിച്ച് അതുമൂലം പരിസ്ഥിതിക്ക് നാശംസംഭവിക്കുമെന്നു ബോധ്യമായാൽ ആയത് കോടതിയുടെ ശ്രദ്ധയിൽ ഉടനടി കൊണ്ടുവരേണ്ടതാണെന്നും നിർദേശിക്കപ്പെട്ടു.

ചംബൽ

യമുനയുടെ പ്രധാന പോഷകനദിയാണ് ചംബൽ. മധ്യപ്രദേശിൽ ഇൻഡോറിൽ വിന്ധ്യാപർവതനിരകളിൽ, സമുദ്രനിരപ്പിൽനിന്ന് 85 മീറ്റർ ഉയരത്തിൽനിന്നാണ് ചംബൽ ഉത്ഭവിക്കുന്നത്. ആദ്യം വടക്കുദിശയിലേക്ക് 320 കിലോമീറ്റർ ദൂരം ഒഴുകി, മധ്യപ്രദേശിന്റെയും രാജസ്ഥാനിന്റെയും അതിർത്തിയിൽ എത്തുന്നു. പിന്നീട് രാജസ്ഥാനിലേക്ക് പ്രവേശിച്ച് 30 കിലോമീറ്റർ ദൂരം ഒഴുകിയശേഷം വലതുഭാഗത്തേക്കു തിരിഞ്ഞ് വടക്കുകിഴക്കായി ഒഴുകുന്നു. തുടർന്ന് 520 കിലോമീറ്റർ ദൂരം വടക്കുകിഴക്കോട്ട് ഒഴുകി പോഷകനദികളായ കാളിസിന്ധ്, കുറൽ എന്നിവയുമായി സന്ധിച്ചശേഷം, രാജസ്ഥാനിന്റെയും മധ്യപ്രദേശിന്റെയും അതിർത്തിയിലൂടെ ഒഴുകുന്നു. രാമേശ്വർ ഗ്രാമത്തിൽവച്ച് മറ്റൊരു പ്രധാന പോഷകനദിയായ ബനാഡ് ചംബലിൽ വന്നുചേരുന്നു. തുടർന്ന് മധ്യപ്രദേശിന്റെയും ഉത്തർപ്രദേശിന്റെയും അതിർത്തിയിലൂടെ 117 കിലോമീറ്റർ ദൂരം പിന്നിടുന്നു. പിന്നീട് വടക്കുകിഴക്കായി ഒഴുകി, പിൻഹാറ്റ് ഗ്രാമത്തിൽ എത്തുന്നു.

ചംബൽ നദി

തുടർന്ന് വലതുഭാഗത്തേക്ക് തിരിഞ്ഞ് തെക്കു കിഴക്കേ ദിശയിലേക്ക് ഒഴുകി, ഉത്തർപ്രദേശിൽ എത്തുന്നു. 46 കിലോമീറ്റർ ദൂരം ഉത്തർപ്രദേശിലൂടെ ഒഴുകി ചംബൽ യറ്റാവാ ജില്ലയിലെ സഹാനിൽവച്ച് യമുനയുമായി സന്ധിക്കുന്നു. ചംബലിന് 965 കിലോമീറ്റർ ദൈർഘ്യമുണ്ട്. ഒരു കാലത്ത് ചംബലിന്റെ തീരങ്ങളിലുള്ള വനങ്ങളിലും മലയിടുക്കുകളിലും കൊള്ളക്കാരുടെ ഭീകരസംഘങ്ങൾ തമ്പടിച്ചിരുന്നു. ഫൂലൻദേവിയുടെയും മറ്റും ചരിത്രം കുപ്രസിദ്ധമാണല്ലോ.

പല അണക്കെട്ടുകളും തടയണകളും മറ്റും ചംബലിൽ നിർമിക്കപ്പെട്ടിട്ടുണ്ട്. ഇവ ജലസേചനത്തിനും വൈദ്യുതോൽപ്പാദനത്തിനും ഉപകാരപ്രദമാണ്. ഗംഗാസാഗർ, റാണാ പ്രതാപ്സാഗർ, ഇവാഹർ സാഗർ, കോട്ടാ ബാരേജ് എന്നിവ അക്കൂട്ടത്തിൽ പ്രധാനമാണ്.

ഗോമതി

ഉത്തർപ്രദേശിൽ പിലിഭിത്ത് ജില്ലയിൽ പിലിഭിത്ത് പട്ടണത്തിൽ നിന്ന് മൂന്ന് കിലോമീറ്റർ കിഴക്കാണ് ഗോമതിനദിയുടെ ഉത്ഭവസ്ഥാനം. സമുദ്രനിരപ്പിൽനിന്ന് 200 മീറ്റർ ഉയരമുള്ള കുന്നിൻ പ്രദേശത്തുനിന്ന് ഉത്ഭവിച്ച് രാംഗംഗ, ശാരദ എന്നീ നദികളുടെ മധ്യത്തിലൂടെ ഒഴുകിയ ശേഷം തെക്കുകിഴക്കേ ദിശയിലേക്ക് ഒഴുകി, ഷാജഹാൻപൂർ, ഖിരി എന്നീ ജില്ലകൾ കടന്ന് ലഖ്നൗ നഗരത്തിലെത്തുന്നു. പിന്നീട് സുൽത്താൻപൂർ, ഫൈയ്സാബാദ്, ജൂൻപൂർ എന്നീ പ്രദേശങ്ങൾ പിന്നിട്ട് വാരാണസി, ഖാസിപ്പൂർ ജില്ലകളുടെ അതിർത്തിയിലൂടെ ഒഴുകി ഗംഗയിൽ പതിക്കുന്നു. ഗോമതി നദിക്ക് 940 കിലോമീറ്റർ നീളമുണ്ട്.

ഘാഗ്ര

നേപ്പാളിൽ, സമുദ്രനിരപ്പിൽനിന്ന് 4800 മീറ്റർ ഉയരത്തിൽ മാനസ സരോവർ തടാകത്തിൽനിന്ന് ഉത്ഭവിക്കുന്ന നദിയാണ് ഘാഗ്ര. മഞ്ചു, കർണാലി എന്നീ പേരുകളിലും പ്രസിദ്ധമാണ് ഈ നദി. ആരംഭത്തിൽ തെക്കുകിഴക്കേ ദിശയിൽ 72 കിലോമീറ്റർ ദൂരം ഒഴുകി നേപ്പാളിൽ പ്രവേശിക്കുന്ന നദി, ചില പോഷകനദികളുമായി സന്ധിച്ച്, വടക്കുദിശയിലേക്ക് ഒഴുകിയശേഷം വീണ്ടും തെക്കുകിഴക്കായി ഒഴുകി ഷിവാലിക് മലനിരകളിലൂടെ കടന്ന് നേപ്പാളിലെ സമതലപ്രദേശത്തേക്കു കടക്കുന്നു. പല കൈവഴികളായി പിരിയുന്ന നദി പിന്നീട് ഉത്തർപ്രദേശിലെ ഭരത്പൂരിനു സമീപംവച്ച് യോജിച്ച് വീണ്ടും ഒഴുകി അയോധ്യയിൽ എത്തുന്നു. തുടർന്ന് 20 കിലോമീറ്റർ ദൂരം ഒഴുകി ഫെയ്സാബാദ്, ബാലിയ ജില്ലകളുടെ അതിർത്തിയിലൂടെ ഒഴുകുന്നു. വീണ്ടും ഉത്തർപ്രദേശ്, ബീഹാർ എന്നീ സംസ്ഥാനങ്ങളുടെ അതിർത്തിയിലൂടെ ഒഴുകി, ബീഹാറിലെ ചാപ്റയിൽവച്ച് ഗംഗയിൽ പതിക്കുന്നു. ഘാഗ്രനദിക്ക് 1080 കിലോമീറ്റർ ദൈർഘ്യമുണ്ട്. സരയു, ബഹാരി സരയു, ശാരദ, ഗണ്ഡക്, ടോൺസ് എന്നിവയാണ് പ്രധാന പോഷകനദികൾ.

രാംഗംഗ

ഗംഗാനദിയുടെ ഒരു പ്രധാന പോഷകനദിയാണ് രാംഗംഗ. ഉത്തർപ്രദേശിൽ ഗാർഹ്‌വാളിൽ സമുദ്രനിരപ്പിൽനിന്ന് 3110 മീറ്റർ ഉയരത്തിൽ നിന്നാണ് രാംഗംഗയുടെ ഉത്ഭവം. പ്രാരംഭത്തിൽ തെക്കുകിഴക്കേ ദിശയി

രാംഗംഗ

ലേക്ക് 32 കിലോമീറ്റർ ദൂരം ഒഴുകിയശേഷം, തിരിഞ്ഞ് തെക്കുകിഴക്കേ ദിശയിൽ 42 കിലോമീറ്റർ ദൂരം ഒഴുകി അൽമോറയിൽ എത്തുന്നു. മലഞ്ചെരുവുകളിലൂടെ ഒഴുകുമ്പോൾ പല ജലപാതങ്ങളും സൃഷ്ടിച്ചു കൊണ്ടാണ് ഗാർഹ്‌വാൾ അതിർത്തികടന്ന് സമതലത്തിൽ പ്രവേശിക്കു

ന്നത്. പിന്നീട് തെക്കു കിഴക്കേദിശയിൽ ഒഴുകി കോർബെറ്റ് പാർക്ക് പിന്നിട്ട്, ഫത്തേഗാർഹ് ജില്ലയിൽ പ്രവേശിച്ച് ഗംഗയുമായി സന്ധിക്കുന്നു. മുഴുവൻ ദൂരവും രാംഗംഗ ഉത്തർപ്രദേശിൽക്കൂടി മാത്രമാണ് ഒഴുകുന്നത്. നദിക്ക് 596 കിലോമീറ്റർ നീളമുണ്ട്.

സോൺ

പ്രസിദ്ധമായ സോൺനദി, സോണഭദ്രം എന്നപേരിലും അറിയപ്പെടുന്നുണ്ട്. മധ്യപ്രദേശിലെ അമർകണ്ടക് മലകളിൽ, സമുദ്രനിരപ്പിൽനിന്ന് 600 മീറ്റർ ഉയരത്തിൽനിന്നാണ് സോൺനദിയുടെ ഉത്ഭവം. ഗംഗയുടെ ഒരു പ്രധാന പോഷകനദിയും വടക്കേ ഇന്ത്യയിലെ വലിയ നദികളിൽ ഒന്നുമാണ് നർമദ. നർമദയും അമർകണ്ടക് മലകളിൽനിന്നാണ് ഉത്ഭവിക്കുന്നതെങ്കിലും സോണിന്റെ എതിർദിശയിലേക്ക് ഒഴുകി, അറബിക്കടലിലാണ് പതിക്കുന്നത്. പല തീർഥാടനകേന്ദ്രങ്ങളുടെയും സ്ഥാനം സോണിന്റെ തീരപ്രദേശങ്ങളാകയാൽ സോണിനെ ഒരു പവിത്രനദിയായിട്ടാണ് പരിഗണിക്കാറുള്ളത്.

ആരംഭത്തിൽ വടക്കോട്ട് ഒഴുകുന്ന സോൺ പിന്നീട് വടക്കുകിഴക്കോട്ടും തുടർന്ന് കിഴക്കോട്ടും ഒഴുകുന്നു. അവസാനം പാറ്റ്നയ്ക്കു സമീപം ദാനാപൂരിൽവച്ച് സോൺ ഗംഗയിൽ പതിക്കുന്നു. സോണിന് 487 കിലോമീറ്റർ നീളമുണ്ട്.

ദാമോദർ

'ബംഗാളിന്റെ ദുഃഖം' എന്നുവിശേഷിപ്പിക്കപ്പെടുന്ന നദിയാണ് ദാമോദർ. അടിക്കടിയുണ്ടാകുന്ന വെള്ളപ്പൊക്കം സമീപപ്രദേശങ്ങളെ പ്രളയജലത്തിൽ ആഴ്ത്തുന്നതുമൂലം ദാമോദറിന്റെ കരയിൽ താമസിക്കുന്ന ജനങ്ങൾക്കും വസ്തുവകകൾക്കും കനത്തനാശനഷ്ടം ഉണ്ടാവുക പതിവായിരുന്നു. ഇതാണ് 'ബംഗാളിന്റെ ദുഃഖം' എന്ന് ദാമോദറിനെ വിളിക്കാൻ ഇടയായത്.

ബീഹാറിൽ ഡാൾട്ടൺ ഗഞ്ചിലെ തെക്കുകിഴക്കൻ മലകളിൽ, സമുദ്രനിരപ്പിൽനിന്ന് 450 മീറ്റർ ഉയരത്തിൽനിന്നാണ് ദാമോദറിന്റെ ഉത്ഭവം. ചെറിയ മലയൊഴുക്കുകളായി ആരംഭിച്ച് 42 കിലോമീറ്റർ ദൂരം ഒഴുകി ഹസാരി ബാഗിനു സമീപംവച്ച് ദാമോദർനദി കിഴക്കോട്ട് 150 കിലോമീറ്റർ ദൂരം ഒഴുകുന്നു. വടക്കുപടിഞ്ഞാറുനിന്ന് ഒഴുകിയെത്തുന്ന പോഷകനദികളായ കുനൂരും ജമുനിയും കൂടിച്ചേർന്ന് അസൻസോൾ-ബാങ്കുറ അതിർത്തിയിലൂടെ തെക്കുകിഴക്കോട്ട് ഒഴുകി, പശ്ചിമബംഗാളിൽ എത്തുന്നു. ബർദ്വാൻ പട്ടണത്തിൽക്കൂടി കടന്ന് തെക്കേദിശയിലേക്ക് ഒഴുകി, കൊൽക്കത്തയ്ക്ക് 56 കിലോമീറ്റർ തെക്കുപടിഞ്ഞാറ് ഭാഗത്തായി ഹൂഗ്ലിനദിയിൽ ചേരുന്നു. തുടർന്ന് ബംഗാൾ ഉൾക്കടലിൽ പതിക്കുന്നു.

ബംഗാളിലെ അനിയന്ത്രിതമായ വെള്ളപ്പൊക്കം തടയുന്നതിന് ദാമോദർവാലീ കോർപ്പറേഷൻ വിവിധോദ്ദേശ്യപദ്ധതികൾ ആവിഷ്കരി

ച്ചിട്ടുണ്ട്. ദാമോദറിന് 541 കിലോമീറ്ററാണ് നീളം. ഒരു പുണ്യനദിയായി കണക്കാക്കുന്ന ദാമോദറിൽ ചിതാഭസ്മം നിമജ്ജനം ചെയ്താൽ പരേതാത്മാവിന് നിത്യശാന്തി ലഭിക്കുമെന്നാണ് ജനവിശ്വാസം.

രൂപ്നരയൻ

ബീഹാറിലെ തിലബി മലകളിൽനിന്ന് ഉത്ഭവിച്ച് ബർദ്വാൻ ജില്ലയിലൂടെ ഒഴുകി പശ്ചിമബംഗാളിൽ പ്രവേശിക്കുന്നു. പിന്നീട് മിഡ്നാപ്പൂർ ജില്ലയിൽവച്ച് പോഷകനദിയായ ശാലൈനദി ഒഴുകിയെത്തുന്നു. തുടർന്ന് 80 കിലോമീറ്റർകൂടി ഒഴുകി മിഡ്നാപ്പൂർ അതിർത്തി കടന്ന് ദാമോദർ നദിയുമായി സന്ധിച്ച് നൂർപൂരിനുസമീപം ഹൂഗ്ലിനദിയിൽ പതിക്കുന്നു. രൂപ്നരയൻ നദിക്ക് 254 കിലോമീറ്റർ നീളമുണ്ട്.

കോസി

'ബീഹാറിന്റെ ദുഃഖം' എന്നു വിശേഷിപ്പിക്കപ്പെടുന്ന നദിയാണ് കോസി. എല്ലാവർഷവും കരകവിഞ്ഞൊഴുകി ഒട്ടേറെ നാശനഷ്ടങ്ങൾ ജനങ്ങൾക്കു സമ്മാനിക്കുന്ന നദിയാണ് കോസി. വെള്ളപ്പൊക്കത്തിൽനിന്ന് ജനങ്ങളെ രക്ഷിക്കാൻവേണ്ടി ആരംഭിച്ച പദ്ധതിയാണ് കോസി പ്രോജക്ട്. ഹിമാലയത്തിലെ എവറസ്റ്റിലും സമീപപ്രദേശങ്ങളിലും നിന്ന് ഒഴുകിവരുന്ന ഏഴ് അരുവികൾ സമ്മേളിച്ചാണ് കോസി നദിയുടെ ഉത്ഭവം. നേപ്പാളിൽ ഈ നദി 'സപ്തകോസി' എന്നാണ് അറിയപ്പെടുന്നത്. ഈ

കോസിനദിയിലെ വെള്ളപ്പൊക്കം (ആഗസ്റ്റ് 18, 2008)

അരുവികളെ സുത്കോസി, താംബുകോസി, തൽക്കുകോസി, ദൂധ്കോസി, ഭോട്യകോസി, അരുൺകോസി, താംബർകോസി എന്നീപേരുകളിൽ വിളിക്കപ്പെടുന്നു. മഴക്കാലത്തും, ചൂടുകാലത്ത് മഞ്ഞ് ഉരുകിയും സമൃദ്ധ മായി ജലമൊഴുകുന്ന നദിയാണ് കോസി.

നേപ്പാളിൽ സപ്തകോസി മേഖലയിൽനിന്ന് തെക്കുപടിഞ്ഞാറോട്ട് ഒഴുകി ബീഹാറിലേക്ക് കടക്കുന്നു. ഏഴ് കൈവഴികൾ മൂന്നായി ചുരുങ്ങി താൻബർ, അരുൺ, സൺ എന്നീ പേരുകളിൽ ഒഴുകുന്നു. ബീഹാറിൽ വച്ച് പ്രധാനനദിയായ കോസി സമതലത്തിലേക്കു കടക്കുന്നു. ഇടയ്ക്കിടെ ഗതിമാറി ഒഴുകുന്നതിനാൽ കോസി പലപ്പോഴും പല ഗ്രാമങ്ങളെയും മാറ്റിമറിച്ചിട്ടുണ്ട്. കോസിയുടെ പ്രയാണം നിയന്ത്രിക്കാനും വെള്ളപ്പൊക്കം ഒരുപരിധിവരെ നിയന്ത്രിക്കാനുമാണ് 1954-ൽ കോസി പ്രോജക്ട് ആരംഭിച്ചത്. ഇതനുസരിച്ച് ഇരുതീരങ്ങളിലും സംരക്ഷണച്ചിറകളും നദിയിൽ ജലസംഭരണിയും നിർമിക്കപ്പെട്ടിട്ടുണ്ട്. ഹനുമാൻ നഗറിലാണ് നദിക്കു കുറുകെ ഒരു വലിയ ബാരേജ് നിർമിച്ചിട്ടുള്ളത്. സമതലപ്രദേശത്ത് കോസിക്ക് ഒന്നരകിലോമീറ്ററോളം വീതിയുണ്ട്. വശങ്ങളിലെ കനാലുകൾ വഴി വെള്ളം കൃഷിക്ക് എത്തിച്ചുകൊണ്ടിരിക്കുന്നു. 320 കിലോമീറ്റർ ദൂരം ഒഴുകി കുർസെല എന്ന സ്ഥലത്തിനു സമീപംവച്ച് കോസി ഗംഗാനദിയിൽ പതിക്കുന്നു.

ഗണ്ഡക്

നേപ്പാൾ, ടിബറ്റ് അതിർത്തിയിൽ, സമുദ്രനിരപ്പിൽനിന്ന് 76000 മീറ്റർ ഉയരത്തിൽ ധവളഗിരിയുടെ വടക്കുകിഴക്കുഭാഗത്തുനിന്ന് ഉത്ഭവിക്കുന്ന നദിയാണ് ഗണ്ഡക്. നേപ്പാളിൽ കാളിനദി എന്നപേരിലാണ് ഗണ്ഡക് അറിയപ്പെടുന്നത്. മായൻഗദി, ബാരി, ത്രിശൂൽ എന്നീ പോഷകനദികൾ നേപ്പാളിലെ 100 കിലോമീറ്റർ പ്രയാണത്തിനുള്ളിൽ ഗണ്ഡകിൽ ഒഴുകിയെത്തുന്നു. തെക്കുകിഴക്കായി ഒഴുകി വടക്കൻ ബീഹാറിൽ എത്തുന്ന ഈ നദിയിൽ ആണ്ടുമുഴുവനും സമൃദ്ധമായി ജലം ലഭിക്കുന്നു. പിന്നീട് അവ യോജിച്ച് മൂന്നു കൈവഴികളായി ബൂരിഗണ്ഡക് എന്നപേരിൽ പ്രധാന കൈവഴിയും ഗണേശ് ഹിമാലയ, ത്രിശൂൽ എന്നീ പേരുകളിൽ മറ്റു കൈവഴികളിലൂടെയും ഈ നദി ഒഴുകുന്നു. ബീഹാറിൽ ത്രിവേണി എന്നസ്ഥലത്ത് സമതലത്തിലേക്ക് പ്രവേശിക്കുന്ന ഗണ്ഡക്നദി 300 കിലോമീറ്റർ ദൂരം വീണ്ടും ഒഴുകി പട്നയ്ക്ക് സമീപംവച്ച് ഗംഗാനദിയുടെ ഇടതുതീരത്തു വന്നുചേരുന്നു.

മഹാനന്ദ

പശ്ചിമബംഗാളിൽ ഡാർജിലിങ്ങിലെ മലനിരകളിൽ, സമുദ്രനിരപ്പിൽ നിന്ന് 2100 മീറ്റർ ഉയരത്തിൽനിന്നാണ് മഹാനന്ദ ഉത്ഭവിക്കുന്നത്. തുടക്കത്തിൽ 20 കിലോമീറ്റർ ദൂരം ഡാർജിലിങ്ങിൽ മലനിരകളിലൂടെ ഒഴുകി,

തെക്കുപടിഞ്ഞാറ് തിരിഞ്ഞ് ഇന്ത്യയുടെയും ബംഗ്ലാദേശിന്റെയും അതിർത്തിയിലൂടെ ഒഴുകുന്നു. തുടർന്ന് വന്നുചേരുന്ന ചില പോഷകനദികളുമായി യോജിച്ച്, രത്‌വാ, കൻകെയ് എന്നീ പോഷകനദികളുമായി യോജിച്ച് രണ്ടുശാഖകളായി പിരിഞ്ഞ് തെക്കോട്ട് 20 കിലോമീറ്റർ ദൂരം ഒഴുകുന്നു. ഇടതുഭാഗത്തെ ശാഖ തെക്കുകിഴക്കേ ദിശയിലേക്ക് 44 കിലോമീറ്റർ ദൂരം ഒഴുകുന്നു. തുടർന്ന് ഒരുശാഖ പശ്ചിമബംഗാളിൽ പ്രവേശിക്കുന്നു. 60 കിലോമീറ്റർ ദൂരം പശ്ചിമബംഗാളിൽക്കൂടി ഒഴുകി, ചില പോഷകനദികളുമായിചേർന്ന് ഇന്ത്യാ ബ്രഹ്മപുത്ര അതിർത്തിയിലൂടെ ഒഴുകി ഗോദഗിരിയിൽവച്ച് ഗംഗ (പത്മ) യിൽ പതിക്കുന്നു. വലതുശാഖ തെക്കോട്ട് ഒഴുകി ബീഹാറിന്റെയും പശ്ചിമബംഗാളിന്റെയും അതിർത്തിയിലൂടെ ഫറാക്കയ്ക്കു സമീപംവച്ച് പശ്ചിമബംഗാളിലെ ഭാഗീരഥി (ഗംഗ) നദിയിൽ പതിക്കുന്നു.

കമല

മഹാഭാരത പർവതനിരകളിൽ സമുദ്രനിരപ്പിൽനിന്ന് 1200 മീറ്റർ ഉയരത്തിൽനിന്ന് ഉത്ഭവിക്കുന്ന കമലാനദി നേപ്പാളിൽ കുറെ ഏറെ ദൂരം ഒഴുകിയതിനുശേഷം ബീഹാറിലെ ദർഭംഗ ജില്ലയിൽ ജയ്നഗറിൽ പ്രവേശിക്കുന്നു. ബാലൻ എന്ന പോഷകനദിയുമായി സന്ധിച്ച് കമലാ-ബാലൻ എന്നപേരിൽ തെക്കുകിഴക്കേദിശയിലേക്ക് ഒഴുകി കോസിനദിയിൽ പതിക്കുന്നു.

ബാഗ്മതി

നേപ്പാളിൽ ഹിമാലയത്തിലെ മഹാഭാരത മലനിരകളിൽ, സമുദ്രനിരപ്പിൽനിന്ന് 1500 മീറ്റർ ഉയരത്തിൽനിന്ന് ഉത്ഭവിച്ച് ഇന്ത്യയിലേക്ക് ഒഴുകിയെത്തുന്ന ബാഗ്മതി, ബീഹാറിലെ മുസഫർപൂർ ജില്ലയിൽക്കൂടി ഒഴുകി കോസിനദിയിൽ ചേരുന്നു. നേപ്പാളിലെ പ്രസിദ്ധമായ പശുപതിനാഥ ക്ഷേത്രം ഈ നദീതീരത്താണ് സ്ഥിതിചെയ്യുന്നത്. ഏഴു പോഷകനദികളുമായി ബാഗ്മതി സന്ധിക്കുന്ന സ്ഥലങ്ങളിൽ പ്രസിദ്ധ തീർഥസ്ഥാനങ്ങളായി കരുതിവരുന്നു. ഇടയ്ക്കിടയ്ക്ക് വെള്ളപ്പൊക്കം ഉണ്ടാക്കുന്ന ഈ നദി, ജനങ്ങൾക്ക് ഒരു പേടിസ്വപ്നം കൂടിയാണ്. നദിയുടെയും പോഷകനദികളുടെയും തീരങ്ങളിൽ വെള്ളപ്പൊക്കനിയന്ത്രണത്തിനായി പല സ്ഥലങ്ങളിലും ബണ്ടുകൾ നിർമിക്കപ്പെട്ടിട്ടുണ്ട്.

കിയുൽ

ഛോട്ടാനാഗ്പൂർ പീഠഭൂമിയിൽ, സമുദ്രനിരപ്പിൽനിന്ന് 605 മീറ്റർ ഉയരത്തിൽനിന്ന് ഉത്ഭവിച്ച് കിഴക്കോട്ട് ഒഴുകി, കിയുൽ നദി ഗിരീഷ് വാരി മലകൾക്കുസമീപംവച്ച് വടക്കുദിശയിലേക്ക് തിരിഞ്ഞ് ലുക്ഹിഡാരൈയ്ക്കു സമീപംവച്ച് വടക്കുകിഴക്കോട്ട് ഒഴുകി സുർജഹാറിനു സമീപം ഗംഗ

യിൽ പതിക്കുന്നു. ചെറിയ കുറെ പോഷകനദികൾ കിയുൽനദിയിൽ ഒഴുകിയെത്തുന്നുണ്ട്. പ്രധാനപോഷകനദി ഹൊറാഹാറാണ്. കിയുൽ നദിക്ക് 111 കിലോമീറ്റർ നീളമുണ്ട്.

ബീഹാറിന്റെ തെക്കൻ പ്രദേശത്തെ പീഠഭൂമിയാണ് ഛോട്ടാനാഗ്പൂർ. ഇവിടെനിന്ന് ഉത്ഭവിക്കുന്ന പല നദികളും ഗംഗയിലാണ് ഒഴുകിയെത്തുന്നത്. കിയുൽ കൂടാതെ പുൻപുൻ, മോഹർ, ഫൽഗു, സത്രി എന്നിവയും ഗംഗയിൽ തന്നെയാണ് ഒഴുകിയെത്തുന്നത്.

പുൻപുൻ

മധ്യപ്രദേശിലെ പീഠഭൂമിയിൽനിന്ന് ഉത്ഭവിച്ച് വടക്കുകിഴക്കേദിശയിലേക്ക് ഒഴുകി, പാറ്റ്നയ്ക്ക് കിഴക്കുവശംവച്ച് ഗംഗാനദിയിൽ പതിക്കുന്ന പുൻപുൻ നദിക്ക് 200 കിലോമീറ്റർ നീളമുണ്ട്. നദിക്ക് കൂടുതൽ ആഴമുള്ളതിനാൽ വേനൽക്കാലത്തും വെള്ളം ഗണ്യമായി കുറയാറില്ല. അണകൾ പലഭാഗത്തും നിർമിച്ച് വെള്ളം ജലസേചനത്തിന് ലഭ്യമാക്കുന്നുണ്ട്. പ്രധാന പോഷകനദികൾ മോർഹർ, ഡാർഗാ എന്നിവയാണ്.

ദ്വാരിക

ബീർഭം മലകളിൽ, സമുദ്രനിരപ്പിൽനിന്ന് 150 മീറ്റർ ഉയരത്തിൽനിന്ന് ഉത്ഭവിച്ച് പശ്ചിമബംഗാളിലെ മുർഷിദാബാദ് ജില്ലയിൽവച്ച് ഭാഗീരഥി നദിയുമായി സന്ധിക്കുന്നു. പ്രധാന പോഷകനദി മയൂരാക്ഷിയാണ്. ഈ നദിയിൽ ജലസേചനാവശ്യങ്ങൾക്കായി 640 മീറ്റർ നീളമുള്ള ഒരു വൻ അണക്കെട്ട് നിർമിച്ചിട്ടുണ്ട്. ദ്വാരികാനദിക്ക് 134 കിലോമീറ്ററാണ് ദൈർഘ്യം.

ബുർഹിഗണ്ഡക്

വടക്കൻ ബീഹാറിൽ സോമേശ്വർ മലനിരകളിൽനിന്ന് ഉത്ഭവിക്കുന്ന നദിയാണ് ബുർഹിഗണ്ഡക്. ചമ്പാരൺ ജില്ലയിലൂടെ ഒഴുകി, തെക്കുകിഴക്കേ ദിശയിലേക്ക് തിരിഞ്ഞ്, ഗണ്ഡക് നദിക്കു സമാന്തരമായി ഒഴുകിയശേഷം മുസഫർപൂർ, ദർഭംഗ, സഹാർസ ജില്ലകളുടെ അതിർത്തിയിലൂടെ ഒഴുകി ഗംഗയിൽ പതിക്കുന്നു. ബാഗ്മതിയാണ് ഒരു പ്രധാന പോഷകനദി. മുസാഫർപൂർ, മോത്തിഹാരി എന്നീ പട്ടണങ്ങൾ ഈ നദീതീരത്താണ് സ്ഥിതിചെയ്യുന്നത്. ബുർഹി ഗണ്ഡക് നദിക്ക് 320 കിലോമീറ്റർ നീളമുണ്ട്.

അജോയ്

ഹസാരിബാഗ് പീഠഭൂമിയിലെ സംഥാൾ പർഗാനാ മലനിരകളിൽനിന്ന് ഉത്ഭവിച്ച് തെക്കുകിഴക്കേ ദിശയിലേക്ക് ഒഴുകി, സംഥാൾ പർഗാനാ ജില്ലയിലൂടെ ഒഴുകി കാട്‌വയ്ക്ക് സമീപംവച്ച് ഭാഗീരഥിനദിയിൽ ചേരുന്ന അജോയ്നദിക്ക് 276 കിലോമീറ്റർ നീളമുണ്ട്.

കർമനാശ

ഉത്തർപ്രദേശിൽ മിർസാപൂർ ജില്ലയിൽ കെയ്പൂർ മലനിരകളിൽ, സമുദ്രനിരപ്പിൽനിന്ന് 350 മീറ്റർ ഉയരത്തിൽ നിന്നാണ് കർമനാശ നദി ഉത്ഭവിക്കുന്നത്. ആരംഭത്തിൽ വടക്കുപടിഞ്ഞാറോട്ട് ലളിത് പൂർഗ്രാമം വരെയും തുടർന്ന് വിന്ധ്യാപർവതനിരകളിലൂടെ വടക്കുകിഴക്കോട്ടും ഒഴുകി, ബീഹാറിന്റെയും ഉത്തർപ്രദേശിന്റെയും അതിർത്തിയിലൂടെ ചൗഡാ എന്ന പ്രദേശത്തുവച്ച് ഗംഗയിൽ പതിക്കുന്നു.

നദിക്കരയിൽ പല സ്നാനഘട്ടങ്ങളും ക്ഷേത്രങ്ങളും കാണാം. ദുർഗവതി, ചന്ദ്രപ്രഭ, ഖജ്ജൂരി, കരുനുതി എന്നീ ചെറിയ പോഷകനദികൾ കർമനാശയിൽ വന്നുചേരുന്നുണ്ട്.

തമസാനദി

വാതത്മീകി മഹർഷിയുടെ ആശ്രമം, ഈ നദീതീരത്തായിരുന്നു എന്ന് വിശ്വസിക്കപ്പെടുന്നു. മധ്യപ്രദേശിലെ കെയ്മൂർ മലകളിൽ, സമുദ്രനിരപ്പിൽനിന്ന് 610 മീറ്റർ ഉയരത്തിൽനിന്നാണ് തമസാ ഉത്ഭവിക്കുന്നത്. ആദ്യം വടക്കുകിഴക്കോട്ട് ഒഴുകി, പീഠഭൂമിയിലൂടെ അതിർത്തിയിലെത്തുമ്പോൾ, ടോൺസ്, ബീഹാർ, പാരചയ് എന്നീ പോഷകനദികൾ തമസായിൽ ചേരുന്നു. പോഷകനദികളിൽ പല ജലപാതങ്ങൾ ഉണ്ട്. ബീഹാർ നദിയിലെ ജലപാതമാണ് ഏറ്റവും വലുത്. ഉത്തർപ്രദേശിൽ കടന്ന് വടക്കുകിഴക്കോട്ട് ഒഴുകി, അലഹബാദിനു 30 കിലോമീറ്റർ കിഴക്കുവച്ച് ടോൺസ് നദി ഗംഗയിൽ ചേരുന്നു. നദിക്ക് 264 കിലോമീറ്ററാണ് നീളം.

ഇൽദി

രൂപ്നരയൻനദി ഹൂഗ്ലി നദിയിൽ സന്ധിക്കുന്ന സ്ഥലത്തിനു താഴെയായി ഹൂഗ്ലിയിൽ വന്നുചേരുന്ന മറ്റൊരു നദിയാണ് ഇൽദി. ഇതിന്റെ പ്രധാന പോഷകനദിയാണ് ബീഹാറിൽനിന്ന് ഒഴുകിയെത്തുന്ന കാസയ്. പശ്ചിമബംഗാളിലെ ബാൻകുര, മിഡ്നാപൂർ എന്നീ ജില്ലകളിൽക്കൂടി കടന്നാണ് കാസയ് ഇൽദിയിൽ വന്നുചേരുന്നത്. കാസയ് നദിയിൽ ഒരു അണകെട്ട് നിർമിച്ചിട്ടുണ്ട്.

സിപ്ര

ഇൻഡോറിനു തെക്കുകിഴക്ക് കോക്രിബാർദി മലനിരകളിൽനിന്ന് ഉത്ഭവിച്ച് വടക്കുപടിഞ്ഞാറോട്ട് ഒഴുകി, മൗ പട്ടണത്തിനും മെഹിദ്പൂരിനുമിടയിൽ പലപ്രാവശ്യം കുറുകെകടന്ന് ചമ്പൽനദിയിൽ വന്നുചേരുന്ന സിപ്ര, അവന്തിനദിയെന്നപേരിലും അറിയപ്പെടുന്നുണ്ട്. 192 കിലോമീറ്റർ നീളമുള്ള സിപ്ര, പുരാണപ്രസിദ്ധമായ നദികൂടിയാണ്. മഹാകവി കാളിദാസനും മറ്റും ജീവിച്ചിരുന്ന ഉജ്ജയിനി ഈ നദീതീരത്തായിരുന്ന കരുതിപ്പോരുന്നു. ചമ്പലിന്റെ ഒരു പോഷകനദിയാണ് സിപ്ര.

ബെത്വ

മധ്യപ്രദേശിൽ വിന്ധ്യാപർവതനിരകളുടെ വടക്കേ ചരിവിൽനിന്ന് ഉത്ഭവിച്ച് വടക്കുകിഴക്കോട്ടൊഴുകി വിദിശയിൽ എത്തി, മധ്യപ്രദേശ്-ഉത്തർപ്രദേശ് അതിർത്തിയിലൂടെ കുറെദൂരം ഒഴുകി. വടക്കു കിഴക്കേ ദിശയിലേക്കു തിരിഞ്ഞ് ഉത്തർപ്രദേശിൽ ഹമീർപൂരിനു സമീപംവച്ച് യമുനയിൽ ചേരുന്നനദിയാണ് ബെത്വ. 590 കിലോമീറ്ററാണ് ബെത്വ യുടെ നീളം. *മഹാഭാരതം, മേഘദൂത്* എന്നിവയിൽ പരാമർശിക്കപ്പെട്ടിട്ടുള്ള ഈ നദി, സംസ്കൃതത്തിൽ വേത്രവതി എന്നാണ് അറിയപ്പെടുന്നത്. പാണ്ഡവന്മാർ വിദിശരാജാവുമായി യുദ്ധംചെയ്തത് ഈ നദീതീരത്തായിരുന്നു. യമുനയുടെ ഒരു പ്രധാന പോഷകനദിയാണിത്.

കെൻ

മധ്യപ്രദേശിലെ കെയ്മൂർ മലനിരകളിൽനിന്ന് ഉത്ഭവിച്ച് ദാമോഹ, പന്ന എന്നീ ജില്ലകളിലൂടെ വടക്കുകിഴക്കായി ഒഴുകി, ഉത്തർപ്രദേശിലെ ബാന്ദ ജില്ലയിൽ പ്രവേശിച്ച് പെയ്‌ലാനി എന്ന സ്ഥലത്തിനുസമീപംവച്ച് യമുനയിൽ ചേരുന്ന നദിയാണ് കെൻ. 360 കിലോമീറ്റർ നീളമുള്ള കെൻ, പ്രകൃതിസൗന്ദര്യമുള്ള പ്രദേശങ്ങളിലൂടെയാണ് കടന്നുപോകുന്നത്.

8

ബംഗാൾ ഉൾക്കടലിൽ പതിക്കുന്ന നദികൾ

മഹാനദി

ഒറീസയിലെ ഏറ്റവും വലിയ നദിയാണ് മഹാനദി. 'ഒറീസയുടെ ദുഃഖം' എന്നറിയപ്പെടുന്ന മഹാനദി വർഷകാലങ്ങളിൽ ധാരാളം മനുഷ്യ ജീവനും വസ്തുവകകളും നശിപ്പിക്കുക പതിവായിരുന്നു. അതാണ് ഒറീസയുടെ ദുഃഖം എന്ന് മഹാനദിയെ വിശേഷിപ്പിക്കാൻ ഇടയായത്.

ഛത്തീസ്ഗഢിലെ റായ്പൂർ ജില്ലയിൽ മൈക്കലാ മലനിരകളിൽ നിന്ന് ഉത്ഭവിക്കുന്ന മഹാനദി, ഛത്തീസ്ഗഢ്, ഒറീസ എന്നീ സംസ്ഥാന ങ്ങളിലൂടെ ഒഴുകി ബംഗാൾ ഉൾക്കടലിൽ പതിക്കുന്നു. 851 കിലോമീറ്റർ നീളമുള്ള ഈ നദിയുടെ 357 കി മീ ദൂരം ഛത്തീസ്ഗഢിലും ബാക്കി 494 കി മീ ഒറീസയിലുമാണ് സ്ഥിതിചെയ്യുന്നത്. ഇന്ത്യയിലെ ഏറ്റവും നീളംകൂടിയ അണക്കെട്ടായ 'ഹിരാക്കുഡ്' മഹാനദിയിയുടെ തീരത്തുള്ള സമ്പൽപ്പൂരിനു സമീപം സ്ഥിതിചെയ്യുന്നു.

ഉത്ഭവസ്ഥാനത്തുനിന്ന് ഏകദേശം 200 കി മീ ദൂരം പടിഞ്ഞാറോട്ടും വടക്കുപടിഞ്ഞാറോട്ടുമാണ് മഹാനദി ഒഴുകുന്നത്. ഉത്ഭവസ്ഥാനത്ത് അനേകം ചെറിയ അരുവികൾ ഒന്നിച്ചുചേർന്നാണ് നദി രൂപമെടുക്കുന്നത്. ഛത്തീസ്ഗഢിൽ സമതലപ്രദേശത്തിന്റെ മധ്യഭാഗത്തുവച്ച് പ്രധാന പോഷകനദിയായ സിയോനാഥ് മഹാനദിയിൽ വന്നു പതിക്കുന്നു. തുടർന്ന് കിഴക്കോട്ട് 157 കി മീ ദൂരം ഒഴുകി ഒറീസയിൽ പ്രവേശിക്കുന്നു. അവിടെ വച്ച് ഈവ് നദി വന്നുചേരുന്നു. സാമ്പൽപ്പൂരിനു സമീപമുള്ള ഹിരാക്കുഡ് അണക്കെട്ടിനു സമീപത്തുവച്ച് തെക്കോട്ട് തിരിഞ്ഞ് സോനാപൂരിൽ എത്തുമ്പോൾ മറ്റൊരു പോഷകനദിയായ ഓങ് വന്നുചേരുന്നു. തുടർന്ന് തെക്കുകിഴക്കോട്ട് ഒഴുകുന്ന മഹാനദിയിൽ തെൽ നദി വന്നുപതിക്കുന്നു. പിന്നീട് പൂർവപർവതനിരയിലെ നിബിഡവനങ്ങൾ ചുറ്റി കിഴക്കോട്ട്

ഒഴുകുന്നതോടെ നദിയുടെ വീതി വളരെ കുറയുന്നുണ്ട്. സത്കോസ്യ മലയിടുക്കുകളിലൂടെ ഏതാണ്ട് 23 കി മീ ദൂരം വീണ്ടും ഒഴുകിയശേഷം നദി കട്ടക്കിനു പടിഞ്ഞാറായി നാരജ് എന്ന സ്ഥലത്ത് എത്തി ഒരു നദീ തടം രൂപപ്പെടുത്തിയതിനുശേഷം പല കൈവഴികളായി പിരിഞ്ഞ് ബംഗാൾ ഉൾക്കടലിൽ പതിക്കുന്നു. കട്ജൂരി, ബിരൂപ എന്നിവയാണ് പ്രധാന കൈവഴികൾ. മഹാനദിയിലൂടെ ജലഗതാഗതം സാധ്യമാണ്. പതനസ്ഥലം മുതൽ സംബർപ്പൂർ വരെയുള്ള 416 കിലോമീറ്റർ ദൂരവും ഗതാഗതത്തിന് അനുയോജ്യമാണ്.

സ്വകാര്യവൽക്കരിക്കപ്പെട്ട ആദ്യനദി

ഇന്ത്യയിൽ ആദ്യമായി സ്വകാര്യവൽക്കരിക്കപ്പെട്ട നദിയാണ് മഹാനദിയുടെ പോഷകനദിയായ ഷിയോനാഥ്. ഛത്തീസ്ഗഢി ലൂടെ ഒഴുകുന്ന ഈ നദി 1998-ൽ കൈലാസ് സോണി എന്ന വ്യവസായി 23.6 കിലോമീറ്റർ ദൂരം വരുന്ന നദീഭാഗത്തെ ജല ത്തിന്റെ ഉടമസ്ഥാവകാശം 22 വർഷത്തേക്ക് പാട്ടത്തിനെടുത്തു. 2003-ൽ ഛത്തീസ്ഗഢ് സർക്കാർ കരാർ റദ്ദാക്കി നദി തിരിച്ചെ ടുത്തു. മധ്യപ്രദേശിന്റെ ഭാഗമായിരുന്ന കാലത്താണ് പാട്ടാ വകാശം വാങ്ങിയത്.

ഗോദാവരി

തെക്കേ ഇന്ത്യയിലെ ഏറ്റവും വലിയ നദിയാണിത്. ദക്ഷിണഗംഗ, വൃദ്ധഗംഗ എന്നീ പേരുകളിലും അറിയപ്പെടുന്ന ഈ നദി പുരാതന കാലത്ത് ഏഴുനദികളുടെ ഭൂമിയെന്ന് ഭാരതത്തെ വിശേഷിപ്പിച്ചിരുന്ന കാലത്തുതന്നെ അക്കൂട്ടത്തിൽ ഉൾപ്പെട്ടിരുന്നു.

മഹാരാഷ്ട്രയിൽ നാസിക് ജില്ലയിൽ സമുദ്രനിരപ്പിൽനിന്ന് 1067 മീറ്റർ ഉയരത്തിൽ പശ്ചിമഘട്ട മലനിരകളിൽനിന്ന് ഉത്ഭവിക്കുന്ന ഗോദാവരി 1465 കിലോമീറ്റർ ദൂരം ഒഴുകിയാണ് ബംഗാൾ ഉൾക്കടലിൽ പതിക്കുന്നത്. ഗംഗാനദിയെക്കാൾ മുമ്പ് രൂപംകൊണ്ട നദിയാണ് ഗോദാവരിയെന്ന് ശാസ്ത്രകാരന്മാർ വിലയിരുത്തുന്നു. മഹാരാഷ്ട്രാ, ആന്ധ്രാപ്രദേശ് എന്നീ സംസ്ഥാനങ്ങളിലൂടെ ഒഴുകുന്ന ഗോദാവരിയെ, ആന്ധ്രാപ്രദേശിന്റെ ജീവരേഖ എന്ന് വിശേഷിപ്പിക്കാറുണ്ട്. ഈ നദിയുടെ 693 കിലോമീറ്റർ ദൈർഘ്യം മഹാരാഷ്ട്രയിലും ബാക്കി 772 കി മീറ്റർ ആന്ധ്രാപ്രദേശിലുമാണ് സ്ഥിതിചെയ്യുന്നത്.

മഹാരാഷ്ട്രയിൽവച്ച് ഗോദാവരിയിൽ ചേരുന്ന പോഷകനദികൾ ദർഹ, കാഡ്വ, പാർവണ, ഒനുല, പൂർണ എന്നിവയും ആന്ധ്രാപ്രദേശിൽവച്ച് ചേരുന്നവ മഞ്ജീര, ഇന്ദ്രാവതി, വെയിൻഗംഗ, പ്രാൺഹിത, ശബരി എന്നിവയുമാണ്.

ആന്ധ്രാപ്രദേശിലെ രാജമുന്ദ്രിയിൽവച്ച് ഗോദാവരി പല ശാഖകളായി പിരിയുന്നു. പ്രധാന കിഴക്കൻ ശാഖയ്ക്ക് ഗൗതമി ഗോദാവരി

കിഴക്കൻ ഗോദാവരിയിലെ നെൽവയലുകൾ

എന്നും പ്രധാന പടിഞ്ഞാറൻ ശാഖയ്ക്ക് വിസിഷ്ഠ ഗോദാവരി എന്നുമാണ് പേര്. ഈ കൈവഴികൾ നദീമുഖത്ത് വിശാലമായ ഡൽറ്റ പ്രദേശം സൃഷ്ടിക്കുന്നുമുണ്ട്.

ഗോദാവരിയിലെ അണക്കെട്ടിനു ഉപരിഭാഗങ്ങളിലൂടെ വഞ്ചികളും മോട്ടോർബോട്ടുകളും ജൂൺ മുതൽ നവംബർ വരെയുള്ള മാസങ്ങളിൽ സഞ്ചരിക്കാറുണ്ട്. പതനസ്ഥലത്തിനുസമീപം ഗൗതമി ഗോദാവരിയിലും വസിഷ്ഠ ഗോദാവരിയിലും ജലഗതാഗതം നടക്കുന്നുണ്ട്.

ഇന്ത്യയിൽ നെൽകൃഷി ഏറെയുള്ള പ്രദേശമാണ് ഗോദാവരി അഴി പ്രദേശം. നദിയുടെ പതനസ്ഥാനത്തിനുമുമ്പ് നദി രണ്ടായി പിരിയുന്നതിന് മുകളിൽ ഒരു അണക്കെട്ട് നിർമിച്ച് കൃഷിക്ക് ജലം എത്തിക്കുന്നുണ്ട്. പോഷകനദികളിലും അണക്കെട്ടുകൾ നിർമിച്ച് ജലസേചന സൗകര്യം ഒരുക്കിയിരിക്കുന്നു. ഗോദാവരിയിലും പോഷകനദികളിലുമായി പല ജലവൈദ്യുതപദ്ധതികൾ പ്രാവർത്തികമാക്കിയിട്ടുണ്ട്. ഏറ്റവുമധികം ജലവൈദ്യുതപദ്ധതികൾ നടപ്പാക്കിയിട്ടുള്ള സംസ്ഥാനമാണ് ആന്ധ്രാപ്രദേശ്.

കൃഷ്ണ

തെക്കേ ഇന്ത്യയിലെ വലിയ നദികളിലൊന്നായ കൃഷ്ണാനദി, മഹാരാഷ്ട്രയിലെ പശ്ചിമഘട്ടത്തിലുള്ള മഹാബലേശ്വർ മലനിരകളിൽ, സമുദ്രനിരപ്പിൽനിന്ന് 1337 മീറ്റർ ഉയരത്തിൽനിന്ന് ഉത്ഭവിക്കുന്നു. 1400 കിലോമീറ്റർ നീളമുള്ള ഈ നദി, മഹാരാഷ്ട്ര, കർണാടകം, ആന്ധ്രാപ്രദേശ് എന്നീ സംസ്ഥാനങ്ങളിലൂടെ ഒഴുകി ബംഗാൾ ഉൾക്കടലിൽ പതിക്കുന്നു. പ്രധാനപോഷകനദിയായ കൊയ്നയും, മഹാബലേശ്വർ കുന്നുകളിൽ നിന്നുതന്നെയാണ് ഉത്ഭവിക്കുന്നത്. ആദ്യം തെക്കുഭാഗത്തേക്കൊഴുകി, സിതാര ജില്ലയിലെ കരാദ് നഗരം പിന്നിടുമ്പോഴാണ് കൊയ്നാനദി കൃഷ്ണയുടെ വലതുഭാഗത്തു വന്നുചേരുന്നത്. തുടർന്ന് തെക്കു കിഴ

ക്കോട്ട് ഒഴുകി സാംഗലിയിലെത്തുമ്പോൾ വർണ എന്ന പോഷകനദി കൃഷ്ണയോടു ചേരുന്നു. പിന്നീട് കുരന്ദ് വാദ് എന്ന പ്രദേശത്ത് എത്തുമ്പോൾ പഞ്ചഗംഗ എന്ന പോഷകനദിയും ഒഴുകിയെത്തുന്നു. 306 കിലോമീറ്റർ ദൂരം കൂടി പിന്നിട്ടാണ് കൃഷ്ണ കർണാടകത്തിലേക്കു പ്രവേശിക്കുന്നത്. കർണാടകത്തിലെ ബെൽഗാം, ബീജാപൂർ എന്നീ ജില്ലകളിലൂടെ കിഴക്കോട്ട് ഒഴുകുന്ന കൃഷ്ണയിൽ ഘടപ്രഭ, മലപ്രഭ എന്നീ പോഷകനദികൾ വന്നുചേരുന്നു. ഘടപ്രഭ 283 കിലോ മീറ്ററും മലപ്രഭ 306 കിമീറ്ററും ദൈർഘ്യമുള്ള നദികളാണ്. ഘടപ്രഭയുടെ രണ്ടു പോഷകനദികളായ ഹിരണ്യാക്ഷി, മാർക്കണ്ഡേയു എന്നിവയും വന്നുചേരുന്നുണ്ട്. തുടർന്ന് റെയ്പൂർ, ഗുൽബർഗ എന്നീ ജില്ലകളിലൂടെ കൃഷ്ണ, മലമ്പ്രദേശങ്ങൾ വിട്ട് താഴ്ന്ന എക്കൽ പ്രദേശങ്ങളിലേക്ക് പ്രവഹിക്കുന്നു. ബീജാപൂർ ജില്ല കടന്ന് ഗുൽബർഗ-റെയ്ച്ചൂർ ജില്ലകളുടെ അതിർത്തിയിലൂടെ വടക്കുകിഴക്കോട്ടും പിന്നീട് തെക്കുകിഴക്കോട്ടും ഒഴുകുന്ന കൃഷ്ണ, കർണാടകം, ആന്ധ്രാപ്രദേശ് അതിർത്തിയിലെത്തുന്നു. ഇവിടെ കർണൂലിനു സമീപംവച്ച് ഇടതുഭാഗത്ത് ഭീമയും വലതുഭാഗത്ത് തുംഗഭദ്രയും, രണ്ടു പോഷകനദികൾ കൃഷ്ണയിൽ വന്നുചേരുന്നു. ഭീമയ്ക്ക് 861 കി മീറ്ററും തുംഗഭദ്രയ്ക്ക് 531 കി മീറ്ററും നീളമുണ്ട്.

ആന്ധ്രാപ്രദേശിൽ പ്രവേശിച്ചശേഷം, കർണൂലിനു വടക്കുകിഴക്കായി കൃഷ്ണയുടെ വലതുതീരത്താണ് തുംഗഭദ്ര വന്നുചേരുന്നത്. കർണാടകത്തിലെ കുദ്രെമുഖ് പർവതശിഖരത്തിനുസമീപം സമുദ്രനിരപ്പിൽനിന്ന് 1892 മീറ്റർ ഉയരത്തിൽനിന്ന് ഉത്ഭവിക്കുന്ന തുംഗ, ഭദ്ര എന്നീ രണ്ടു നദികൾ കർണാടകത്തിലെ ഷിമോഗയിൽവച്ച് ഒന്നുചേർന്നാണ് തുംഗഭദ്രയായി ഒഴുകുന്നത്. ശ്രീശങ്കരൻ സ്ഥാപിച്ച പ്രശസ്തമായ ശൃംഗേരി മഠം തുംഗഭദ്ര നദിക്കരയിലാണ് സ്ഥിതിചെയ്യുന്നത്. വിജയനഗര സാമ്രാജ്യത്തിന്റെ അവശിഷ്ടങ്ങൾ സ്ഥിതിചെയ്യുന്ന കർണാടകത്തിലെ ഹംപിയും ഈ നദിക്കരയിൽതന്നെയാണ് സ്ഥിതിചെയ്യുന്നത്. കുമുദവതി, ഹരിദ്ര, ധർമ, വരദ എന്നിവ തുംഗഭദ്രയുടെ പോഷകനദികളാണ്.

ഹോസ്പെട് എന്ന സ്ഥലത്താണ് തുംഗഭദ്ര അണക്കെട്ട് നിർമിച്ചിട്ടുള്ളത്. 1957-ൽ ഇതു പൂർത്തിയാക്കപ്പെട്ടു. മാൻവിയിൽ എത്തുന്നതിനു മുമ്പ് തുംഗഭദ്രയുടെ വലതുതീരത്തു വന്നുചേരുന്ന വേദവതി (ഹഗരി) എന്ന പോഷകനദി ബേലൂർ, തുംകൂർ എന്നീ പ്രദേശങ്ങളിലെ മലനിരകളിൽനിന്ന് ഉത്ഭവിക്കുന്നതാണ്. കർണൂലിൽ ഇടത്തോട്ടുതിരിഞ്ഞ് തുംഗഭദ്ര, കൃഷ്ണാനദിയിൽ ചേരുന്നു. തുടർന്ന് സംഗമേശ്വരം മുതൽ നാഗാർജുനസാഗർ വരെയുള്ള 130 കിലോമീറ്റർദൂരം മലയിടുക്കുകളിലൂടെയാണ് നദി ഒഴുകുന്നത്.

ആന്ധ്രയുടെ തലസ്ഥാനമായ ഹൈദരാബാദിൽനിന്ന് 144 കിലോമീറ്റർ അകലെയാണ് കൃഷ്ണാനദിയിലെ പ്രസിദ്ധമായ നാഗാർജുനസാഗർ അണക്കെട്ട് സ്ഥിതിചെയ്യുന്നത്. 240 കി മീറ്റർ നീളമുള്ള മുസി എന്ന പോഷകനദി ഇതിനടുത്തുവച്ചാണ് കൃഷ്ണാനദിയിൽ ചേരുന്നത്.

സംസ്ഥാനതലസ്ഥാനമായ ഹൈദരാബാദ് മുസി നദിയുടെ തീരത്താണ് സ്ഥിതിചെയ്യുന്നത്. പൂർവപർവതനിരയുടെ സമീപത്തെത്തുന്ന കൃഷ്ണ, തെക്കു കിഴക്കോട്ടുതിരിഞ്ഞ് ഏലൂർ-ഗുണ്ടൂർ അതിർത്തിയിലൂടെ 161 കി മീ ദൂരം ഒഴുകിയശേഷം വിജയവാഡപട്ടണം കടന്ന് രണ്ടു പ്രധാന കൈവഴികളായി പിരിഞ്ഞ് ബംഗാൾ ഉൾക്കടലിൽ പതിക്കുന്നു.

1400 കി മീ നീളമുള്ള കൃഷ്ണാനദിയുടെ 306 കി മീ ദൂരം മഹാരാഷ്ട്രയിലൂടെയും 484 കി മീ ദൂരം കർണാടകത്തിലൂടെയും ബാക്കി 610 കി മീ ദൂരം ആന്ധ്രാപ്രദേശിലൂടെയുമാണ് ഒഴുകുന്നത്.

ജോഗ് വെള്ളച്ചാട്ടം

കർണാടകത്തിലെ ഷിമോഗ ജില്ലയിൽ തുംഗഭദ്രയുടെ പോഷകനദിയായ ശരാവതിയിൽ സ്ഥിതിചെയ്യുന്ന ജോഗ്വെള്ളച്ചാട്ടമാണ് ഇന്ത്യയിലെ ഏറ്റവും ഉയരം കൂടിയ ജലപാതം. ഇതിനെ 'ഗെർസോപ്പ' വെള്ളച്ചാട്ടമെന്നും വിളിക്കാറുണ്ട്. 253 മീറ്റർ (829 അടി) ഉയരമുള്ള ഈ വെള്ളച്ചാട്ടം രാജാ, റോറൽ, റോക്കറ്റ്, റാണി എന്നീ പേരുകളിലുള്ള നാലു ജലപ്രവാഹങ്ങൾ ചേർന്നതാണ്. ഈ ജലപാതം കാണുന്നതിനായി വർഷംതോറും ധാരാളം ടൂറിസ്റ്റുകൾ എത്തിച്ചേരാറുണ്ട്.

ജോഗ് വെള്ളച്ചാട്ടം

കാവേരി

കർണാടകത്തിലെ കൂർഗ് ജില്ലയിൽ സമുദ്രനിരപ്പിൽനിന്ന് 1341 മീറ്റർ ഉയരത്തിൽ പശ്ചിമഘട്ടത്തിലെ ബ്രഹ്മഗിരിമല നിരയിലെ തലക്കാവേരി എന്ന തടാകത്തിൽനിന്നാണ് കാവേരി നദി ഉത്ഭവിക്കുന്നത്. ദക്ഷിണേന്ത്യയിലെ ഒരു പ്രധാനനദിയായ കാവേരി, ദക്ഷിണഗംഗ എന്നും അറിയപ്പെടുന്നുണ്ട്.

കർണാടകം, തമിഴ്നാട് എന്നീ സംസ്ഥാനങ്ങളിലൂടെ ഒഴുകുന്ന കാവേരിയുടെ തടപ്രദേശം കർണാടകം, തമിഴ്നാട്, കേരളം, പുതുച്ചേരി എന്നീ സംസ്ഥാനങ്ങളിലായി വ്യാപിച്ചുകിടക്കുന്നു. 765 കിലോമീറ്റർ നീളമുള്ള കാവേരി, തമിഴ്നാട്ടിലെ കാവേരി പ്പൂംപട്ടണത്തിൽവച്ച് ബംഗാൾ ഉൾക്കടലിൽ പതിക്കുന്നു.

വൃന്ദാവൻ ഉദ്യാനം

ഉത്ഭവസ്ഥാനത്തുനിന്ന് ആദ്യം കിഴക്കോട്ട് സിദ്ധപ്പൂർവരെയും പിന്നീട് സിരംഗൽ വരെ വടക്കോട്ടും ഒഴുകി ഹാസൻ ജില്ലയിൽ എത്തിയ ശേഷം കാവേരി, തെക്കുകിഴക്കോട്ട് ഒഴുകി കൃഷ്ണ രാജസാഗർ ജലാശയത്തിലെത്തുന്നു. ഹാരംഗി, ഹേമവതി എന്നീ പോഷകനദികൾ കാവേരിയിൽ വന്നുചേരുന്നു. മറ്റൊരു പോഷകനദിയായ ലക്ഷ്മണതീർഥയും കാവേരിയിലേക്ക് ഒഴുകിയെത്തുന്നുണ്ട്. കാവേരിക്കും ലക്ഷ്മണതീർഥയ്ക്കും ഇടയിൽ ഉള്ള പ്രദേശം ഇലകൊഴിയും കാടുകളും പടിഞ്ഞാറുഭാഗം നിത്യഹരിത മുളങ്കാടുകളുമാണ്.

മൈസൂർ പട്ടണത്തിന് വടക്കുപടിഞ്ഞാറ് ഏതാണ്ട് 19 കിലോമീറ്റർ അകലെയാണ് പ്രസിദ്ധമായ കൃഷ്ണരാജസാഗർ അണക്കെട്ട് സ്ഥിതി ചെയ്യുന്നത്. ഇതിനുസമീപമാണ് സുപ്രസിദ്ധമായ വൃന്ദാവൻ പൂന്തോട്ടം. വർഷംതോറും ലക്ഷക്കണക്കിന് സഞ്ചാരികളെ ആകർഷിച്ചുകൊണ്ടിരിക്കുന്ന അതിമനോഹരമായ ഉദ്യാനമാണ് വൃന്ദാവനം. രാത്രികാലത്ത് വൈദ്യുതദീപങ്ങളാൽ അലംകൃതമായ ഈ ഉദ്യാനം ഒന്നു കാണേണ്ടതു തന്നെയാണ്. ഇവിടുത്തെ ജലധാരായന്ത്രങ്ങളും പൂമരങ്ങളും സഞ്ചാരികളെ ഏറെ ആകർഷിക്കുന്നു.

1996 മീറ്റർ നീളവും 38 മീറ്റർ ഉയരവുമുള്ള കൃഷ്ണരാജസാഗർ അണക്കെട്ട് 1930-കളിൽ നിർമിച്ചതാണ്. പ്രശസ്ത എൻജിനീയറായിരുന്ന സർ എം വിശ്വേശ്വരയ്യയാണ് ഈ അണക്കെട്ട് രൂപകൽപ്പനചെയ്ത് നിർമിച്ചത്. 30 ചതുരശ്രകിലോമീറ്റർ വിസ്തൃതിയുള്ള ജലാശയമാണ് അണക്കെട്ടിനുള്ളത്. അണക്കെട്ടിലെ വെള്ളം താഴെ ശിവസമുദ്രം വൈദ്യുതി നിലയത്തിൽ എത്തിച്ച് വൈദ്യുതി ഉൽപ്പാദനവും നടത്തുന്നു. എന്നാൽ കർണാടകം, തമിഴ്നാട് സംസ്ഥാനങ്ങളിലെ കൃഷിഭൂമിക്ക് ജലസേചന സൗകര്യമൊരുക്കുന്നതിൽ ഈ അണക്കെട്ടിന്റെ സേവനം എടുത്തു പറയേണ്ടിയിരിക്കുന്നു.

തെക്കുകിഴക്കോട്ട് തുടർന്നൊഴുകുന്ന നദി, തിരുമകുടൽ എന്ന സ്ഥലത്ത് എത്തുമ്പോഴാണ് പോഷകനദിയായ കബനി വന്നുചേരുന്നത്. കേരളത്തിൽ വയനാട് ജില്ലയിൽനിന്ന് ഉത്ഭവിക്കുന്ന ഈ നദിക്ക് 210 കിമീറ്റർ നീളം വരും. ഇടത്തോട്ടുതിരിഞ്ഞ് ഒഴുകുന്ന കാവേരി, മൈസൂർ, മാണ്ഡ്യ എന്നീ ജില്ലകളുടെ അതിർത്തിയിലൂടെ കുറെദൂരം ഒഴുകി, ഒരു വെള്ളച്ചാട്ടം സൃഷ്ടിച്ചുകൊണ്ട് മുന്നോട്ടുപോകുമ്പോൾ ശിംഷ എന്ന പോഷകനദി വന്നുചേരുന്നു. തുടർന്ന് തെക്കു കിഴക്കോട്ടു തിരിഞ്ഞ് കർണാടകത്തിലെ പീഠഭൂമികളിലൂടെ ഒഴുകുന്നു. രണ്ടു കൈവഴികളായി പിരിയുന്നതിനാൽ രൂപമെടുത്ത രണ്ടു ദ്വീപുകളാണ് ശിവസമുദ്രവും ശ്രീരംഗപട്ടണവും. ശിവസമുദ്രത്തിനു സമീപമാണ് ശിവസമുദ്രം വെള്ളച്ചാട്ടം എന്നപേരിൽ രണ്ടു ജലപാതങ്ങളുള്ളത്. ഭരചുക്കിയും ഗഗനചുക്കിയും. ശിവസമുദ്രം വെള്ളച്ചാട്ടം ഉപയോഗപ്പെടുത്തി വൈദ്യുതനിലയവും സ്ഥാപിച്ചിട്ടുണ്ട്. പിന്നീട് രണ്ടു ശാഖകളും ഒന്നിച്ച് ഒഴുകി 40 കിലോമീറ്റർ നീളം പിന്നിട്ട് കർണാടക-തമിഴ്നാട് അതിർത്തിയിലൂടെ കുറെദൂരം ഒഴുകിയശേഷം കാവേരി തമിഴ്നാട്ടിലേക്ക് പ്രവേശിക്കുന്നു. ഇവിടെ ഒരു അണക്കെട്ട് നിർമിച്ചിട്ടുണ്ട്. മേട്ടൂർ അണക്കെട്ട്. തഞ്ചാവൂർ ജില്ലയിലെ കൃഷിക്ക് ജലസേചനം നടത്തുന്നതിനും, വൈദ്യുതോൽപ്പാദനത്തിനും മേട്ടൂർ അണക്കെട്ട് ഉപകരിക്കുന്നു. 1615 മീറ്റർ നീളവും 54 മീറ്റർ ഉയരവുമുള്ള മേട്ടൂർ അണക്കെട്ട് തമിഴ്നാട്ടിന് കാർഷികരംഗത്ത് മുന്നേറാൻ സഹായകരമായി. കാവേരി വീണ്ടും തെക്കോട്ട് ഒഴുകി ഭവാനിയിലെത്തുമ്പോഴാണ് കേരളത്തിൽനിന്ന് ഒഴുകിയെത്തുന്ന ഭവാനിനദി കാവേരിയുടെ വലതുതീരത്തു വന്നുചേരുന്നത്. തുടർന്ന് 50 കിലോമീറ്റർ കൂടി ഒഴുകുമ്പോൾ മറ്റൊരു പോഷകനദി നോയിൽ വന്നുചേരുന്നു. തുടർന്ന് കിഴക്കോട്ട് ഒഴുകുന്ന കാവേരിയിൽ പഴനിമലയിൽനിന്ന് എത്തുന്ന അമരാവതി നദി സന്ധിക്കുന്നു. അലംബടി എന്ന സ്ഥലത്ത് എത്തിയശേഷം വീണ്ടും രണ്ടു കൈവഴികളായി പിരിഞ്ഞ് ശ്രീരംഗം ദ്വീപുസൃഷ്ടിച്ചുകൊണ്ട് വീണ്ടും മുന്നോട്ട് ഒഴുകുമ്പോൾ കൈവഴികൾ സന്ധിക്കുന്നു. ഇന്ത്യയിൽ ആദ്യമായി നിർമിച്ച ഗ്രാൻഡ് അണക്കെട്ട് ഇവിടെയാണ് സ്ഥിതിചെയ്യുന്നത്. അണക്കെട്ടുകൾക്കു താഴെ തഞ്ചാവൂരിലെ വിശാലമായ അഴിപ്രദേശം സൃഷ്ടിച്ചുകൊണ്ടാണ് കാവേരിയും കൈവഴികളും ബംഗാൾ ഉൾക്കടലിൽ പതിക്കുന്നത്.

ഗ്രാൻഡ് അണക്കെട്ട്

ഇന്ത്യയിൽ ആദ്യമായി ഒരു അണക്കെട്ട് നിർമിച്ചത് കാവേരി നദിയിലാണ്. എ ഡി ഒന്നാം നൂറ്റാണ്ടിൽ കരികാല ചോളനാണ് ഈ അണക്കെട്ട് നിർമിച്ചത്. 19-ാം നൂറ്റാണ്ടിൽ ഈ അണക്കെട്ട് പുതുക്കിപണിയുകയും 'ഗ്രാൻഡ് അണക്കെട്ട്' എന്നു നാമകരണം ചെയ്യുകയുമുണ്ടായി.

കാവേരി നദീജലത്തർക്കം

കാവേരി നദിയിലെ ജലത്തെസംബന്ധിച്ച് കർണാടകം, തമിഴ്നാട്, കേരളം, പുതുച്ചേരി എന്നീ സംസ്ഥാനങ്ങൾ തമ്മിൽ ഒട്ടേറെ തർക്കങ്ങളുണ്ടായി. മധ്യസ്ഥശ്രമങ്ങൾ വിജയിക്കാതിരുന്നതിനെ തുടർന്ന് നദീജലത്തർക്കം പരിഹരിക്കാനായി 1990 ജൂണിൽ കാവേരീ നദീജലത്തർക്ക ട്രിബ്യൂണൽ നിലവിൽവന്നു. 1991-ൽ ട്രിബ്യൂണൽ ഇടക്കാലവിധി പ്രസ്താവിച്ചെങ്കിലും തർക്കത്തിന് പരിഹാരമായില്ല. തുടർന്ന് ട്രിബ്യൂണൽ പലപ്രാവശ്യം യോഗംചേർന്ന് വിശദമായ ചർച്ചകളും പഠനങ്ങളും നടത്തിയതിന്റെ അടിസ്ഥാനത്തിൽ 2007 ഫെബ്രുവരി 5-ന് അന്തിമവിധി പുറപ്പെടുവിച്ചു. ഇതനുസരിച്ച് കാവേരിയിലെയും പോഷകനദികളിലെയും ചേർത്ത് 419 ടി എം സി ജലം തമിഴ്നാട്ടിനും, 270 ടി എം സി ജലം കർണാടകത്തിനും, 50 ടി എം സി ജലം കേരളത്തിനും 7 ടി എം സി ജലം പുതുച്ചേരിക്കും ലഭിക്കും.

കാവേരിസർക്കിൾ

കാവേരിനദീജലത്തർക്ക പരിഹാര ട്രിബ്യൂണൽ കേരളത്തിന് അനുവദിച്ച 50 ടി എം സി ജലം ഫലപ്രദമായി വിനിയോഗിക്കുന്നതിന് ഉതകുന്ന വിധത്തിൽ വിവിധ പദ്ധതികൾ ഏകോപിപ്പിക്കുന്നതിനായി വയനാട് ആസ്ഥാനമായി 'കാവേരിസർക്കിൾ' എന്നപേരിൽ ഒരു പുതിയ ജലസേചന സർക്കിൾ 2008 മാർച്ച് 1-ന് നിലവിൽ വരികയുണ്ടായി. പാലക്കാട്ടെ അട്ടപ്പാടിവാലി ഇറിഗേഷൻ പ്രോജക്ട്, ഇടുക്കിയിലെ പാമ്പാർപദ്ധതി, വയനാട്ടിലെ ബാണാസുര സാഗർ പദ്ധതി, കാരാപ്പുഴ ഇറിഗേഷൻ പദ്ധതി, കണ്ണൂരിലെ ഇറിഗേഷൻ ഇൻവെസ്റ്റിഗേഷൻഡിവിഷൻ എന്നിവ അതോടെ കാവേരി സർക്കിളിനു കീഴിൽ വന്നു.

സുവർണരേഖ

ജാർഖണ്ഡിൽ റാഞ്ചിക്കുസമീപം സമുദ്രനിരപ്പിൽനിന്ന് 600 മീറ്റർ ഉയരത്തിൽ നാഗ്പൂർ മലനിരകളിൽനിന്നാണ് സുവർണരേഖാനദി ഉത്ഭവിക്കുന്നത്. ആരംഭത്തിൽ കിഴക്കോട്ടും വടക്കുകിഴക്കോട്ടും ഒഴുകുന്ന നദി, പിന്നീട് വലത്തേക്കുതിരിഞ്ഞ് 34 കിലോമീറ്റർ ദൂരം ജാർഖണ്ഡ് സംസ്ഥാനത്തിന്റെയും പശ്ചിമബംഗാളിന്റെയും അതിർത്തിയിലൂടെ ഒഴുകിയശേഷം വീണ്ടും ജാർഖണ്ഡിലേക്കു കടന്ന് 144 കിലോമീറ്റർ ദൂരം തെക്കു കിഴക്കായി ഒഴുകുന്നു. തുടർന്ന് ഒറീസയുടെയും ജാർഖണ്ഡിന്റെയും അതിർത്തിയിലൂടെ 11 കിലോമീറ്റർ ദൂരം ഒഴുകുന്നു. പിന്നീട് പശ്ചിമബംഗാളിലേക്കു പ്രവേശിച്ച് 64 കി മീ കിഴക്കോട്ടും തെക്കുകിഴക്കോട്ടും ഒഴുകുന്നു. തുടർന്ന് ഒറീസയിലേക്കു കടന്നതിനുശേഷം തെക്കു കിഴക്കായി ഒഴുകി ബംഗാൾ ഉൾക്കടലിൽ പതിക്കുന്നു.

സുവർണരേഖയ്ക്ക് 395 കിലോമീറ്റർ നീളമുണ്ട്. ഇതിൽ 269 കി മീ ജാർഖണ്ഡിലും, 64 കി മീ പശ്ചിമബംഗാളിലും ബാക്കി 62 കി മീ

ഒറീസയിലുമാണ് ഉൾപ്പെട്ടിട്ടുള്ളത്. കാഞ്ചി, കാർക്കരി, ഖാർക്കയ് എന്നിവയാണ് സുവർണരേഖയുടെ പ്രധാന പോഷകനദികൾ. ഏറ്റവും വലിയ പോഷകനദിയായ ഖാർക്കയ് മയൂർഭഞ്ജ് ജില്ലയിൽനിന്ന് ഉത്ഭവിച്ച് ജംഷഡ്പൂരിനു സമീപംവച്ചാണ് സുവർണരേഖയിൽ വന്നുചേരുന്നത്.

ബ്രാഹ്മണി

ജാർഖണ്ഡിൽ റാഞ്ചി ജില്ലയിൽപ്പെട്ട നാഗ്രി ഗ്രാമത്തിനുസമീപം സമുദ്രനിരപ്പിൽനിന്ന് 600 മീറ്റർ ഉയരത്തിൽനിന്നാണ് ബ്രാഹ്മണി നദി ഉത്ഭവിക്കുന്നത്. ദക്ഷിണകോയൽ, ശംഖ് എന്നീ ചെറിയ അരുവികൾ ചേർന്നാണ് ബ്രാഹ്മണിനദി രൂപമെടുക്കുന്നത്. ആരംഭത്തിൽ വടക്കു കിഴക്കു ഭാഗത്തേക്ക് 47 കി മീ ദൂരം ഒഴുകിയിട്ട് ഇടതുഭാഗത്തേക്ക് തിരിഞ്ഞ് തെക്കോട്ട് 217 കി മീ ദൂരം ഒഴുകി മനോഹർപൂരിൽ എത്തുന്നു. തുടർന്ന് 258 കി മീ ദൂരം താഴേക്ക് ഒഴുകി വരുമ്പോൾ പ്രധാന പോഷകനദിയായ കാരോയുമായി സന്ധിക്കുന്നു. പിന്നീട് ഒറീസയിലേക്കു കടന്ന് വലത്തേക്കുതിരിഞ്ഞ് 55 കി മീ ദൂരം തെക്കുപടിഞ്ഞാറായി ഒഴുകി റൂർക്കേലയ്ക്ക് സമീപത്തെത്തുന്നു. മറ്റൊരു പോഷകനദിയായ ശംഖുമായി ചേർന്ന് ബ്രാഹ്മണി തെക്കുകിഴക്കായി 260 കി മീ ദൂരംകൂടി ഒഴുകി മറ്റൊരു പോഷകനദിയുമായി ചേരുകയും തുടർന്ന് വീലർ ദ്വീപിനുസമീപംവച്ച് ബംഗാൾ ഉൾക്കടലിൽ പതിക്കുകയും ചെയ്യുന്നു.

797 കി മീ നീളമുള്ള ബ്രാഹ്മണിയുടെ 258 കി മീ ദൂരം ജാർഖണ്ഡിലും ബാക്കിയുള്ളത് ഒറീസയിലുമാണ്. ഇടയ്ക്ക് രൂക്ഷമായ വെള്ളപ്പൊക്കം ഉണ്ടാകുന്ന നദികൂടിയാണ് ബ്രാഹ്മണി. ജലസേചനത്തിന് ബ്രാഹ്മണിയിലെ വെള്ളം ഉപയോഗപ്പെടുന്നുണ്ട്.

വംശധാര

ഒറീസയിലെ ഫുൽബാനി ജില്ലയിൽ സമുദ്രനിരപ്പിൽനിന്ന് 600 മീറ്റർ ഉയരത്തിൽനിന്നാണ് വംശധാരനദി ഉത്ഭവിക്കുന്നത്. തെക്കുകിഴക്കു ഭാഗത്തേക്ക് ഒഴുകി കലിംഗപട്ടണത്തിനുസമീപംവച്ച് ബംഗാൾ ഉൾക്കടലിൽ പതിക്കുന്ന വംശധാരയ്ക്ക് 221 കി മീ ദൈർഘ്യമുണ്ട്.

നാഗവല്ലി

ഒറീസയിൽ കൽഹാണ്ടി ജില്ലയിലെ ഗൺപൂർ ഗ്രാമത്തിൽ സമുദ്രനിരപ്പിൽനിന്ന് 900 മീറ്റർ ഉയരത്തിൽനിന്ന് ഉത്ഭവിക്കുന്ന നദിയാണ് നാഗവല്ലി. പ്രാരംഭത്തിൽ കിഴക്കൻ ചരിവിലേക്ക് ഒഴുകി ശ്രീകാകുളത്തിനു സമീപംവച്ച് ബംഗാൾ ഉൾക്കടലിൽ പതിക്കുന്നു. നാഗവല്ലിക്ക് 217 കിലോമീറ്റർ നീളമുണ്ട്.

പാലാർ

കർണാടകത്തിലെ കോളാർജില്ലയിൽപ്പെട്ട ചിന്താമണി എന്ന സ്ഥല ത്തിനു സമീപത്തുനിന്ന് ഉത്ഭവിക്കുന്ന നദിയാണ് പാലാർ. ആരംഭത്തിൽ തെക്കുകിഴക്കോട്ട് 92 കിലോമീറ്റർ ദൂരം ഒഴുകി കോളാർ ജില്ലകടന്ന് ആന്ധ്ര യിലെ ചിറ്റൂർ ജില്ലയിൽ പ്രവേശിക്കുന്നു. തുടർന്ന് ആന്ധ്രാപ്രദേശിൽ 33 കിലോമീറ്റർ ദൂരം ഒഴുകിയശേഷം തമിഴ്നാട്ടിലെ വടക്കേ ആർക്കോട്ട് ജില്ലയിൽ പ്രവേശിച്ച് കിഴക്കുഭാഗത്തേക്ക് 202 കി മീ ദൂരം ഒഴുകി ബംഗാൾ ഉൾക്കടലിൽ പതിക്കുന്നു. പാലാറിന് 348 കി മീ ദൈർഘ്യമുണ്ട്. വെല്ലൂർ, ചെങ്കൽപേട്ട് എന്നിവയാണ് നദീതീരത്തെ പ്രധാന പട്ടണങ്ങൾ. ഇടയ്ക്കിടെ ഈനദിയിൽ വെള്ളപ്പൊക്കമുണ്ടാകാറുള്ളതിനാൽ നദീതീരങ്ങളിൽ വെള്ളപ്പൊക്കക്കെടുതികൾ ഉണ്ടാകാറുണ്ട്.

പൊന്നൈയാർ

കർണാടകത്തിലെ കോളാർജില്ലയിൽ ഹോങ്ഷെൻ ഗ്രാമത്തിനു സമീപത്തുനിന്ന് ഉത്ഭവിച്ച് തെക്കോട്ട് 79 കിലോമീറ്റർ ദൂരം ഒഴുകി കോളാർ, ബാംഗ്ലൂർ ജില്ലകൾ കടന്ന് തമിഴ്നാട്ടിലെ സേലം ജില്ലയിൽ പ്രവേശിക്കുന്നു. തുടർന്ന് സേലം, തെക്കേ ആർക്കോട് ജില്ലകളിൽക്കൂടി തെക്കുകിഴക്കോട്ടും പിന്നീട് കിഴക്കോട്ടും ഒഴുകി പോണ്ടിച്ചേരിയിൽക്കൂടി കടന്ന് അവസാനം കൂടല്ലൂരിനുസമീപംവച്ച് ബംഗാൾ ഉൾക്കടലിൽ പതിക്കുന്നു. പൊന്നൈയാറിന് 396 കിലോമീറ്റർ ദൈർഘ്യമുണ്ട്. ജല സേചനത്തിനും പൊന്നൈയാർ പ്രയോജനപ്പെടുന്നുണ്ട്.

പെന്നാർ

കാവേരിനദി കഴിഞ്ഞാൽ അടുത്ത സ്ഥാനമുള്ള നദിയാണ് പെന്നാർ അഥവാ പെന്നേരു. കർണാടകത്തിലെ നന്ദിദുർഗ് മലകളിൽപ്പെട്ട ചെന്നാ കേശവ് കുന്നുകളിൽനിന്നാണ് പെന്നാർനദി ഉത്ഭവിക്കുന്നത്. കോളാർ, തുങ്കൂർ എന്നീ ജില്ലകളിൽക്കൂടി വടക്കുപടിഞ്ഞാറോട്ട് ഒഴുകി ആന്ധ്രാ പ്രദേശിലേക്കു കടക്കുന്നു. ഉത്ഭവസ്ഥാനത്തുനിന്ന് 62 കിലോമീറ്റർ ദൂരം ഒഴുകുമ്പോൾ കുമുദവല്ലി എന്ന പോഷകനദിയും 82 കിലോമീറ്റർ പിന്നി ടുമ്പോൾ ജയമംഗലി എന്ന പോഷകനദിയും പെന്നാറിൽ വന്നുചേരുന്നു. തുടർന്ന് 67 കിലോമീറ്റർ ദൂരം ഒഴുകി ആന്ധ്രയിലെ അനന്തപ്പൂർ ജില്ല യിൽ കടക്കുന്ന നദി, വീണ്ടും കർണാടകത്തിലെ തുങ്കൂർ ജില്ലയിലേക്ക് ഒഴുകിയെത്തുന്നു. 13 കിലോമീറ്റർ ദൂരം ഒഴുകിയതിനുശേഷം വീണ്ടും ആന്ധ്രയിലെ അനന്തപ്പൂർ ജില്ലയിലേക്ക് പ്രവേശിക്കുന്നു. പിന്നീട് സമതല പ്രദേശത്തുകൂടി തെക്കോട്ട് ഒഴുകി വലുതും ചെറുതുമായ ചില തടാക ങ്ങൾ സൃഷ്ടിച്ചുകൊണ്ട് പുന്നബാലത്തിനു സമീപംവച്ച് കിഴക്കോട്ട് ഒഴുകി മരുത്യ, കടാരിമല എന്നീ വനപ്രദേശങ്ങളിലൂടെ കുറെദൂരം ഒഴുകുന്നു. തുടർന്ന് ഇടുങ്ങിയ മലഞ്ചരിവുകളിലൂടെ ഒഴുകി തെക്കുകിഴക്കോട്ട്

പെന്നാർ നദി

കടക്കുകയും അവിടെവച്ച് കുന്ദ്ക്രൂ, പാപാഗ്നി എന്നീ പോഷകനദികളുമായി സന്ധിക്കുകയും ചെയ്യുന്നു. തുടർന്നും തെക്കുകിഴക്കോട്ട് ഒഴുകി നല്ലമലൈ കുന്നുകൾ പിന്നിട്ട് സംഗിലേരു എന്ന പോഷകനദിയുമായി ചേർന്ന് കിഴക്കോട്ട് ഒഴുകി പോഷകനദിയായ ഗിയാരുവുമായി സന്ധിക്കുന്നു. തുടർന്ന് 19 കിലോമീറ്റർ ദൂരം ഇടുങ്ങിയ മലഞ്ചരിവുകളിലൂടെ ഒഴുകി സമതലപ്രദേശമായ സോമശിലയിൽ എത്തുന്നു. പിന്നീട് നെല്ലൂർ എന്ന പ്രദേശത്ത് എത്തി ബംഗാൾ ഉൾക്കടലിൽ പതിക്കുന്നു. പെന്നാറിന് 597 കിലോമീറ്റർ ദൈർഘ്യമുണ്ട്. ഇതിൽ 61 കിലോമീറ്റർ കർണാടകത്തിലും ബാക്കി 536 കിലോമീറ്റർ ആന്ധ്രാപ്രദേശിലുമാണ് സ്ഥിതിചെയ്യുന്നത്. തീരെ മഴകുറഞ്ഞ പ്രദേശങ്ങളിലൂടെ വളരെ ദൂരം ഒഴുകുന്നതിനാൽ വലിയ ജലപ്രളയം ഒരുകാലത്തും പെന്നാറിൽ ഉണ്ടാകാറില്ല.

കോർത്തലൈയാർ

ആന്ധ്രാപ്രദേശിലെ നഗരിമലയിൽനിന്ന് ഉത്ഭവിച്ച് തമിഴ്നാട്ടിലൂടെ ഒഴുകി, ബംഗാൾ ഉൾക്കടലിൽ പതിക്കുന്ന നദിയാണ് കോർത്തലൈയാർ. 131 കിലോമീറ്ററാണ് നദിയുടെ നീളം. ചെന്നൈ നഗരത്തിലെ കുടിനീർ പ്രശ്നം പരിഹരിക്കുന്നത് പ്രധാനമായി ഈ നദിയാണ്. താമരപക്കം എന്ന സ്ഥലത്ത് നദിയിൽ ഒരു വിയർ സ്ഥാപിച്ച് വർഷകാലത്ത് പ്രധാന ജലസംഭരണികളിൽ ജലം എത്തിക്കുന്നുണ്ട്. കൂടാതെ സത്യമൂർത്തി നഗർ എന്ന ഒരു ജലസംഭരണിയും നദിയിൽതന്നെ സജ്ജമാക്കിയിട്ടുണ്ട്. 70.8 ദശലക്ഷം ക്യൂബിക് മീറ്ററാണ് ഇതിന്റെ സംഭരണശേഷി.

ബംഗാൾ ഉൾക്കടലിൽ പതിക്കുന്ന മറ്റു ചില നദികൾ

റിഷികുല

ഒറീസയിലെ ഫുൽബാനി ജില്ലയിൽ ഡിധി ഗ്രാമത്തിൽ സമുദ്ര നിരപ്പിൽനിന്ന് 1000 മീറ്റർ ഉയരത്തിലുള്ള പൂർവ പർവതനിരകളിൽനിന്നാണ് റിഷികുലനദി ഉത്ഭവിക്കുന്നത്. തെക്കുകിഴക്കേ ദിശയിലേക്ക് 146 കിലോമീറ്റർ ദൂരം ഒഴുകി ബംഗാൾ ഉൾക്കടലിലാണ് റിഷികുല (ഋഷി കുല്യ) പതിക്കുന്നത്. ശരാശരി പ്രതിവർഷ ജലപ്രവാഹം 18,00 ദശലക്ഷം ക്യുബിക് മീറ്ററാണ്.

ശാരദ

ആന്ധ്രാപ്രദേശിലെ വിശാഖപട്ടണം ജില്ലയിൽ, സമുദ്രനിരപ്പിൽനിന്ന് 1200 മീറ്റർ ഉയരത്തിൽ അനന്തഗിരിമലയിൽനിന്നാണ് ശാരദാനദിയുടെ ഉത്ഭവം. തെക്കുകിഴക്കോട്ട് ഒഴുകി ബംഗാൾ ഉൾക്കടലിൽ പതിക്കുന്ന ഈ നദിക്ക് 104 കിലോമീറ്റർ നീളമുണ്ട്. നദിയിലെ ശരാശരി പ്രതിവർഷ ജലപ്രവാഹം 700 ദശലക്ഷം ക്യുബിക് മീറ്ററാണ്.

ഗുണ്ഡൽ കമ്മ

ആന്ധ്രാപ്രദേശിലെ കർണൂൽ ജില്ലയിൽ സമുദ്രനിരപ്പിൽനിന്ന് 610 മീറ്റർ ഉയരത്തിലുള്ള കുന്നിൻചരിവിൽനിന്ന് ഉത്ഭവിച്ച് ആദ്യം വടക്കു കിഴക്കോട്ടും പിന്നീട് തെക്കുകിഴക്കോട്ടും ഒഴുകി ബംഗാൾ ഉൾക്കടലിൽ പതിക്കുന്നു. ഗുണ്ഡൽ കമ്മ നദിക്ക് 220 കിലോമീറ്റർ ദൈർഘ്യമുണ്ട്. പ്രധാന പോഷകനദി കണ്ഡലേരുവാണ്. നദിയിലെ പ്രതിവർഷ ജല പ്രവാഹം 1000 ദശലക്ഷം ക്യുബിക് മീറ്ററാണ്.

ബുർഹബലങ്

ഒറീസയിലെ മയൂർഭഞ്ജ് ജില്ലയിൽ സിംബൽഗാർഹിനുസമീപം സമുദ്രനിരപ്പിൽനിന്ന് 800 മീറ്റർ ഉയരത്തിൽനിന്ന് ഉത്ഭവിക്കുന്ന നദിയാണ് ബുർഹബലങ്. വടക്കുകിഴക്കേ ദിശയിലേക്ക് ഒഴുകി ബംഗാൾ ഉൾക്കടലിൽ പതിക്കുന്ന ഈ നദിക്ക് 146 കിലോമീറ്ററാണ് നീളം. നദിയിലെ പ്രതിവർഷ ജലപ്രവാഹം 2200 ദശലക്ഷം ക്യുബിക് മീറ്ററാണ്.

മൂസി

ആന്ധ്രാപ്രദേശിലെ നെല്ലൂർ ജില്ലയിൽ ഗോതലഗാട്ടിനുസമീപം സമുദ്രനിരപ്പിൽനിന്ന് 200 മീറ്റർ ഉയരത്തിലുള്ള കുന്നിൻ പ്രദേശത്തു നിന്നാണ് മൂസി നദി ഉത്ഭവിക്കുന്നത്. ആരംഭത്തിൽ തെക്കുകിഴക്കേ ദിശ യിലേക്ക് 112 കിലോമീറ്റർ ഒഴുകി കൃഷ്ണാനദിയുമായി സന്ധിക്കുന്നു. ആന്ധ്രയുടെ തലസ്ഥാനമായ ഹൈദരാബാദ്, ഈ നദീതീരത്തുള്ള പട്ടണ

മാണ്. നദിയിലെ പ്രതിവർഷ ജലപ്രവാഹം 260 ദശലക്ഷം ക്യൂബിക് മീറ്ററാണ്.

പുല്ലേരു

ആന്ധ്രാപ്രദേശിലെ നെല്ലൂർ ജില്ലയിൽപ്പെട്ട ഗോഗുൽപാനി ഗ്രാമത്തിൽ സമുദ്രനിരപ്പിൽനിന്ന് 325 മീറ്റർ ഉയരമുള്ള കുന്നിൻ ചരിവിൽ നിന്നാണ് പുല്ലേരു നദി ഉത്ഭവിക്കുന്നത്. കിഴക്കുഭാഗത്തേക്ക് 104 കിലോമീറ്റർ ദൂരം ഒഴുകി നദി ബംഗാൾ ഉൾക്കടലിൽ പതിക്കുന്നു. നദിയുടെ പ്രതിവർഷ ജലപ്രവാഹം 300 ദശലക്ഷം ക്യൂബിക് മീറ്ററാണ്.

മനേരു

ആന്ധ്രാപ്രദേശിലെ നെല്ലൂർ ജില്ലയിൽ സീതാറാംപൂർ ഗ്രാമത്തിൽ വെളിക്കോഡാ മലനിരകളിൽ സമുദ്രനിരപ്പിൽനിന്ന് 150 മീറ്റർ ഉയരത്തിൽ നിന്നാണ് മനേരു നദി ഉത്ഭവിക്കുന്നത്. കിഴക്കു ദിശയിലേക്ക് 93 കിലോമീറ്റർ ദൂരം ഒഴുകി ബംഗാൾ ഉൾക്കടലിൽ പതിക്കുന്നു. നദിയുടെ പ്രതിവർഷ ജലപ്രവാഹം 450 ദശലക്ഷം ക്യൂബിക് മീറ്ററാണ്.

കുൻലേരു

ആന്ധ്രാപ്രദേശിലെ വെലിക്കോഡ മലനിരകളിൽ, സമുദ്രനിരപ്പിൽ നിന്ന് 150 മീറ്റർ ഉയരത്തിൽനിന്നാണ് കുൻലേരു നദി ഉത്ഭവിക്കുന്നത്. നെല്ലൂർ ജില്ലയുടെ കിഴക്കുഭാഗത്തേക്ക് ഒഴുകി ബംഗാൾ ഉൾക്കടലിൽ പതിക്കുന്ന ഈ നദിക്ക് 93 കിലോമീറ്റർ നീളമുണ്ട്. നദിയുടെ പ്രതിവർഷ ജലപ്രവാഹം 420 ദശലക്ഷം ക്യൂബിക് മീറ്ററാണ്.

സ്വർണമുഖി

ആന്ധ്രാപ്രദേശിൽ, പൂർവഘട്ടത്തിൽ പകാലയ്ക്കുസമീപം സമുദ്രനിരപ്പിൽനിന്ന് 300 മീറ്റർ ഉയരത്തിൽനിന്നാണ് സ്വർണമുഖി നദി ഉത്ഭവിക്കുന്നത്. ആദ്യം വടക്കുകിഴക്കോട്ട് ചന്ദ്രഗിരിവരെ ഒഴുകിയശേഷം, കിഴക്കോട്ടുതിരിഞ്ഞ് 50 കിലോമീറ്റർ ദൂരംകൂടി ഒഴുകുന്നു. പിന്നീട് വടക്കോട്ട് കലഹസ്ഥിവരെ 13 കിലോമീറ്റർ ദൂരം ഒഴുകിയശേഷം വീണ്ടും കിഴക്കോട്ട് തിരിഞ്ഞ് ദുർഗരാജപട്ടണത്തിനു സമീപംവച്ച് ബംഗാൾ ഉൾക്കടലിൽ പതിക്കുന്നു. നദിക്ക് 130 കിലോമീറ്റർ ദൈർഘ്യമുണ്ട്. നദിയുടെ പ്രതിവർഷ ജലപ്രവാഹം 500 ദശലക്ഷം ക്യൂബിക് മീറ്ററാണ്.

വെള്ളാർ

തമിഴ്നാട്ടിലെ പൂർവഘട്ടത്തിലുള്ള ആദിവാസിഗ്രാമത്തിൽ സമുദ്രനിരപ്പിൽനിന്ന് 900 മീറ്റർ ഉയരത്തിലുള്ള മലനിരയിൽനിന്നാണ് വെള്ളാറിന്റെ ഉത്ഭവം. കിഴക്കോട്ട് സേലം ജില്ലയിലൂടെയും പിന്നീട് തെക്കോട്ട് ആർക്കോട്ട്

ജില്ലയിലൂടെയും ഒഴുകി ചിദംബരത്തിനുസമീപംവച്ച് ബംഗാൾ ഉൾക്കടലിൽ പതിക്കുന്നു. വെള്ളാറിന് 193 കിലോമീറ്റർ ദൈർഘ്യമുണ്ട്. മണിമക്താറും ഗോമുഖിയുമാണ് വെള്ളാറിന്റെ പോഷകനദികൾ. ജലസേചനത്തിനും ഈ നദിയിലെ ജലം ഉപകരിക്കുന്നുണ്ട്. നദിയിലെ പ്രതിവർഷ ജലപ്രവാഹം ശരാശരി 850 ദശലക്ഷം ക്യുബിക് മിറ്ററാണ്.

ടിച്ചിവെള്ളാർ

തമിഴ്നാട്ടിൽ തൃശ്നാപ്പള്ളി ജില്ലയിൽ പുതുനാറ്റം ഗ്രാമത്തിനു സമീപമുള്ള കുന്നുകളിൽ, സമുദ്രനിരപ്പിൽനിന്ന് 400 മീറ്റർ ഉയരത്തിൽ നിന്നാണ് വെള്ളാർ എന്നപേരിലുള്ള രണ്ടാമത്തെ നദി ഉത്ഭവിക്കുന്നത്. തൃശ്നാപ്പള്ളി, തഞ്ചാവൂർ ജില്ലകളിലൂടെ കിഴക്കോട്ട് ഒഴുകി മൻമൽക്കുടിക്കു സമീപംവച്ച് പാക് ഉൾക്കടലിൽ പതിക്കുന്നു. നദിക്ക് 63 കിലോമീറ്റർ നീളമുണ്ട്.

വൈഗ

മധുര ജില്ലയിൽ കോട്ടമലൈ ഗ്രാമത്തിൽ വർഷനാദ് മലനിരകളിൽ, സമുദ്രനിരപ്പിൽനിന്ന് 1200 മീറ്റർ ഉയരത്തിൽനിന്നാണ് വൈഗനദി ഉത്ഭവി

മധുരയിൽ വൈഗ നദിക്കു കുറുകെയുള്ള പാലം

ക്കുന്നത്. പുരാണ പ്രസിദ്ധമായ ഈ നദി കീർത്തിമാല, ശതമാല എന്നീ പേരുകളിൽ പണ്ടേ പ്രസിദ്ധമാണ്. ആദ്യം വടക്കോട്ടും പിന്നീട് വടക്കു പടിഞ്ഞാറോട്ടും ഒഴുകുന്ന വൈഗയിൽ പോഷകനദിയായ വരൈനദി വന്നു ചേരുന്നു. തുടർന്ന് കിഴക്കോട്ടും പിന്നീട് തെക്കു കിഴക്കോട്ടും ഒഴുകി

മധുര, രാമനാഥപുരം എന്നീ ജില്ലകൾ കടന്ന് മണ്ഡപത്തിനു സമീപംവച്ച് പാക് ഉൾക്കടലിൽ പതിക്കുന്ന വൈഗനദിക്ക് 240 കിലോമീറ്റർ നീളമുണ്ട്.

നദിയിൽ മിക്കവാറും ജലനിരപ്പ് താഴുന്നതിനാൽ പുരാതനവും പ്രസിദ്ധവുമായ മധുര പട്ടണത്തിൽപ്പോലും ജലക്ഷാമം പതിവാണ്. നദിയിൽ നിർമിച്ചിട്ടുള്ള അണക്കെട്ടിൽ ജലം കുറയുന്നതിനാൽ ജലസേചനത്തിനും തടസമുണ്ടാകുന്നു. സുരുലിയാർ, തെന്നിയാർ, വരാഹ, മംഗലാർ എന്നിവയാണ് വൈഗയുടെ പോഷകനദികൾ.

ഗുന്ദർ

മധുര ജില്ലയിൽ പൂർവഘട്ടത്തിലെ വർഷനാദ് മലനിരകളിൽ, സുന്ദർഗിരിക്കു സമീപം സമുദ്രനിരപ്പിൽനിന്ന് 900 മീറ്റർ ഉയരത്തിൽനിന്ന് ഉത്ഭവിക്കുന്ന നദിയാണ് ഗുന്ദർ. ഉത്ഭവസ്ഥാനത്തുനിന്ന് തെക്കുകിഴക്കേ ദിശയിലേക്ക് ഒഴുകി മന്നാർ ഉൾക്കടലിൽ പതിക്കുന്ന ഗുന്ദറിന് 146 കിലോമീറ്റർ നീളമുണ്ട്. നദിയിലെ ശരാശരി ജലപ്രവാഹം 480 ദശലക്ഷം ക്യുബിക് മീറ്ററാണ്.

വൈപ്പാർ

തമിഴ്നാട്ടിലെ തിരുനെൽവേലി ജില്ലയിൽ വർഷനാദ് മലനിരകളിലെ ശിവഗിരികുന്നിൽനിന്ന് ഉത്ഭവിക്കുന്ന നദിയാണ് വൈപ്പാർ. കിഴക്കു ദിശയിലേക്ക് ഒഴുകുന്ന നദി 130 കിലോമീറ്റർ ദൂരം പിന്നിട്ട് മന്നാർ ഉൾക്കടലിൽ പതിക്കുന്നു. നദിയുടെ പ്രതിവർഷ ശരാശരി ജലപ്രവാഹം 530 ദശലക്ഷം ക്യുബിക് മീറ്ററാണ്.

കേരളത്തിലെ പമ്പ, അച്ചൻകോവിൽ, വൈപ്പാർ നദീ സംയോജനം സാധ്യമാക്കി പ്രതിവർഷം 634 ദശലക്ഷം ഘനമീറ്റർ ജലം തമിഴ്നാട്ടിലേക്കു തിരിച്ചുവിടണമെന്ന ആവശ്യവുമായി തമിഴ്നാട് സർക്കാർ ഇപ്പോൾ സുപ്രീംകോടതിയെ സമീപിച്ചിരിക്കുകയാണ്. എന്നാൽ ഇതു നടന്നുപോയാൽ പരിസ്ഥിതി നാശമായിരിക്കും ഫലം എന്ന് വിദഗ്ധർ ചൂണ്ടിക്കാട്ടുന്നു. കുട്ടനാടും വേമ്പനാട്ടുകായലും മലിനീകരിക്കപ്പെടുമെന്നും പമ്പയിലും അച്ചൻകോവിലിലുമായി മൂന്ന് അണക്കെട്ടുകൾ നിർമിക്കുന്ന പക്ഷം രണ്ടായിരത്തിൽപ്പരം ഏക്കർവനം വെള്ളത്തിലാകുമെന്നും ഇതും പരിസ്ഥിതി ആഘാതം സൃഷ്ടിക്കുമെന്നും ചൂണ്ടിക്കാണിക്കപ്പെടുന്നു.

താമ്രപർണി

പുരാണ പ്രസിദ്ധമായ നദിയാണ് താമ്രപർണി, *ബ്രഹ്മപുരാണ*ത്തിൽ താമ്രവർണ എന്നാണ് ഈ നദിയെ പരാമർശിച്ചിട്ടുള്ളത്. ചെമ്പുനിറമുള്ള മണ്ണിലൂടെ ഈ നദി ഒഴുകുന്നതിനാലാണത്രേ ഈ നദിക്ക് താമ്രപർണി എന്ന പേരുലഭിക്കാൻ കാരണം. തിരുനെൽവേലി ജില്ലയിൽ ആൾവാർ കുറിച്ചിഗ്രാമത്തിൽ പശ്ചിമഘട്ടത്തിലെ സമുദ്രനിരപ്പിൽനിന്ന് 400 മീറ്റർ

ഉയരമുള്ള മലനിരകളിൽനിന്നാണ് താമ്രപർണിയുടെ ഉത്ഭവം. അഞ്ച് വെള്ളച്ചാട്ടങ്ങൾ സൃഷ്ടിച്ചുകൊണ്ട് കിഴക്കോട്ട് ഒഴുകി പാപനാശം എന്ന സ്ഥലത്ത് സമതലത്തിലേക്കു കടക്കുകയും വീണ്ടും കിഴക്കോട്ട് ഒഴുകി ചിറ്റാർ എന്ന പോഷകനദിയെ വഹിച്ചുകൊണ്ട് മന്നാർ ഉൾക്കടലിൽ പതിക്കുന്ന താമ്രപർണിക്ക് 130 കിലോമീറ്റർ ദൈർഘ്യമുണ്ട്.

ബൈതർണി

ഒറീസയിലെ കെന്ദുഝർ ജില്ലയിൽനിന്ന് ഉത്ഭവിച്ച് തെക്കുകിഴക്കോട്ട് ഒഴുകി ബംഗാൾ ഉൾക്കടലിൽ പതിക്കുന്ന നദിയാണ് ബൈതർണി. സളന്ദിയാണ് പ്രധാന പോഷകനദി. 365 കിലോമീറ്റർ നീളമുള്ള ഈ നദിയുടെ പോഷകനദിയിൽ അണകെട്ടി ജലസേചനസൗകര്യവും ഒരുക്കിയിട്ടുണ്ട്.

യെ ലേരു

ആന്ധ്രാപ്രദേശിലെ വിശാഖപട്ടണം ജില്ലയിലെ കുന്നുകളിൽനിന്ന് ഉത്ഭവിച്ച് തെക്കുകിഴക്കോട്ട് ഒഴുകി ബംഗാൾ ഉൾക്കടലിൽ പതിക്കുന്ന യെലേരുവിന് 125 കിലോമീറ്റർ നീളമുണ്ട്. നദിയുടെ പ്രതിവർഷ ശരാശരി ജലപ്രവാഹം 900 ദശലക്ഷം ക്യുബിക് മീറ്ററാണ്.

9

അറബിക്കടലിൽ പതിക്കുന്ന നദികൾ*

സബർമതി

രാജസ്ഥാനിൽ ആരവല്ലി മലനിരകളിൽ, സമുദ്രനിരപ്പിൽനിന്ന് 762 മീറ്റർ ഉയരത്തിൽനിന്നാണ് സബർമതിനദി ഉത്ഭവിക്കുന്നത്. രാജസ്ഥാൻ, ഗുജറാത്ത് എന്നീ സംസ്ഥാനങ്ങളിലൂടെ ഒഴുകുന്ന സബർമതി, ഗുജറാത്ത് സംസ്ഥാനത്തിലെ സമതലപ്രദേശങ്ങളിൽ ജലസേചനത്തിന് ഏറെ ഉപകരിക്കുന്നു.

സബർ (സാബർ) എന്ന പദത്തിന് മാൻ എന്ന് അർഥമുള്ളതിനാൽ, പതിവായി മാൻകൂട്ടങ്ങൾ കുടിനീരിനായി എത്തുന്ന ഈ നദിക്ക് സബർമതി എന്ന പേരുണ്ടായതായി വിശ്വസിക്കപ്പെടുന്നു. 371 കിലോമീറ്റർ നീളമുള്ള സബർമതിയുടെ 48 കിലോമീറ്റർ ദൈർഘ്യം രാജസ്ഥാനിലും ബാക്കി 323 കിലോമീറ്റർ ഗുജറാത്തിലുമാണ് സ്ഥിതിചെയ്യുന്നത്. രാജസ്ഥാനിലൂടെ ഒഴുകിയതിനുശേഷം ഗുജറാത്തിലേക്കു കടന്ന് വാകൽ എന്ന പോഷക നദിയുമായി സന്ധിക്കുന്നു. പിന്നീട് തെക്കുപടിഞ്ഞാറ് ദിശയിലേക്ക് ഒഴുകി സെയ്, ഹർനബ് എന്നീ പോഷകനദികളുമായി സന്ധിക്കുന്നു. തുടർന്ന് ധരോയ് മലയിടുക്കുകളിലൂടെ ഒഴുകി പ്രധാന പോഷകനദിയായ ഹാത്തി മതിയുമായി സന്ധിച്ചശേഷം തെക്കുപടിഞ്ഞാറോട്ട് ഒഴുകി അറബിക്കടലി ലെ കാംബെ ഉൾക്കടലിൽ പതിക്കുന്നു.

നവംബർ മാസത്തിൽ അഹമ്മദാബാദിനു സമീപത്തുള്ള നദീതീര ങ്ങളിലെ തീർഥാടന കേന്ദ്രങ്ങളിൽ എത്തിച്ചേരുന്ന ഭക്തജനങ്ങൾക്ക് കുടി

---

* ഇക്കൂട്ടത്തിൽ കേരളത്തിലെ നദികളെ ഉൾപ്പെടുത്തിയിട്ടില്ല. കേരളത്തിലെ നദികളെപ്പറ്റി അറിയുവാൻ 'കേരളത്തിലെ നദികൾ' എന്ന അധ്യായം നോക്കുക.

സബർമതി നദി

നീർ ലഭ്യമാക്കുന്നതിനുവേണ്ടി നദീതീരത്ത് കിണറുകൾ കുഴിക്കാറുണ്ട്. നദിയുടെ ഇരുതീരങ്ങളിലുമുള്ള കൃഷിഭൂമിക്ക് ജലസേചന സൗകര്യം ഒരുക്കിയിട്ടുള്ളത് സബർമതിയിലെ ജലംകൊണ്ടാണ്. നദീതീരത്തു നിർമിച്ച ഗാന്ധിജിയുടെ ആശ്രമത്തിനും സബർമതി എന്നായിരുന്നല്ലോ നാമകരണം ചെയ്തിരുന്നത്.

മാഹി

മധ്യപ്രദേശിൽ ധാർ ജില്ലയിൽ വിന്ധ്യാ പർവതത്തിന്റെ വടക്കെ ചെരിവിൽ, സമുദ്രനിരപ്പിൽനിന്ന് 500 മീറ്റർ ഉയരത്തിൽനിന്നാണ് മാഹി നദി ഉത്ഭവിക്കുന്നത്. ഉത്ഭവസ്ഥാനത്തുനിന്ന് ധാർ, ഝാബുവ ജില്ലകളി ലൂടെ 70 കിലോമീറ്റർ ദൂരം ഒഴുകി, ബഗോരി എന്ന പോഷകനദിയുമായി സന്ധിക്കുന്നു. തുടർന്ന് പടിഞ്ഞാറോട്ടുതിരിഞ്ഞ് രത്‌ലം ജില്ലയിൽ 39 കിലോമീറ്റർ ദൂരം ഒഴുകിയശേഷം പോഷകനദിയായ പഞ്ചവടിയുമായി സന്ധിക്കുന്നു. പിന്നീട് വടക്കോട്ട് 56 കിലോമീറ്റർ ദൂരം ഒഴുകി, രാജസ്ഥാ നിലെ അംബ്പാരയിൽ എത്തുന്നു. രാജസ്ഥാനിൽ തെക്കുപടിഞ്ഞാറ് ദിശയിൽ 174 കിലോമീറ്റർ ദൂരം ഒഴുകിയശേഷം, പോഷകനദികളായ സോം, അനാസ് എന്നിവയുമായി സന്ധിക്കുന്നു. പിന്നീട് ഗുജറാത്തിലേക്കു കടക്കുന്ന മാഹിനദി, തെക്കുപടിഞ്ഞാറ് ദിശയിൽ ഒഴുകി അറബിക്കടലി ലെ കാംബെ ഉൾക്കടലിൽ പതിക്കുന്നു. 583 കിലോമീറ്റർ നീളമുള്ള മാഹി നദിയുടെ 167 കിലോമീറ്റർ മധ്യപ്രദേശിലൂടെയും 174 കിലോമീറ്റർ രാജ സ്ഥാനിലൂടെയും 242 കിലോമീറ്റർ ഗുജറാത്തിലൂടെയുമാണ് ഒഴുകുന്നത്.

ഏപ്രിൽ, മെയ് മാസങ്ങളിൽ നദീ ജലത്തിൽ ലവണാംശം കൂടുന്ന തിനാൽ അക്കാലത്ത് നദീജലം കൃഷിക്ക് ഉപയോഗപ്രദമാവില്ല. എന്നാൽ മറ്റ് അവസരങ്ങളിൽ ജലസേചനത്തിന് വെള്ളം ഉപയോഗപ്രദമാണ്.

നർമദ

പടിഞ്ഞാറോട്ട് ഒഴുകുന്ന ഇന്ത്യയിലെ ഏറ്റവും വലിയ നദിയാണ് നർമദ. ഇന്ത്യയെ വടക്കെ ഇന്ത്യയെന്നും തെക്കെ ഇന്ത്യയെന്നും വേർതിരിക്കുന്ന നദികൂടിയാണ് നർമദ.

മധ്യപ്രദേശിൽ മൈക്കല മലനിരകളിൽപ്പെടുന്ന, സമുദ്രനിരപ്പിൽ നിന്ന് 900 മീറ്റർ ഉയരത്തിലുള്ള അമർകുണ്ഡക് കുന്നിൽനിന്നാണ് നർമദയുടെ ഉത്ഭവം. ആദ്യം പടിഞ്ഞാറോട്ട് ഒഴുകുന്ന നദി, മധ്യപ്രദേശിലൂടെ 79 കിലോമീറ്റർ ദൂരം ഒഴുകിയശേഷം, മധ്യപ്രദേശിന്റെയും മഹാരാഷ്ട്രയുടെയും അതിർത്തിയിലൂടെ 35 കിലോമീറ്റർ ദൂരം ഒഴുകുന്നു. പിന്നീട് മഹാരാഷ്ട്രയുടെയും ഗുജറാത്തിന്റെയും അതിർത്തിയിലൂടെ 35 കിലോമീറ്റർ ദൂരംകൂടി ഒഴുകിയശേഷം ഗുജറാത്തിലേക്കു പ്രവേശിക്കുന്നു. തുടർന്ന് പല ജലപാതങ്ങൾ സൃഷ്ടിച്ചുകൊണ്ടാണ് നദിയുടെ പ്രയാണം. ജബൽപൂർ, ഗാന്ധാർ, താരി, മഹേശ്വർ എന്നിവിടങ്ങളിലുള്ള ജലപാതങ്ങൾക്ക് 15 മീറ്റർ, 12 മീറ്റർ, 6 മീറ്റർ എന്നിങ്ങനെയാണ് ഉയരം. ജബൽപ്പൂരിനടുത്ത് ഭേദഘട്ടിൽ എത്തി നർമദ തുറസായ സമതലപ്രദേശത്തുകൂടി പടിഞ്ഞാറോട്ട് ഒഴുകുന്നു. പിന്നീട് വിന്ധ്യാ സത്പുര മലനിരകൾക്കിടയിലൂടെ ഒഴുകി ഗുജറാത്തിലെ സമതലപ്രദേശത്തു കടക്കുന്നു. ഭ്രംശ താഴ്വരയിലൂടെ ഒഴുകുന്ന ഏകനദിയാണ് നർമദ. അവിടെനിന്ന് ഭരുചിൽ എത്തിയശേഷം നദീമുഖത്ത് വിസ്തൃതമായ ഒരു ഡൽറ്റ അവശേഷിപ്പിച്ചുകൊണ്ട് നർമദ കാംബെ ഉൾക്കടലിൽ പതിക്കുന്നു. രേഖ,

നദർമദാതീരത്തെ ഓംകാരേശ്വർ ക്ഷേത്രം

മേഖല, കന്യക എന്നീ പേരുകളിലും നർമദ അറിയപ്പെടുന്നുണ്ട്. മധ്യേന്ത്യയിലാണെങ്കിലും ഭൂമിശാസ്ത്രപരമായി കൂടുതൽ ബന്ധം നർമദയ്ക്ക് തെക്കേ ഇന്ത്യയോടാണ്. ധാരാളം പോഷകനദികളുള്ള നദിയാണ് നർമദ. ബാമർ, ബൻജർ, കിരൺ, ഷേർ, ഷക്കാർ, താവ, ഛോട്ടിതാവ, ബർഹ, കുന്തി, ഉറി, ഹതിനെ, കർസൻ എന്നിവയാണ് പ്രധാന പോഷകനദികൾ.

ചരിത്രാതീതകാലത്ത് നർമദയുടെ തീരപ്രദേശങ്ങളിൽ മാംസഭോജികളായ കൂറ്റൻ ദിനോസറുകൾ വിഹരിച്ചിരുന്നുവത്രേ. രാജാസോറസ്, നർമദെൻസിസ് എന്നിവ അത്തരം ദിനോസറുകളായിരുന്നു.

ഇന്ത്യയിലെ പ്രശസ്ത തീർഥാടനകേന്ദ്രമായ 'ഓം കാരേശ്വർ' നർമദാ നദീതീരത്തെ ഏറ്റവും മഹത്തായ ജ്യോതിർലിംഗക്ഷേത്രമാണ്. ദ്വീപനഗരമായ മന്ഥതയിലാണ് ഈ മഹാക്ഷേത്രം സ്ഥിതിചെയ്യുന്നത്.

താപ്തി

പടിഞ്ഞാറോട്ട് ഒഴുകുന്ന ഇന്ത്യയിലെ ഏറ്റവും വലിയ രണ്ടാമത്തെ നദിയാണ് താപ്തി. താപി, തപതി എന്നീ പേരുകളിലും ഈ നദി അറിയപ്പെടുന്നുണ്ട്. മധ്യപ്രദേശിലെ ബേട്ടൂർ ജില്ലയിൽ സമുദ്രനിരപ്പിൽനിന്ന് 752 മീറ്റർ ഉയരത്തിൽ മുൽതായ് പീഠഭൂമിയിൽനിന്നാണ് താപ്തി ഉത്ഭവിക്കുന്നത്. മധ്യപ്രദേശ്, മഹാരാഷ്ട്ര, ഗുജറാത്ത് എന്നീ സംസ്ഥാനങ്ങളിലൂടെ ഒഴുകി അറബിക്കടലിലെ കാംബെ ഉൾക്കടലിൽ പതിക്കുന്ന താപ്തിക്ക് 724 കിലോമീറ്റർ നീളമുണ്ട്.

ആരംഭത്തിൽ 241 കിലോമീറ്റർ ദൂരം ഫലഭൂയിഷ്ഠമായ സമതല പ്രദേശങ്ങളിലൂടെ ഒഴുകുന്ന നദി തുടർന്ന് സത്പുര മലനിരകളിലൂടെ ഒഴുകുന്നു. വീണ്ടും ബർഷാൻപൂരിനുസമീപംവച്ച് സമതലപ്രദേശത്തിലെത്തുന്നു. പിന്നീട് മഹാരാഷ്ട്രയിലെ ഖണ്ഡേഷിൽ എത്തി പോഷകനദിയായ പൂർണയുമായി സന്ധിക്കുന്നു. തുടർന്ന് ഇടതുഭാഗത്തേക്ക് ഒഴുകി 80 കിലോമീറ്റർ ദൂരം നിബിഡ വനപ്രദേശത്തുകൂടി ഒഴുകുന്ന താപ്തി, തുടർന്ന് ചെറിയ ജലപാതങ്ങൾ സൃഷ്ടിച്ചുകൊണ്ട് 32 കിലോമീറ്റർ ദൂരം ഒഴുകുന്നു. അവസാനഘട്ടത്തിൽ കക്രപാറിനും കമൽപുരയ്ക്കും ഇടയ്ക്ക് 113 കിലോമീറ്റർ ദൂരം, ഗുജറാത്തിലെ സമതലപ്രദേശത്തുകൂടിയാണ് നദി ഒഴുകുന്നത്. പിന്നീട് സൂററ്റ് നഗരത്തിനു സമീപത്തുകൂടി ഒഴുകി, അറബിക്കടലിലെ കാംബെ ഉൾക്കടലിൽ പതിക്കുന്നു.

താപ്തിയുടെ ആകെയുള്ള 724 കിലോമീറ്റർ ദൈർഘ്യത്തിൽ 228 കിലോമീറ്റർ മധ്യപ്രദേശിലും 228 കിലോമീറ്റർ മഹാരാഷ്ട്രയിലും 214 കിലോമീറ്റർ ഗുജറാത്തിലും ബാക്കിയുള്ള 54 കിലോമീറ്റർ മഹാരാഷ്ട്ര-മധ്യപ്രദേശ് അതിർത്തിയിലൂടെയുമാണ് ഒഴുകുന്നത്. പൂർണ, വധൂർ, ഗിമ, ബോറി, പാഞ്ജ്റ, ബൂർ, അമെർ, അരുണാവതി, ഗോർണായി, ശിവാ, നളഗംഗ, വിശ്വാമിത്രി, വാൻ, ഗഞ്ചാൽ എന്നിവയാണ് താപ്തിയുടെ പ്രധാന പോഷകനദികൾ.

മഹാരാഷ്ട്രയിലെ ജൽഗാവ്, ബുൽഡാന, നാസിക്, അകോല, അമരാവതി എന്നീ ജില്ലകളും മധ്യപ്രദേശിലെ ബൈതുൽ, ഖൺഡ്വ

എന്നീ ജില്ലകളും ഗുജറാത്തിലെ സൂററ്റ് ജില്ലയും താപ്തിനദിയുടെ താഴ്വര പ്രദേശങ്ങളിൽ ഉൾപ്പെടുന്നു. താപ്തിയിലെ പരിമിതമായ ജലസേചന സൗകര്യങ്ങൾ പ്രയോജനപ്പെടുത്തി, കൃഷി അഭിവൃദ്ധി പ്രാപിച്ച പ്രദേശങ്ങളാണ് നദിയുടെ ഇരുകരകളിലുമുള്ള സ്ഥലങ്ങൾ. വരൾച്ച ബാധിക്കാത്ത നദിയാണ് താപ്തിയും പോഷകനദികളും. സത്പുര മലകൾ, താപ്തി-നർമദാ താഴ്വരകളെ വേർതിരിക്കുന്നു. താപ്തിയിൽനിന്ന് വൈദ്യുതോൽപ്പാദനവും നടക്കുന്നുണ്ട്.

പൂർണ

മഹാരാഷ്ട്രയിലെ ധൂലൈ ജില്ലയിൽനിന്ന് ഉത്ഭവിച്ച് പടിഞ്ഞാറോട്ട് ഒഴുകി ഗുജറാത്തിലൂടെ അറബിക്കടലിലെ കാംബെ ഉൾക്കടലിൽ പതിക്കുന്ന നദിയാണ് പൂർണ. നദിക്ക് 142 കിലോമീറ്റർ നീളമുണ്ട്.

മാണ്ഡവി

ഗോവയിലെ ഏറ്റവും പ്രധാനപ്പെട്ട നദിയാണ് മാണ്ഡവി. കർണാടകത്തിലെ ബൽഗാംജില്ലയിൽ സമുദ്രനിരപ്പിൽനിന്ന് 600 മീറ്റർ ഉയരത്തിലുള്ള സോൺസാഗറിന് പത്തു കിലോമീറ്റർ വടക്കുകിഴക്കുനിന്നാണ് മാണ്ഡവി ഉത്ഭവിക്കുന്നത്. ഒരു ശാഖയായ രാഹോർ ഡബ്ഹോളിനു സമീപത്തു നിന്നാണ് ഉത്ഭവിക്കുന്നത്. നേരേ പടിഞ്ഞാറോട്ട് ഒഴുകി മർമഗോവ വഴി തലസ്ഥാനമായ പനാജിക്കുസമീപംവച്ച് മാണ്ഡവി അറബിക്കടലിൽ പതിക്കുന്നു. നദിക്ക് 80 കിലോമീറ്ററാണ് ദൈർഘ്യം.

ശത്രഞ്ജി

ഗുജറാത്തിലെ അംരേലി ജില്ലയിൽപ്പെട്ട സമുദ്രനിരപ്പിൽനിന്ന് 300 മീറ്റർ ഉയരത്തിലുള്ള ഗീർമലകളിൽനിന്ന് ഉത്ഭവിക്കുന്ന നദിയാണ് ശത്രഞ്ജി. ആദ്യം വടക്കു കിഴക്കോട്ട് 48 കിലോമീറ്റർ ഒഴുകിയശേഷം വലതുഭാഗത്തേക്കു തിരിഞ്ഞ് വീണ്ടും കിഴക്കോട്ട് 194 കിലോമീറ്റർകൂടി ഒഴുകി തലേജാ ഗ്രാമത്തിൽ പ്രവേശിച്ച് അറബിക്കടലിലെ കാംബെ ഉൾക്കടലിൽ പതിക്കുന്ന ശത്രഞ്ജിയിൽ ചെറിയ ചില പോഷകനദികൾ ഒഴുകിയെത്തുന്നുണ്ട്. ഈ നദീതീരത്താണ് പ്രസിദ്ധമായ ജെയിൻ ദേവാലയം സ്ഥിതിചെയ്യുന്നത്. നദിയിൽ നിർമിച്ചിട്ടുള്ള അണക്കെട്ട് കൃഷിയിടങ്ങൾക്ക് ജലസേചനസൗകര്യം ഒരുക്കിയിട്ടുണ്ട്.

ഭാദർ

ഗുജറാത്തിലെ രാജ്ക്കോട് ജില്ലയിൽ അഞ്ജലി ഗ്രാമത്തിനു സമീപത്തുനിന്ന് ഉത്ഭവിച്ച് തെക്കു പടിഞ്ഞാറോട്ട് ഒഴുകി നബിബന്ദറിനു സമീപം വച്ച് അറബിക്കടലിൽ പതിക്കുന്ന നദിയാണ് ഭാദർ. 198 കിലോമീറ്റർ ദൈർഘ്യമുള്ള ഈ നദീതീരത്തെ ചില നഗരങ്ങളാണ് ജെത്പൂർ, ധരാജി, സരദിയ എന്നിവ.

ധാധർ

ഗുജറാത്തിലെ ഗോധ്ര ജില്ലയിൽനിന്ന് ഉത്ഭവിച്ച് തെക്കുപടിഞ്ഞാറോട്ട് ഒഴുകി വഡോദര, ഭറുച് എന്നീ ജില്ലകളിൽക്കൂടി ഒഴുകി അറബിക്കടലിലെ കാംബെ ഉൾക്കടലിൽ പതിക്കുന്ന നദിയാണ് ധാധർ. 135 കിലോമീറ്റർ നീളമുള്ള ഈ നദിയുടെ താഴ്വരപ്രദേശത്തെ പ്രധാന നഗരമാണ് വഡോദര. ജലസേചനസൗകര്യങ്ങൾ ഏർപ്പെടുത്തിയിട്ടുള്ളതിനാൽ നദീജലം കൃഷിക്ക് ഉപയുക്തമാണ്.

അംബിക

ഗുജറാത്തിലെ ഡാൻറാ ജില്ലയിൽ സമുദ്രനിരപ്പിൽനിന്ന് 600 മീറ്റർ ഉയരത്തിലുള്ള ജബ്ഹദാർ ഗ്രാമത്തിൽനിന്നാണ് അംബികാനദി ഉത്ഭവിക്കുന്നത്. ആരംഭത്തിൽ വടക്കുപടിഞ്ഞാറ് ദിശയിലേക്ക് 36 കിലോമീറ്റർ ദൂരം ഒഴുകി പിപ്രി ഗ്രാമത്തിൽ എത്തുന്നു. തുടർന്ന് വടക്കുനിന്ന് തെക്കോട്ട് 85 കിലോമീറ്റർ ഒഴുകി ഒരു വൃത്താകൃതി സൃഷ്ടിച്ചുകൊണ്ട് ബില്ലിമാരോയിൽ എത്തി കിഴക്കുപടിഞ്ഞാറായി 16 കിലോമീറ്റർ ദൂരംകൂടി പിന്നിട്ട് അറബിക്കടലിലെ കാംബെ ഉൾക്കടലിൽ പതിക്കുന്നു. അംബികാനദിക്ക് 142 കിലോമീറ്റർ നീളമുണ്ട്.

വൈതർണി

മഹാരാഷ്ട്രയിലെ നാസിക് ജില്ലയിൽ സമുദ്രനിരപ്പിൽനിന്ന് 670 മീറ്റർ ഉയരത്തിലുള്ള ജട്വാർ ഗ്രാമത്തിൽനിന്നാണ് വൈതർണി നദി ഉത്ഭവിക്കുന്നത്. പുരാണത്തിൽ ഒരു വൈതർണി നദിയെപ്പറ്റി പ്രസ്താവിക്കുന്നുണ്ട്. കാലപുരിക്കു ചുറ്റുമുള്ള നദിയാണ് പുരാണപ്രസിദ്ധമായ വൈതരണി. കടക്കാൻപറ്റാത്തത് എന്ന അർഥത്തിൽ മലയാളത്തിലെ ഒരു ശൈലിയുമാണ് വൈതരണി.

വൈതർണ നദി ആരംഭത്തിൽ വടക്കുതെക്കുദിശയിൽ 20 കിലോമീറ്റർ ഒഴുകിയശേഷം തെക്കുപടിഞ്ഞാറോട്ടു തിരിഞ്ഞും വേദഗ്രാമത്തിൽ എത്തുന്നു. പിന്നീട് ആറുകിലോമീറ്റർ താഴേക്ക് ഒഴുകി പോഷകനദിയായ പിൻജലുമായി സന്ധിക്കുന്നു. തുടർന്ന് കിഴക്കുപടിഞ്ഞാറായി 19 കിലോമീറ്റർ ദൂരം ഒഴുകി യോർക്ക്ഹാ ഗ്രാമത്തിൽ പ്രവേശിക്കുന്നു. അവിടെനിന്ന് വീണ്ടും വടക്കുപടിഞ്ഞാറോട്ട് 13 കിലോമീറ്റർ ഒഴുകി മാനോർ ഗ്രാമത്തിൽ എത്തി വീണ്ടും തെക്കുപടിഞ്ഞാറോട്ട് തിരിഞ്ഞ് 10 കിലോമീറ്റർ ഒഴുകി രണ്ടു പോഷകനദികളുമായി സന്ധിച്ച് വടക്കുനിന്ന് തെക്കോട്ട് 14 കിലോമീറ്റർ ദൂരംകൂടി പിന്നിട്ട് അറബിക്കടലിലെ അഗാഷീ ഉൾക്കടലിൽ പതിക്കുന്നു. പടിഞ്ഞാറൻ റെയിൽവേയിലെ വാഹിസ്ഹർ പാലത്തിനു സമീപമാണിത്. വൈതർണനദിക്ക് 126 കിലോമീറ്ററാണ് ദൈർഘ്യം.

ഉൽഹാസ്

മഹാരാഷ്ട്രയിലെ പൂനെ ജില്ലയിൽപ്പെട്ട ലൊണൗലി ഗ്രാമത്തിൽ, സമുദ്രനിരപ്പിൽനിന്ന് 600 മീറ്റർ ഉയരത്തിൽനിന്നാണ് ഉൽഹാസ് നദിയുടെ ഉത്ഭവം. ആരംഭത്തിൽ തെക്കുവടക്കായി ഒഴുകി, ഒരു തിരിവ് സൃഷ്ടിച്ചുകൊണ്ട് കല്യാൺ-ബോസായ് റോഡിനുസമീപംവരെ 24 കിലോമീറ്റർ ദൂരം ഒഴുകുന്നു. പിന്നീട് നദിയിലേക്ക് ഒഴുകിയെത്തുന്ന അഞ്ച് അരുവികളെ സ്വീകരിച്ചുകൊണ്ട് കിഴക്കുപടിഞ്ഞാറായി ഒഴുകി, രണ്ടു തുരങ്കങ്ങളിൽക്കൂടി കടന്ന്, ഒരുശാഖ കിഴക്കോട്ടും മറ്റേശാഖ പടിഞ്ഞാറോട്ടും ഒഴുകുന്നു. തുടർന്ന് രണ്ടു പോഷകനദികൾ മറ്റ് സായിയും കാലുവും, ടിറ്റ്‌വാൾ എന്ന സ്ഥലത്തുവച്ചും കല്യാണിനു വടക്കുഭാഗത്തുവച്ചും ഉൽഹാസിൽ ചേരുന്നു. പിന്നീട് നദിയുടെ പ്രധാനശാഖ അറബിക്കടലിൽ പതിക്കുന്നു. ഉൽഹാസിന് (ഉല്ലാസ്) 122 കിലോമീറ്റർ ദൈർഘ്യമുണ്ട്.

സാവിത്രി

മഹാരാഷ്ട്രയിലെ കൊലാബാ ജില്ലയിൽ, പശ്ചിമപർവതനിരയിൽ, സമുദ്രനിരപ്പിൽനിന്ന് 600 മീറ്റർ ഉയരത്തിൽനിന്ന് ഉത്ഭവിക്കുന്ന നദിയാണ് സാവിത്രി. ആരംഭത്തിൽ നേരേ തെക്കുപടിഞ്ഞാറോട്ട് ഒഴുകുന്ന നദി, ദേവ്ഗാർ ഗ്രാമത്തിനു സമീപംവച്ച് അറബിക്കടലിൽ പതിക്കുന്നു. നദിക്ക് 80 കിലോമീറ്റർ നീളമുണ്ട്.

കാളി

കർണാടകത്തിലെ ബെൽഗാം ജില്ലയിൽ വിദി ഗ്രാമത്തിലെ മലനിരകളിൽനിന്ന് ഉത്ഭവിക്കുന്ന നദിയാണ് കാളി. ഉത്ഭവസ്ഥാനത്ത് 'ഡോഗി' എന്നാണ് നദി അറിയപ്പെടുന്നത്. ആദ്യം തെക്കുകിഴക്കു ദിശയിൽ 56 കിലോമീറ്റർ ദൂരം ഒഴുകി, ദേവികോപ് ഗ്രാമത്തിൽ എത്തുന്നു. വീണ്ടും തെക്കുകിഴക്കായി 66 കിലോമീറ്റർ ദൂരം ഒഴുകിയശേഷം, കിഴക്കുപടിഞ്ഞാറായി 31 കിലോമീറ്റർ ദൂരംകൂടി ഒഴുകി കാർവാർ പട്ടണത്തിനു സമീപംവച്ച് അറബിക്കടലിലെ കാർവാർ ഉൾക്കടലിൽ പതിക്കുന്നു. പന്ധരിയാണ് പ്രധാന പോഷകനദി. 153 കിലോമീറ്റർ നീളമുള്ള കാളി നദിയിൽ ഒരു വൻകിട ജലവൈദ്യുതപദ്ധതിയും സ്ഥാപിച്ചിട്ടുണ്ട്.

ഗംഗാവലി

കർണാടകത്തിലെ ധാർവാർ പട്ടണത്തിൽനിന്ന് 7 കിലോമീറ്റർ തെക്കുഭാഗത്തുള്ള മലനിരകളിൽ, സമുദ്രനിരപ്പിൽനിന്ന് 700 മീറ്റർ ഉയരത്തിൽനിന്നാണ് ഗംഗാവലി നദി ഉത്ഭവിക്കുന്നത്. ഉത്ഭവസ്ഥാനത്ത് വേദവതി എന്നാണ് ഈ നദിയുടെ പേര്. ഹുബ്ലി നഗരത്തിൽനിന്ന് 72 കിലോമീറ്റർ ദൂരം വടക്കുനിന്ന് തെക്കോട്ട് ഒഴുകിയശേഷം തെക്കുപടിഞ്ഞാറോട്ട് ഒഴുകുന്ന നദി, പിന്നീട് കിഴക്കുനിന്ന് പടിഞ്ഞാറേക്കു തിരിഞ്ഞ് ഗോകർ

ണത്തിനു സമീപം അറബിക്കടലിൽ പതിക്കുന്നു. നദിക്ക് 152 കിലോമീറ്റർ ദൈർഘ്യമുണ്ട്. മഗാഡ് ജലപാതം ഈ നദിയിലാണ് സ്ഥിതിചെയ്യുന്നത്.

ശരാവതി

കർണാടകത്തിൽ ഷിമോഗ ജില്ലയിൽ പശ്ചിമ പർവതനിരയുടെ പടിഞ്ഞാറെ ചെരിവിൽ, സമുദ്രനിരപ്പിൽനിന്ന് 700 മീറ്റർ ഉയരത്തിൽ നിന്നാണ് ശരാവതി നദി ഉത്ഭവിക്കുന്നത്. ആദ്യം വടക്കുനിന്ന് തെക്കോട്ട് 13 കിലോ മീറ്റർ ദൂരം ഒഴുകി റിയോൺപെട്ടിൽ എത്തുന്നു. തുടർന്ന് ലിംഗൻമാക്കി അണക്കെട്ടിന്റെ റിസർവോയറിൽ എത്തുന്നു. ഇവിടെയാണ് ഇന്ത്യയിലെ ഏറ്റവും വലിയ ജലപാതമായ ജോഗ്വെള്ളച്ചാട്ടം സ്ഥിതിചെയ്യുന്നത്. ഗർസോപ്പ എന്നും ഈ വെള്ളച്ചാട്ടത്തിനു പേരുണ്ട്. 253 മീറ്റർ (829 അടി) ഉയരമുള്ള ഈ ജലപാതം രാജാ, റോറർ, റോക്കറ്റ്, റാണി എന്നീ പേരുകളുള്ള നാലുവെള്ളച്ചാട്ടങ്ങൾ ചേർന്നതാണ്. പിന്നീട് കിഴക്കുനിന്ന് പടിഞ്ഞാറോട്ട് ഒഴുകി നാനോവർ പട്ടണത്തിനു സമീപംവച്ച് അറബിക്കടലിൽ പതിക്കുന്നു. 122 കിലോമീറ്ററാണ് നദിയുടെ ദൈർഘ്യം. ജലസമൃദ്ധമായ നദിയാണ് ശരാവതി.

നേത്രാവതി

കർണാടകത്തിൽ, മംഗലാപുരം ജില്ലയിൽ പശ്ചിമപർവതനിരയിലെ കുദ്രമുഖ്, ബലരായൻ, ദുർഗാ എന്നീ പ്രദേശങ്ങൾക്കു മധ്യത്തിൽ, സമുദ്രനിരപ്പിൽനിന്ന് 1000 മീറ്റർ ഉയരത്തിൽനിന്നാണ് നേത്രാവതി നദിയുടെ ഉത്ഭവം. വടക്കുനിന്ന് തെക്കുഭാഗത്തേക്ക് 40 കിലോമീറ്റർ ദൂരം ഒഴുകി, ഗോഹത്യാ ഗ്രാമത്തിൽ എത്തി, പടിഞ്ഞാറോട്ട് തിരിഞ്ഞ്, കിഴക്കുനിന്ന് പടിഞ്ഞാറോട്ട് ഒഴുകി, മംഗലാപുരത്തിനു സമീപം അറബിക്കടലിൽ പതിക്കുന്നു. നദിക്ക് 103 കിലോമീറ്ററാണ് നീളം.

നദിയിൽ കുളം

കേരളത്തിലെ നദികളെ ബാധിക്കുന്ന പ്രധാനപ്രശ്നം നദീജലത്തിൽ വലിയൊരു അളവിൽ മാലിന്യങ്ങൾ വന്നടിയുന്നു എന്നതാണ്. നദികളും മറ്റും മലിനമാക്കുന്നതിൽ നമ്മെപ്പോലെ തന്നെ വിരുതന്മാരാണ് ജർമനിക്കാരും.

ബർലിനിൽ ഉള്ള സ്പ്രീ എന്ന പുഴയിൽ, ജലം മലിനമായതിനാൽ ആരും ഇറങ്ങി കുളിക്കാറില്ല. കൂടാതെ നീന്തലിനും ആരും തുനിയാറില്ല. പിന്നെ നീന്താൻ എന്തുചെയ്യും?

അതിന് ഒരു ഉപായം അവർ കണ്ടെത്തി. ചതുരത്തിലുള്ള ഒരു വമ്പൻ ഇരുമ്പുവള്ളത്തിൽ ശുദ്ധജലംനിറച്ച് ഒരു ഉഗ്രൻ കുള

മുണ്ടാക്കി. അതും പുഴയുടെ ഒത്തനടുവിൽതന്നെ. 'കുളിക്കാനുള്ള കപ്പൽ' എന്ന് അർഥംവരുന്ന 'ബാതിങ് ഷിപ്' എന്ന ജർമൻ പേരും അതിനിട്ടു. വേനൽക്കാലമായാൽ, ഇവിടെയെത്തി, ശുദ്ധജലത്തിൽ കുളിക്കാൻ നല്ല ജനത്തിരക്കാണ്. കുളിക്കുന്നതിന് ഒരു ചെറിയ സംഖ്യ ഫീസ് ആയി നൽകണമെന്നു മാത്രം.

മരുഭൂമിയിൽ അവസാനിക്കുന്ന നദികൾ

ഘഗ്ഗർ

ഹിമാചൽപ്രദേശിൽ സമുദ്രനിരപ്പിൽനിന്ന് 1927 മീറ്റർ ഉയരമുള്ള, സിംലയ്ക്കുസമീപം ഷാഗ്ഷായ് മലനിരകളിൽനിന്നാണ് ഷഗ്ഗർ നദി ഉത്ഭവിക്കുന്നത്. നേരെ തെക്കുപടിഞ്ഞാറോട്ട് ഒഴുകുന്ന ഈ നദി, പത്തു കിലോമീറ്റർ പിന്നിട്ട് ഹരിയാനയിലെ കാൽകയിൽ എത്തുന്നു. തുടർന്ന് പഞ്ചാബിന്റെയും ഹരിയാനയുടെയും അതിർത്തിയിലൂടെ ഒഴുകി ടാൻഗറി, മാർക്കണ്ഡ എന്നീ പോഷകനദികളെയും സരസ്വതി നദിയെയും ഉൾക്കൊണ്ടുകൊണ്ട് ശത്രാനാ ഗ്രാമത്തിൽ പ്രവേശിക്കുന്നു. പിന്നീട് പടിഞ്ഞാറുഭാഗത്തേക്ക് ഒഴുകി ഭക്രാമെയിൽ കനാൽകടന്ന് തെക്കുപടിഞ്ഞാറോട്ട് ഒഴുകുന്നു. തുടർന്ന് രാജസ്ഥാനിലേക്കു കടന്ന് മരുപ്രദേശത്ത് അപ്രത്യക്ഷമാകുന്നു. 400 കിലോമീറ്ററോളം ദൈർഘ്യമുള്ള ഈനദിയിൽ ഇടയ്ക്ക് വെള്ളപ്പൊക്കമുണ്ടാകുന്നതിനാൽ രാജസ്ഥാൻ സർക്കാർ ഡൈവർഷൻ കനാൽ നിർമിച്ച് വെള്ളപ്പൊക്കം ഒഴിവാക്കുന്നു.

ലൂനി

രാജസ്ഥാനിൽ നാഗൗർ ജില്ലയിലെ പിൽവാ ഗ്രാമത്തിൽ, സമുദ്രനിരപ്പിൽനിന്ന് 550 മീറ്റർ ഉയരത്തിലുള്ള ആരവല്ലി മലനിരകളിൽനിന്നാണ് ലൂനി നദി ഉത്ഭവിക്കുന്നത്. അജ്മീറിനു സമീപമാണിത്. തുടക്കത്തിൽ തെക്കുപടിഞ്ഞാറോട്ട് ഒഴുകി ഗോവിന്ദ് ഗാർഹ് ഗ്രാമത്തിൽ എത്തുന്നു. പിന്നീട് വലതുഭാഗത്തേക്കു തിരിഞ്ഞ് അഹല്യവാൾ ഗ്രാമത്തിൽ എത്തി വടക്കുപടിഞ്ഞാറോട്ട് ഒഴുകുന്നു. കുറെദൂരം മുന്നോട്ട് ഒഴുകിയശേഷം വീണ്ടും ഇടത്തേക്കും പിന്നീട് തെക്കുപടിഞ്ഞാറേക്കും ഒഴുകി സമാജിഹ് ദാരി ഗ്രാമത്തിൽ പ്രവേശിക്കുന്നു. തുടർന്ന് മിത്രി, ലിത്രി, ബാന്ദി, സുകരി എന്നീ പോഷകനദികളുമായി യോജിച്ച് താഴോട്ട് ഒഴുകി വീണ്ടും വലതുഭാഗത്തേക്ക് തിരിഞ്ഞ് ഗാംഗെരാ ഗ്രാമത്തിൽ എത്തുന്നു. പിന്നീട് പടിഞ്ഞാറുഭാഗത്തേക്ക് ഒഴുകി വീണ്ടും തെക്കുപടിഞ്ഞാറോട്ട് ചെരിഞ്ഞ് പത്തു കിലോമീറ്റർ ദൂരം പിന്നിടുന്നു. ഗുണ്ടാർ ഗ്രാമത്തിലേക്കുകടന്ന് ജാവൈ എന്ന പോഷകനദിയുമായി യോജിച്ച് ഗുജറാത്തിലെ റാൻ ഓഫ് കച്ച് എന്ന ചതുപ്പു ഭൂമിയിലേക്ക് പ്രവേശിച്ചശേഷം നദി അപ്രത്യക്ഷമാകുന്നു.

പോഷകനദിയായ ജാവൈയിൽ ഒരു അണക്കെട്ടു നിർമിച്ച് ജലസേചനസൗകര്യങ്ങൾ ഒരുക്കിയിട്ടുണ്ട്. രാജസ്ഥാനിലെ വരണ്ട തെക്കൻ പ്രദേശങ്ങൾക്കും ലുനി ഉപകാരപ്രദമാവുന്നു. ലുനി നദിക്ക് 482 കിലോമീറ്റർ ദൈർഘ്യമുണ്ട്.

ലുനിയുടെ വൃഷ്ടിപ്രദേശങ്ങളിൽ മഴ കുറവായതിനാൽ നദിയിൽ ലവണാംശം ഉയർന്നിരിക്കും. അതിനാൽ ലുനിയെ 'സാൾട്ട് റിവർ' എന്നു വിളിക്കാറുണ്ട്. സർദാർ സാമന്ത് അണക്കെട്ട്, ജവായ് അണക്കെട്ട് എന്നിവ ലുനി നദിയിലാണ് നിർമിച്ചിട്ടുള്ളത്.

10

കേരളത്തിലെ നദികൾ

പ്രകൃതിസൗന്ദര്യത്താൽ അനുഗൃഹീതമായ നാടാണ് നമ്മുടെ കേരളം. മനുഷ്യശരീരത്തിൽ രക്തക്കുഴലുകൾക്കുള്ളത്ര പ്രാധാന്യമാണ് ഭൂമിയിൽ നദികൾക്കുള്ളത്. നദികളുടെ കാര്യത്തിൽ കേരളം, ഇന്ത്യയിലെ മറ്റ് പലസംസ്ഥാനങ്ങളെക്കാളും മുൻപന്തിയിലാണ്. 44 നദികൾ കേരളത്തിലൂടെ ഒഴുകുന്നു. നാൽപ്പത്തി ഒന്ന് നദികൾ പടിഞ്ഞാറോട്ട് ഒഴുകുമ്പോൾ മൂന്നു നദികൾ കിഴക്കോട്ടാണ് ഒഴുകുന്നത്. ഭൂമിയെ ഹരിതാഭമാക്കുന്നതിൽ നദികൾക്കുള്ള പ്രാധാന്യം എത്രയോ വലുതാണ്. എന്നാൽ

ഇത്രയും നദികളുണ്ടെങ്കിലും, സംസ്ഥാനത്ത് ആവശ്യത്തിന് മഴ ലഭിക്കാറുണ്ടെങ്കിലും, ശുദ്ധജലക്ഷാമം കേരളത്തെയും വല്ലാതെ അലട്ടിക്കൊണ്ടിരിക്കുന്നു.

ജലമലിനീകരണം, നദികളിലെ കയ്യേറ്റം, അനധികൃതമായ മണലൂറ്റ്, വനനശീകരണം എന്നിവയെല്ലാം പ്രകൃതിയെ പ്രതികൂലമായി ബാധിച്ചതോടെ, മഴക്കാലത്തും നമ്മുടെ പല നദികളിലും വേണ്ടത്ര ജലം ഒഴുകിയെത്താറില്ല. എക്കലും ധാതുലവണങ്ങളും മറ്റും നദീതടങ്ങളിൽ നിക്ഷേപിക്കപ്പെടുന്നതിന്റെ അളവും ഗണ്യമായി കുറഞ്ഞുകൊണ്ടിരിക്കുന്നു. അതുകൊണ്ടുതന്നെ കാർഷികവിളകളെയും അതു പ്രതികൂലമായി ബാധിച്ചിട്ടുണ്ട്.

കേരളത്തിലെ ഏറ്റവും വലിയ നദിയായ പെരിയാർ, ഭാരതപ്പുഴ, പമ്പ, ചാലിയാർ എന്നീ നദികൾ ദേശീയ നിലവാരപ്രകാരം മീഡിയം നദികളുടെ പട്ടികയിലേ ഉൾപ്പെടുന്നുള്ളൂ. ബാക്കിയുള്ള നാൽപ്പതു പുഴകളും മൈനർ നദികൾ എന്ന ഗണത്തിൽ മാത്രമേ ഉൾപ്പെടുകയുള്ളൂ. എന്നാൽ നമ്മുടെ ഈ നദികൾപോലും കുറ്റമറ്റരീതിയിൽ സംരക്ഷിക്കാനോ, നിലനിർത്താനോ നമുക്കാവുന്നില്ല. കുടിവെള്ള ക്ഷാമം ഇന്ന് പട്ടണങ്ങളെ മാത്രമല്ല, ഗ്രാമങ്ങളെയും അലട്ടിക്കൊണ്ടിരിക്കുന്നു എന്നത് ദുഃഖകരമായ ഒരു വസ്തുതയത്രേ.

നദികളെക്കുറിച്ചുള്ള പ്രതിപാദനം കേരളത്തിന്റെ വടക്കേ അറ്റം മുതലാണ്.

1. മഞ്ചേശ്വരംപുഴ

കേരളത്തിലെ ഏറ്റവും ചെറിയ നദിയായ മഞ്ചേശ്വരംപുഴ, കാസർകോട് ജില്ലയുടെ വടക്കു-കിഴക്ക് കർണാടക അതിർത്തിയിലുള്ള ബാലെപ്പൂണി കുന്നുകളിൽനിന്നാണ് ഉത്ഭവിക്കുന്നത്. വോർക്കടി, പവൂരി, ബടജെ എന്നീ ഗ്രാമങ്ങളിലൂടെ ഒഴുകി, ഉപ്പളക്കായലിൽ പതിക്കുന്ന മഞ്ചേശ്വരം പുഴയുടെ നീളം 16 കിലോമീറ്റർ മാത്രമാണ്. കാസർകോട് ജില്ലയിലൂടെ മാത്രം ഒഴുകുന്ന ഈ നദിയുടെ തടപ്രദേശത്തുള്ള ഒരേയൊരു പ്രധാന പട്ടണമാണ് മഞ്ചേശ്വരം. നദിയിലെ ഗതാഗതയോഗ്യമായ ഭാഗം കേവലം മൂന്നുകിലോമീറ്റർ മാത്രമാണ്. നദിയുടെ നീർവാർച്ചാപ്രദേശത്തിന് 90 ചതുരശ്രകിലോമീറ്റർ വിസ്തൃതിയുണ്ട്. പാവുദുവാണ് ഇതിന്റെ പ്രധാന പോഷകനദി. നദിയിൽ ലഭിക്കുന്ന പ്രതിവർഷ വർഷപാതാനുപാതം 3478 മില്ലി മീറ്ററാണ്.

2. ഉപ്പളപ്പുഴ

കാസർകോട് ജില്ലയിലൂടെ മാത്രമൊഴുകുന്ന മറ്റൊരു നദിയാണ് ഉപ്പളപ്പുഴ. കർണാടകത്തിലെ വീരക്കമ്പ കുന്നുകളിൽനിന്ന് ഉത്ഭവിച്ച് മീഞ്ച, കുളൂർ, ബേക്കൂര്, കോടിബയൽ എന്നീ പ്രദേശങ്ങളിലൂടെ ഒഴുകി, അറബിക്കടലിൽ പതിക്കുന്നു. പതനസ്ഥലം പിൽക്കാലത്ത് ഒരു കായ

ലായി വികസിക്കുകയുണ്ടായി. 50 കിലോമീറ്റർ നീളമുള്ള ഈ നദിയുടെ നീർവാർച്ചാപ്രദേശത്തിന് 250 ചതുരശ്ര കിലോമീറ്റർ വിസ്തീർണമുണ്ട്. എന്നാൽ ഇതിന്റെ മുക്കാൽ ഭാഗവും കർണാടകത്തിൽ ഉൾപ്പെട്ടതാണ്.

3. ഷിറിയപ്പുഴ

കർണാടകത്തിലെ ആനക്കുണ്ടി റിസർവ് വനങ്ങളിൽനിന്ന് ഉത്ഭവിച്ച് കാസർകോട് ജില്ലയിലൂടെമാത്രം ഒഴുകുന്ന ഷിറിയപ്പുഴയ്ക്ക് 67 കിലോമീറ്റർ നീളമുണ്ട്. 17 കിലോമീറ്റർ ഒഴുകിയതിനുശേഷം കേരളത്തിൽ പ്രവേശിക്കുന്ന ഈ നദി, പുത്തിഗെ, മൂഗ്, അങ്ങാടി മൊഗാരു, ബഡൂർ, മെയ്‌രോ, കുണ്ട്ള, മേർക്കാല, അരിക്കാടി, ഉജർ, ഉൾവാർ, കയ്യാർ, ഇച്ച്ലൻകോഡ്, ഷിറിയ, ബൊംബ്രേന എന്നീ ഗ്രാമങ്ങളിൽക്കൂടി ഒഴുകി അറബിക്കടലിൽ പതിക്കുന്നു. നാലു പോഷകനദികളുള്ള ഷിറിയപ്പുഴയുടെ വാർഷിക ജലലഭ്യത 1337 ദശലക്ഷം ഘനമീറ്ററാണ്. ഷിറിയപ്പുഴയുടെ നീർവാർച്ചാ പ്രദേശത്തിന് 587 ചതുരശ്രകിലോമീറ്റർ വിസ്തീർണമുണ്ട്. എന്നാൽ ഇതിൽ 297 ചതുരശ്രകിലോമീറ്റർ ഭാഗം കർണാടകത്തിലാണ് സ്ഥിതിചെയ്യുന്നത്.

4. മൊഗ്രാൽപ്പുഴ

കാസർകോട് ജില്ലയിൽ, കാറാഡ്ക് റിസർവ് വനത്തിലെ കാണത്തൂർ കുന്നിൽനിന്ന് ഉത്ഭവിച്ച് കാസർകോട് ജില്ലയിലൂടെമാത്രം ഒഴുകുന്ന മൊഗ്രാൽപ്പുഴയ്ക്ക് 34 കിലോമീറ്ററാണ് നീളം. ബെറ്റിപ്പാടി, മുലിയൂർ, യെഥീർ, മധൂർ, ചട്‌ല എന്നീ പ്രദേശങ്ങളിലൂടെ ഒഴുകിയാണ് നദി അറബിക്കടലിൽ പതിക്കുന്നത്. സമുദ്രത്തിൽനിന്ന് 20 കിലോമീറ്റർ ഉള്ളിലേക്കുള്ളത്ര ദൂരം തിരകൾ അടിക്കുന്നതു കാണാം. നീർവാർച്ചാ പ്രദേശത്തിന്റെ വിസ്തൃതി 132 ചതുരശ്രകിലോമീറ്ററാണ്.

5. ചന്ദ്രഗിരിപ്പുഴ

കർണാടകത്തിലെ കുടക് ജില്ലയിൽപ്പെട്ട പട്ടിഘാട്ട് റിസർവ് വനത്തിൽ, സമുദ്രനിരപ്പിൽനിന്ന് 1220 മീറ്റർ ഉയരത്തിൽനിന്നാണ് ചന്ദ്രഗിരിപ്പുഴ ഉത്ഭവിക്കുന്നത്. പ്രധാന പോഷകനദിയാണ് പയസ്വനിപ്പുഴ. ഇരുപുഴകളും മച്ചിപ്പുരം എന്ന പ്രദേശത്തുവച്ച് ഒന്നുചേർന്ന് ചന്ദ്രഗിരിയായി രൂപമെടുക്കുന്നു. കാസർകോട് ജില്ലയിലൂടെ മാത്രമൊഴുകുന്നതും ജില്ലയിലെ ഏറ്റവും നീളം കൂടിയതുമായ നദിയാണ് ചന്ദ്രഗിരിപ്പുഴ. ഇരുനദികളും സംഗമിച്ചശേഷം 15 കിലോമീറ്റർകൂടി ഒഴുകിയശേഷമാണ് അറബിക്കടലിൽ പതിക്കുന്നത്. കാസർകോട് പട്ടണത്തെ ചുറ്റിവളഞ്ഞാണ് ചന്ദ്രഗിരി ഒഴുകുന്നത്. പഴയ കോലത്തുനാടിന്റെയും തുളുനാടിന്റെയും അതിർത്തി ചന്ദ്രഗിരിപ്പുഴയായിരുന്നു. 17-ാം നൂറ്റാണ്ടിൽ ഇക്കേരി നായ്ക്കന്മാർ പണികഴിപ്പിച്ച ചന്ദ്രഗിരിക്കോട്ട, പയസ്വനിക്കരയിലെ പ്രധാന ചരിത്ര സ്മാരകമാണ്. മൗര്യവംശ രാജാവായിരുന്ന ചന്ദ്രഗുപ്തമൗര്യൻ സന്യാസം

ചന്ദ്രഗിരിപ്പുഴ

സ്വീകരിച്ച് അവസാന നാളുകളിൽ പാർത്തിരുന്നത് ചന്ദ്രഗിരിയിലായിരുന്നെന്നു വിശ്വസിക്കപ്പെടുന്നു.

ചന്ദ്രഗിരിപ്പുഴയുടെ നദീതടം കേരളത്തിലും കർണാടകത്തിലുമായി വ്യാപിച്ചുകിടക്കുന്നു. വിസ്തീർണം 1406 ചതുരശ്രകിലോമീറ്ററാണ്. ഇതിൽ 863 ചതുരശ്രകിലോമീറ്റർ ഭാഗം കർണാടക സംസ്ഥാനത്തിൽ ഉൾപ്പെടുന്നു. കർണാടക സംസ്ഥാനത്തിൽ ഉൾപ്പെട്ടിരുന്ന കാസർകോട് 1956-ലെ സംസ്ഥാന പുനഃസംഘടനയെത്തുടർന്നാണ് കേരളത്തിന്റെ ഭാഗമായത്.

6. ചിറ്റാരിപ്പുഴ

കാസർകോട് ജില്ലയിൽ ചെട്ടിയാൻചാൽ കുന്നിന്റെ പാർശ്വങ്ങളിൽ നിന്ന് ഉത്ഭവിക്കുന്ന ചിറ്റാരിപ്പുഴ, കാസർകോട് ജില്ലയിൽ മാത്രമായി ഒഴുകുന്ന നദിയാണ്. നീളം 25 കിലോമീറ്റർ. ചേരാമ്പ, തായകൊളം, പള്ളൂർ എന്നീ പ്രദേശങ്ങളിൽനിന്ന് ഒഴുകിയെത്തുന്ന ചെറിയ നീർച്ചോലകളാണ് ഈ നദിയുടെ പ്രധാന ജലസ്രോതസുകൾ. നദിയുടെ നീർവാർച്ചാ പ്രദേശത്തിന് 97 ചതുരശ്രകിലോമീറ്റർ വിസ്തീർണമുണ്ട്. അറബിക്കടലിൽ പതിക്കുന്ന ഈ പുഴയുടെ സമുദ്രത്തിൽനിന്ന് ഏകദേശം ആറു കിലോമീറ്റർ ഭാഗം സമുദ്രതിരകൾക്ക് വിധേയമാണ്.

7. നീലേശ്വരംപുഴ

കാസർകോട് ജില്ലയിൽ ഹോസ്ദുർഗ് താലൂക്കിലെ കിണനൂരിൽ, സമുദ്രനിരപ്പിൽനിന്ന് 140 മീറ്റർ ഉയരത്തിൽനിന്നാണ് നീലേശ്വരംപുഴ ഉത്ഭവിക്കുന്നത്. ഭൂമിയുടെ ഉപരിതലത്തിന്റെ ചരിവുകാരണം വളരെ വേഗ

തയിലാണ് നദിയിലെ ഒഴുക്ക്. പള്ളിച്ചൽത്തോട്, ആര്യങ്കൽത്തോട് എന്നിവ ചേർന്നാണ് നീലേശ്വരംപുഴ രൂപമെടുക്കുന്നത്. 46 കിലോമീറ്റർ നീളമുള്ള നീലേശ്വരംപുഴ സമതലപ്രദേശങ്ങളിലൂടെ ഒഴുകിയശേഷം, നീലേശ്വരം പട്ടണത്തിന്റെ തെക്കുപടിഞ്ഞാറുള്ള അച്ചൻ തുരുത്തിനു സമീപം കൊട്ടപ്പുറം എന്ന സ്ഥലത്തുവച്ച് കാര്യങ്കോട് പുഴയിൽ ചേരുന്നു. നദീതട വിസ്തൃതി 190 ചതുരശ്രകിലോമീറ്ററാണ്.

8. കാര്യങ്കോട്പുഴ

കർണാടകത്തിലെ കൂർഗിൽ, സമുദ്രനിരപ്പിൽനിന്ന് 1520 മീറ്റർ ഉയരത്തിൽനിന്ന് ഉത്ഭവിക്കുന്ന കാര്യങ്കോട്പുഴ, കാസർകോട് ജില്ലയിൽ മാത്രമായി ഒഴുകുന്ന ഒരു നദിയാണ്. മണ്ടോരപ്പുഴ, പടിയൻമലപ്പുഴ, മുണ്ടോത്തുപുഴ എന്നിവയാണ് ഇതിന്റെ പോഷകനദികൾ. കോട്ടഞ്ചേരി മലകളിൽനിന്ന് ഒഴുകിയെത്തുന്ന ചൈതന്യവാഹിനിപ്പുഴയും കാര്യങ്കോടുപുഴയിൽ സംഗമിക്കുന്നുണ്ട്. പിന്നീട് പല കൈവഴികളായി പിരിഞ്ഞ് അവസാനം കവ്വായിക്കായലിൽ പതിക്കുന്ന ഈ നദിക്ക് 64 കിലോമീറ്റർ നീളമുണ്ട്. നദീതടവിസ്തീർണം 561 ചതുരശ്രകിലോമീറ്ററാണ്. ഇതിന്റെ കുറെഭാഗം കർണാടകത്തിൽ ഉൾപ്പെടുന്നു. കാക്കടവ് എന്ന പ്രദേശത്ത് ജലസേചനത്തിനായി ഒരു അണക്കെട്ട് നിർമിച്ചിട്ടുണ്ട്. സമരവീര്യമുണർത്തുന്ന കയ്യൂർ ഈ നദീതീരത്താണ് സ്ഥിതിചെയ്യുന്നത്. വളരെ വർഷങ്ങളായി നടന്നുവരുന്ന ഉത്തരമലബാർ ജലോത്സവം അരങ്ങേറുന്നത് കാര്യങ്കോട് പുഴയിലാണ്.

9. കവ്വായിപ്പുഴ

കണ്ണൂർജില്ലയിൽ സമുദ്രനിരപ്പിൽനിന്ന് 385 മീറ്റർ ഉയരമുള്ള ചീമേനി കുന്നുകളിൽനിന്ന് ഉത്ഭവിച്ച് പടിഞ്ഞാറോട്ട് ഒഴുകി ആലപ്പടമ്പ്, വടശ്ശേരി എന്നീ പ്രദേശങ്ങൾ കടന്ന് ഉടമന്തൈയ്ക്കു സമീപത്തുവച്ച് കവ്വായിക്കായലിൽ പതിക്കുന്ന നദിയാണ് കവ്വായിപ്പുഴ. 31 കിലോമീറ്റർ നീളമുള്ള കവ്വായിപ്പുഴയുടെ നദീതടത്തിന്റെ വിസ്തീർണം 143 ചതുരശ്ര കിലോമീറ്ററാണ്.

10. പെരുവമ്പപ്പുഴ

കണ്ണൂർ ജില്ലയിൽ പശ്ചിമഘട്ടസാനുക്കളിൽ സമുദ്രനിരപ്പിൽനിന്ന് 325 മീറ്റർ ഉയരത്തിൽനിന്ന് ഉത്ഭവിക്കുന്ന പെരുവമ്പപ്പുഴയ്ക്ക് 51 കിലോമീറ്ററാണ് ദൈർഘ്യം. പശ്ചിമഘട്ടത്തിലെ പേക്കുന്നിൽനിന്നുതന്നെ ഉത്ഭവിക്കുന്ന ചെറുത്തോട് എന്ന ഒരു പോഷകനദി മാതമംഗലത്തുവച്ച് പെരുവമ്പപ്പുഴയിൽ വന്നുചേരുന്നു. പെരിങ്കൊണി, കുറ്റൂർ, മാതമംഗലം, കുഞ്ഞിമംഗലം എന്നീ പ്രദേശങ്ങളിലൂടെ പടിഞ്ഞാറോട്ട് ഒഴുകുന്ന നദി ഏഴിമലയ്ക്കു സമീപംവച്ച് രണ്ടായി പിരിയുകയും ഒരു കൈവഴി കവ്വായി

ക്കായലിലും മറ്റേ കൈവഴി അറബിക്കടലിലും പതിക്കുകയും ചെയ്യുന്നു. ചല്ലച്ചാൽ, മൂക്കുത്തോട്, കരച്ചാൽ, നിടരിംഗപ്പുഴ എന്നീ നീർച്ചാലുകൾ പെരുവമ്പപ്പുഴയുടെ പോഷകനദികളാണ്. നദീതടത്തിന് 300 ചതുരശ്ര കിലോ മീറ്റർ വിസ്തീർണമുണ്ട്.

11. രാമപുരംപുഴ

കണ്ണൂർ ജില്ലയിൽ, സമുദ്രനിരപ്പിൽനിന്ന് 57 മീറ്റർ ഉയരത്തിൽ പശ്ചിമ പർവതനിരകളിൽനിന്ന് ഉത്ഭവിക്കുന്ന രാമപുരംപുഴ, കണ്ണൂർജില്ലയിൽ മാത്രം ഒഴുകുന്ന ഒരു നദിയാണ്. നീളം 19 കിലോമീറ്റർ. പരിയാരം, കൊള പ്പാടയൽ, ചെറുതാഴം, മാടായി എന്നീ ഗ്രാമങ്ങളിൽക്കൂടി ഒഴുകി പടി ഞ്ഞാറെ ദിശയിലേക്ക് തിരിഞ്ഞ് കവ്വായിക്കായലിൽ പതിക്കുന്ന രാമപുരം പുഴയുടെ നദീതടത്തിന് 52 ചതുരശ്ര കിലോമീറ്ററാണ് വിസ്തൃതി.

12. കുപ്പംപുഴ

കർണാടകത്തിലെ കൂർഗ് ജില്ലയിൽ, സമുദ്രനിരപ്പിൽനിന്ന് 1630 മീറ്റർ ഉയരംവരുന്ന പാടിനൽക്കാട് റിസർവ് വനങ്ങളിൽനിന്നാണ് കുപ്പം പുഴയുടെ ഉത്ഭവം. പാക്കാട്ടുപുഴ, അലക്കൂട് തോട്, കുട്ടിലോലിപ്പുഴ, മുക്കൂട്ടു തോട്, ചിറിയ തോട് എന്നിവ കുപ്പം പുഴയുടെ പോഷകനദിക ളാണ്. കണ്ണൂർ ജില്ലയിൽ മാത്രമായി ഒഴുകുന്ന കുപ്പം പുഴയ്ക്ക് 82 കിലോ മീറ്റർ ദൈർഘ്യമുണ്ട്. തളിപ്പറമ്പ്, കണ്ണൂർ താലൂക്കുകളിലൂടെ ഒഴുകി പതനസ്ഥലത്തിനു സമീപംവച്ച് വളപട്ടണം പുഴയുമായി സംഗമിച്ച് അറബിക്കടലിൽ പതിക്കുന്നു. വളപട്ടണം പുഴയുടെയും കുപ്പം പുഴയു ടെയും പൊതുവായ അഴിമുഖമാണ് മത്സ്യബന്ധന തുറമുഖമായ അഴീ ക്കോട്. കുപ്പം പുഴയുടെ നദീതടത്തിന് 539 ചതുരശ്ര കിലോമീറ്റർ വിസ് തീർണമുണ്ട്. ഇതിൽ 70 ചതുരശ്രകിലോമീറ്റർ കർണാടകത്തിൽ ഉൾ പ്പെട്ടതാണ്.

13. വളപട്ടണം പുഴ

കേരളത്തിലെ നദികളിൽ വലുപ്പത്തിൽ പത്താംസ്ഥാനമുള്ള വള പട്ടണംപുഴ കണ്ണൂർ ജില്ലയിൽമാത്രം ഒഴുകുന്ന നദിയാണ്. കർണാടക ത്തിലെ കൊടക് ജില്ലയിൽ ബ്രഹ്മഗിരി റിസർവ് വനങ്ങളിൽനിന്നാണ് ഈ നദി ഉത്ഭവിക്കുന്നത്. ശ്രീകണ്ഠാപുരം പുഴ, വലിയ പുഴ, വേണിപ്പുഴ, ആറളം പുഴ എന്നിവയാണ് വളപ്പട്ടണം പുഴയുടെ പ്രധാന പോഷകനദി കൾ. 110 കിലോമീറ്റർ ദൈർഘ്യമുള്ള ഈ പുഴ, കർണാടകത്തിലൂടെ 19 കിലോമീറ്റർ ദൂരം ഒഴുകിയശേഷമാണ് കേരളത്തിന്റെ അതിർത്തികടക്കു ന്നത്. ഇരിട്ടി, പെരുനന, ഇരിക്കൂർ, കല്ലിശ്ശേരി, വളപട്ടണം എന്നീ ഗ്രാമങ്ങൾ കടന്ന് കുപ്പംപുഴയുമായി സന്ധിച്ച് അറബിക്കടലിൽ പതിക്കുന്നു. പ്രശസ് തമായ പറശ്ശിനിക്കടവ് മുത്തപ്പൻക്ഷേത്രം, ആറളം വന്യജീവിസങ്കേതം എന്നിവ വളപട്ടണം പുഴയോരത്ത് സ്ഥിതിചെയ്യുന്നു. ശ്രീവല്ലഭൻ എന്ന

വളപട്ടണം പുഴ

രാജാവിന്റെ പേരിൽനിന്നാണ് വളപട്ടണം എന്ന നാമധേയം ഉണ്ടായതെന്നും, വലഭപട്ടണം, വളപട്ടണമായി മാറുകയാണുണ്ടായതെന്നും വിശ്വസിക്കപ്പെടുന്നു.

വളപട്ടണം പുഴയോരത്തുള്ള പൊയ്ത്തും കടവ് എന്ന ഗ്രാമത്തിന്റെ കഥാകൃത്തായ ശിഹാബുദ്ദീൻ പൊയ്ത്തും കടവ്, തന്റെ ഓർമകളിലെ പുഴയെ ഇങ്ങനെയാണ് അനുസ്മരിക്കുന്നത്: (*വാരാന്ത്യ കൗമുദി*, മാർച്ച് 8, 2009).

> എന്റെ കഥകളിൽനിന്നും ഒരിക്കലും പുഴയെ മാറ്റാനാവില്ല. ഇതിന്റെ കരയിൽ, പൊയ്ത്തും കടവെന്ന ഗ്രാമത്തിൽ ഇരുട്ടും ദുരൂഹതയും ഒളിപ്പിച്ചുനിന്നിരുന്ന എന്റെ വീടിനും ജീവനുണ്ടായിരുന്നു. ബാല്യത്തിന്റെയും യൗവനത്തിന്റെയും ഓർമകളുടെ ചിപ്പികൾ വീണു കിടക്കുന്ന വളപട്ടണം പുഴയ്ക്ക് ഇപ്പോൾ പഴയ രൗദ്രഭാവമോ സ്നേഹത്തിന്റെ നനവോ ഇല്ല. ആരോ ഉപേക്ഷിച്ച അറവുമാലിന്യങ്ങളുടെ ദുർഗന്ധവുംപേറി മൃതസമാനമായി നീണ്ടുനിവർന്നു കിടക്കുന്ന വളപട്ടണം പുഴ, പഴയ തുറമുഖത്തിന്റെ നഷ്ടപ്രതാപങ്ങൾ പേറുന്ന ഓർമയാണിന്ന്.

ചന്തവും താരുണ്യവും നഷ്ടപ്പെട്ട ഒരു വിധവയെപ്പോലെ വളപട്ടണംപുഴ മാറിയിട്ടും തന്റെ കഥകളിൽനിന്നും പുഴയെ മാറ്റാനാവില്ലെന്ന് ശിഹാബുദ്ദീൻ പറയുന്നു.

കേരളത്തിലെ മിക്ക നദികളുടെയും ഇന്നത്തെ അവസ്ഥ ശിഹാബുദ്ദീന്റെ ഈ വാക്കുകളിൽനിന്ന് നമുക്ക് വായിച്ചെടുക്കാനാവും.

കേരളത്തിലെ പ്രധാന തടിവ്യവസായ കേന്ദ്രങ്ങളിൽ ഒന്നാണ് വളപട്ടണം. ധാരാളം പ്ലൈവുഡ് ഫാക്ടറികൾ ഇവിടെ പ്രവർത്തിക്കുന്നുണ്ട്.

കണ്ണൂർ ജില്ലയ്ക്ക് ആവശ്യമായ ജലം നൽകുന്നത് ഈ പുഴയാണ്. ജില്ലയിലെ ഏകജലസേചന പദ്ധതിയായ പഴശ്ശി അണക്കെട്ട് വളപട്ടണം പുഴയിലാണ് നിർമിച്ചിട്ടുള്ളത്. ഈ നദിയിൽ ലഭിക്കുന്ന വർഷപാതാനുപാതം 3600 മില്ലി മീറ്ററാണ്. നദീതട വിസ്തീർണം 1867 ചതുരശ്ര കിലോമീറ്റർ. ഇതിൽ 456 ചതുരശ്രകിലോമീറ്റർ പ്രദേശം കർണാടക സംസ്ഥാനത്താണ്.

14. അഞ്ചരക്കണ്ടിപ്പുഴ

കണ്ണൂർ ജില്ലയിൽ സമുദ്രനിരപ്പിൽനിന്ന് 600 മീറ്റർ ഉയരമുള്ള കണ്ണോത്ത് റിസർവ് വനങ്ങളിൽനിന്നാണ് അഞ്ചരക്കണ്ടിപ്പുഴ ഉത്ഭവിക്കുന്നത്. കണ്ണവം, കുന്തേരിപ്പൊയിൽ, ഓരിക്കര എന്നീ പ്രദേശങ്ങളിൽക്കൂടി ഒഴുകിവരുന്ന ഈ നദിയിൽ കുപ്പത്തോട്, ഇടുമ്പത്തോട് എന്നീ പോഷക നദികൾ വന്നുചേരുന്നു. പിന്നീട് രണ്ടു കൈവഴികളായി പിരിഞ്ഞ് തലശ്ശേരി നഗരത്തിനു സമീപംവച്ച് അറബിക്കടലിൽ പതിക്കുന്നു. 48 കിലോമീറ്റർ ദൈർഘ്യമുള്ള ഈ നദിയുടെ പതനസ്ഥലത്ത് രൂപംകൊണ്ട ദ്വീപാണ് ധർമടം. നദീതടത്തിന് 424 ചതുരശ്ര കിലോമീറ്റർ വിസ്തൃതിയുണ്ട്.

15. തലശ്ശേരിപ്പുഴ

കണ്ണൂർ ജില്ലയിൽ സമുദ്രനിരപ്പിൽനിന്ന് 550 മീറ്റർ ഉയരത്തിൽ കണ്ണോത്ത് റിസർവ് വനങ്ങളിൽനിന്ന് ഉത്ഭവിക്കുന്ന മറ്റൊരു നദിയാണ് തലശ്ശേരിപ്പുഴ. പൊന്ന്യം പുഴ, കൂടാളിപ്പുഴ എന്നീ പേരുകളിലും ഈ നദി അറിയപ്പെടുന്നുണ്ട്. ചെറുവാഞ്ചേരി, മുടിയംഗ, പാട്യം, മൊകേരി, പന്തയ്ക്കൽ എന്നീ പ്രദേശങ്ങളിലൂടെ ഒഴുകുന്ന തലശ്ശേരിപ്പുഴയ്ക്ക് 28 കിലോമീറ്റർ നീളമുണ്ട്. നദീതടത്തിന്റെ വിസ്തീർണം 132 ചതുരശ്ര കിലോമീറ്റർ. തലശ്ശേരി നഗരത്തിന് വടക്ക് മണ്ണയാട് എന്ന സ്ഥലത്തുവച്ചാണ് തലശ്ശേരിപ്പുഴ അറബിക്കടലിൽ പതിക്കുന്നത്. ഗതാഗതയോഗ്യമായ നദികൂടിയാണ് ഇത്.

16. മയ്യഴിപ്പുഴ (മാഹിപ്പുഴ)

കണ്ണൂർ, കോഴിക്കോട് ജില്ലകളിലൂടെ ഒഴുകിയെത്തുന്ന മയ്യഴിപ്പുഴ പശ്ചിമപർവതനിരകളിൽ, സമുദ്രനിരപ്പിൽനിന്ന് 910 മീറ്റർ ഉയരത്തിൽ നിന്നാണ് ഉത്ഭവിക്കുന്നത്. വയനാടൻ ചുരങ്ങളിലൂടെ ഒഴുകിവരുന്ന മയ്യഴിപ്പുഴയ്ക്ക് പ്രധാന പോഷകനദികളൊന്നുംതന്നെ ഇല്ലെങ്കിലും ഒട്ടേറെ ചെറു കൈത്തോടുകളും അരുവികളും നദിയെ ജലസമൃദ്ധമാക്കുന്നു. നരിപ്പറ്റ, വാണിമേൽ, ഈയങ്കോട്, മക്കിയാട്, ഇരിങ്ങണ്ണൂർ, തൃപ്പങ്ങോടൂർ, പെരിങ്ങളം, എടച്ചേരി, ഏറാമല, കരിയാട്, ഒളവിലം, കുന്നുമ്മക്കര, അഴിയൂർ, മാഹി എന്നീ പ്രദേശങ്ങളിൽക്കൂടി ഒഴുകി തലശ്ശേരിക്ക് തെക്കുമാറി മാഹിയിൽവച്ച് നദി അറബിക്കടലിൽ പതിക്കുന്നു.

പോണ്ടിച്ചേരിയുടെ ഭാഗമായുള്ള കേന്ദ്രഭരണപ്രദേശമാണ് മാഹി. നദിയുടെ അഴിമുഖത്ത് പോണ്ടിച്ചേരി (പുതുച്ചേരി) ഗവൺമെന്റ് പല

മയ്യഴിപ്പുഴ

ടൂറിസം പദ്ധതികളും ആരംഭിച്ചിട്ടുണ്ട്. ഫ്രഞ്ച് അധീനതയിലായിരുന്ന മയ്യഴിയിൽ ഇന്നും ഫ്രഞ്ചു സംസ്കാരത്തിന്റെ സ്വാധീനം കാണുവാൻ കഴിയും. മയ്യഴിപ്പുഴയ്ക്ക് 54 കിലോമീറ്റർ നീളമുണ്ട്. പണ്ടുകാലത്ത് മയ്യഴിപ്പുഴയെ 'ഇംഗ്ലീഷ് ചാനൽ' എന്നാണ് വിദേശികൾ വിശേഷിപ്പിച്ചിരുന്നത്. നദീതടത്തിന് 394 ചതുരശ്ര കിലോമീറ്റർ വിസ്തൃതിയുണ്ട്. മാഹിപ്പുഴയെന്നും ഈ നദിക്കു പേരുണ്ട്.

പ്രശസ്ത സാഹിത്യകാരനായ എം മുകുന്ദന്റെ വിഖ്യാതനോവലാണ് *മയ്യഴിപ്പുഴയുടെ തീരങ്ങളിൽ*. സാഹിത്യ അക്കാദമി അവാർഡ് ലഭിച്ച ഈ നോവൽ മലയാളത്തിലെ പ്രശസ്ത നോവലുകളിൽ ഒന്നാണ്.

17. കുറ്റ്യാടിപ്പുഴ

വയനാടൻ കുന്നുകളിൽ സമുദ്രനിരപ്പിൽനിന്ന് 1220 മീറ്റർ ഉയരത്തിൽ നിന്ന് ഉത്ഭവിക്കുന്ന കുറ്റ്യാടിപ്പുഴ, മുര്യാട്പുഴ എന്നപേരിലും അറിയപ്പെടുന്നു. വടകര, കൊയിലാണ്ടി, കോഴിക്കോട് എന്നീ താലൂക്കുകളിലൂടെ ഒഴുകി, വടകരയ്ക്കു തെക്കുള്ള കോട്ടയ്ക്കൽ കോട്ടയ്ക്കു സമീപംവച്ച് നദി അറബിക്കടലിൽ പതിക്കുന്നു. 74 കിലോമീറ്റർ നീളമുള്ള കുറ്റ്യാടിപ്പുഴ ഗതാഗതയോഗ്യമായ പുഴയാണ്. നദീതടത്തിന് 583 ചതുരശ്ര കിലോമീറ്റർ വിസ്തീർണമുണ്ട്.

മണിപ്പുഴ, തൊട്ടിൽപ്പാലംപുഴ, കടിയങ്ങാട് പുഴ, വണ്ണത്തിൽപ്പുഴ, മടപ്പള്ളിപ്പുഴ എന്നിവയാണ് കുറ്റ്യാടിപ്പുഴയുടെ പോഷകനദികൾ. ഉരക്കുഴി വെള്ളച്ചാട്ടം ഈ പുഴയിലെ ഒരു പ്രധാന കാഴ്ചയാണ്. തിരുവള്ളൂർ, കായണ്ണ, അയിനിക്കോട്, ഇരിങ്ങൽ, വടകര, പാലേരി, ചെമ്മരത്തൂർ, മേപ്പയ്യൂർ എന്നിവയാണ് നദീതീരത്തെ പ്രധാന സ്ഥലങ്ങൾ. കുറ്റ്യാടി ജലവൈദ്യുതപദ്ധതി ഈ നദിയിലാണ് സ്ഥാപിച്ചിട്ടുള്ളത്.

18. കോരപ്പുഴ

കോഴിക്കോട് ജില്ലയിൽ വയനാടൻ കുന്നുകളിൽ, സമുദ്രനിരപ്പിൽ നിന്ന് 610 മീറ്റർ ഉയരത്തിലുള്ള അരിക്കൻ കുന്നുകളിൽനിന്നാണ് കോരപ്പുഴയുടെ ഉത്ഭവം. അഗലാപ്പുഴ, പുണ്ണൂർപ്പുഴ എന്നിവയാണ് കോരപ്പുഴയുടെ പ്രധാന പോഷകനദികൾ. കോരപ്പുഴയുടെ വടക്കുഭാഗമാണ് വടക്കേ മലബാർ എന്നറിയപ്പെടുന്നത്. പഴയകാല സാംസ്കാരികത്തനിമ നില നിർത്തിയ ഒരു അതിർവരമ്പായി കോരപ്പുഴയെ കരുതിയിരുന്ന ഒരു കാലമുണ്ടായിരുന്നു. തെയ്യവും തിറയും പ്രാധാന്യത്തോടെ നിലനിന്നുവരുന്നതും കോരപ്പുഴയുടെ വടക്കൻ ഭാഗങ്ങളിലാണ്.

40 കിലോമീറ്റർ നീളമുള്ള കോരപ്പുഴ കോഴിക്കോട് ജില്ലയിൽ ഏലത്തൂർ എന്ന സ്ഥലത്തുവച്ചാണ് അറബിക്കടലിൽ പതിക്കുന്നത്. നീർവാർച്ചാപ്രദേശത്തിന് 624 ചതുരശ്രകിലോമീറ്റർ വിസ്തീർണമുണ്ട്.

19. കല്ലായിപ്പുഴ

കോഴിക്കോട് ജില്ലയിൽ ചെറുകുളത്തൂർ ഗ്രാമത്തിൽ, സമുദ്രനിരപ്പിൽനിന്ന് 45 മീറ്റർ ഉയരത്തിൽനിന്നാണ് കല്ലായിപ്പുഴ, ഉത്ഭവിക്കുന്നത്. കല്ലായിപ്പുഴയെ ചാലിയാറുമായി ബന്ധിപ്പിക്കുന്ന ഒരു കൃത്രിമ കനാലുണ്ട്. ചെറുകുളത്തൂർ, കോവൂർ, ഒളവണ്ണ, മണവ, കല്ലായി എന്നീ പ്രദേശങ്ങളിലൂടെ പടിഞ്ഞാറോട്ടൊഴുകി അറബിക്കടലിൽ പതിക്കുന്ന ഈ നദിക്ക് 22 കിലോമീറ്ററാണ് ദൈർഘ്യം. എന്നാൽ കേരളത്തിൽ ഏറ്റവും വലിയ തടിവ്യവസായ കേന്ദ്രമായി കല്ലായി മാറുവാനുള്ള മുഖ്യകാരണം, കല്ലായിപ്പുഴ തന്നെയാണ്. വയനാട്, നിലമ്പൂർ എന്നിവിടങ്ങളിലെ വനങ്ങളിൽ നിന്ന് വെട്ടുന്ന തടികൾ മുഴുവൻ ഈ നദിവഴിയാണ് കല്ലായിയിലെ തടിവ്യവസായ കേന്ദ്രത്തിൽ എത്തുന്നത്. നദിയിലൂടെ തടികൾ പരസ്പരം ബന്ധിച്ച് ചങ്ങാടമാക്കി ഒഴുക്കിക്കൊണ്ടുവരുന്നതിന്, മറ്റ് മാർഗങ്ങളെക്കാൾ താരതമ്യേന ചുരുങ്ങിയ ചെലവുമതിയാകും എന്നതാണ് ഈ വ്യവസായത്തിന്റെ പുരോഗതിക്ക് നിദാനം. ധാരാളം തടിയറപ്പുമില്ലുകൾ കല്ലായിയിൽ ക്കാണാം. മേൽത്തരം തടിയുരുപ്പടികൾ ഇവിടെനിന്നാണ് ഇന്ത്യയുടെ വിവിധ ഭാഗങ്ങളിലേക്കും വിദേശങ്ങളിലേക്കും കയറ്റി അയയ്ക്കാറുള്ളത്. കല്ലായിപ്പുഴയുടെ നദീതട വിസ്തൃതി 96 ചതുരശ്ര കിലോമീറ്ററാണ്.

20. ചാലിയാർ

തമിഴ്നാട്ടിലെ നീലഗിരി ജില്ലയിൽ ചേരമ്പാടി ഠൗണിനു സമീപമുള്ള ഇളമ്പലാരി മലയിൽനിന്ന് ഉത്ഭവിക്കുന്ന ചാലിയാർ, വയനാട്, മലപ്പുറം, കോഴിക്കോട് എന്നീ ജില്ലകളിലൂടെ ഒഴുകി ബേപ്പൂരിൽവച്ച് അറബിക്കടലിൽ പതിക്കുന്നു. ബേപ്പൂർപ്പുഴ എന്നപേരിലും ചാലിയാർ അറിയപ്പെടുന്നുണ്ട്. 19, 20 നൂറ്റാണ്ടുകളിൽ നിലമ്പൂരിൽനിന്ന് തടികൾ കോഴിക്കോട്ട് എത്തിച്ചിരുന്നത് ചാലിയാറിലൂടെയായിരുന്നു. ഇറിഞ്ചിപ്പുഴ, ചാലിപ്പുഴ,

ചെറുപുഴ, കരിമ്പുഴ, ചോളപ്പുഴ, പുന്നപ്പുഴ, പാണ്ടിപ്പുഴ, നീർപ്പുഴ, പൊൻ പുഴ, കാഞ്ഞിരപ്പുഴ, വാട പ്പുറംപുഴ, ഇരുനില്ലിപ്പുഴ എന്നീ പോഷകനദികൾ ചാലിയാറി നുണ്ട്. 169 കിലോമീറ്ററാണ് ചാലിയാറിന്റെ ദൈർഘ്യം.

'ഉരു' എന്നറിയപ്പെടുന്ന വൻമരക്കപ്പലുകൾ നിർമിക്കുന്ന പ്രശസ്തമായ സ്ഥലമാണ് ബേ പ്പൂർ. 1500 വർഷങ്ങൾക്കുമുമ്പു തന്നെ ബേപ്പൂരിൽ ഉരുനിർമാ ണം തുടങ്ങിയിരുന്നതായി വിശ്വ സിക്കപ്പെടുന്നു. ലോകത്തിന്റെ പലഭാഗങ്ങളിലേക്കും ഇവിടെ നിന്ന് 'ഉരു' നിർമിച്ച് കൊണ്ടുപോ കാറുണ്ട്.

'ബേപ്പൂർ സുൽത്താൻ'

ചാലിയാർ തീരത്തെ മാവൂ രിൽ പ്രവർത്തിച്ചിരുന്ന ഗ്വാളി യാർ റയോൺസ് ഫാക്ടറിയിൽ നിന്ന് പുറന്തള്ളിക്കൊണ്ടിരുന്ന മലിനജലം, ചാലിയാറിനെ മലിന മാക്കുകയും അത് സമീപപ്രദേശങ്ങളിലുള്ള ജലാശയങ്ങളെപ്പോലും വിഷമയമാക്കുകയും ചെയ്ത സംഭവം കേരളത്തിൽ വ്യാപകമായ ഒച്ചപ്പാടുണ്ടാക്കി. ജനങ്ങൾക്ക് കുടിവെള്ളം ലഭ്യമാകാതിരിക്കുകയും ചാലിയാറിലെ ജലജീവികൾ ചത്തടിയുകയും ചെയ്തതോടെ പ്രശ്നം കൂടുതൽ രൂക്ഷമായി. മലിനജലം കുടിക്കാനിടയായ ധാരാളമാളുകൾ രോഗബാധിതരാവുകയും ചെയ്തു. അവസാനം സർക്കാരിന്റെ ഇട പെടലിനെത്തുടർന്ന് ഫാക്ടറി പൂട്ടുകയും ചെയ്തു.

ബേപ്പൂരിൽ സ്ഥിരതാമസമാക്കിയ പ്രശസ്ത സാഹിത്യകാരനായി രുന്ന വൈക്കം മുഹമ്മദ് ബഷീർ; ബേപ്പൂരിന്റെ പ്രശസ്തി വർധിപ്പിച്ചു. 'ബേപ്പൂർ സുൽത്താൻ' എന്ന അപരനാമത്തിലാണ് സഹൃദയലോകം അദ്ദേഹത്തെ വാഴ്ത്തിയിരുന്നത്.

2535 ചതുരശ്ര കിലോമീറ്ററാണ് ചാലിയാറിന്റെ നദീതടവിസ്തീർണം. പ്രതിവർഷം 3800 മില്ലി മീറ്ററാണ് ചാലിയാറിൽ ലഭിക്കുന്ന വർഷപാതാനു പാതം.

21. കടലുണ്ടിപ്പുഴ

സൈലന്റ്വാലി മലനിരകളുടെ പടിഞ്ഞാറൻ അതിർത്തിയായ ചേരക്കൊമ്പൻ മലയിൽ, സമുദ്രനിരപ്പിൽനിന്ന് 1160 മീറ്റർ ഉയരത്തിൽ

നിന്നാണ് കടലുണ്ടിപ്പുഴ ഉത്ഭവിക്കുന്നത്. ഒറവൻപുഴ എന്നും ഈ നദിക്കു പേരുണ്ട്. 130 കിലോമീറ്റർ നീളമുള്ള കടലുണ്ടിപ്പുഴ, കേരളത്തിലെ നദികളിൽ വലുപ്പത്തിൽ ആറാംസ്ഥാനത്താണ്. ഒലിപ്പുഴ, വേളിയാർ എന്നിവയാണ് പ്രധാന പോഷകനദികൾ. മലപ്പുറം, കോഴിക്കോട് ജില്ലകളിലൂടെ ഒഴുകുന്ന ഈ നദി, ബേപ്പൂരിനു തെക്ക് കടലുണ്ടി നഗരമെന്ന സ്ഥലത്തുവച്ചാണ് അറബിക്കടലിൽ പതിക്കുന്നത്. മലപ്പുറം ജില്ലയിലെ കാർഷികാവശ്യങ്ങൾക്കുള്ള ജലം ലഭ്യമാവുന്നത് കടലുണ്ടിപ്പുഴയിൽനിന്നാണ്. ഏറനാട്, വള്ളുവനാട് താലൂക്കുകളിലൂടെ ഒഴുകുന്ന ഈ നദി, മേലാറ്റൂർ, പാണ്ടിക്കാട്, മലപ്പുറം, പറപൂർ, കുരയാട്, തിരൂരങ്ങാടി എന്നീ പ്രദേശങ്ങളെ ജലസമൃദ്ധമാക്കിയാണ് കടന്നുപോകുന്നത്.

കുറെ വർഷങ്ങൾക്കുമുമ്പ് സംഭവിച്ച കടലുണ്ടി തീവണ്ടിയപകടം കേരളത്തിലെ ഏറ്റവും വലിയ രണ്ടാമത്തെ അപകടമായിരുന്നു. 2001 ജൂൺ 22-ന് മംഗലാപുരം-ചെന്നൈ മെയിൽ പാളംതെറ്റി ആറു ബോഗികൾ പുഴയിൽവീണ് 52പേർ മരണമടഞ്ഞു. 147 വർഷം പഴക്കമുള്ള പാലത്തിനും അന്ന് തകർച്ച സംഭവിച്ചു. കടലുണ്ടിപ്പുഴയുടെ നദീതടത്തിന് 1100 ചതുരശ്ര കിലോമീറ്ററാണ് വിസ്തൃതി.

22. തിരൂർപ്പുഴ

മലപ്പുറം ജില്ലയിൽ, തിരൂർ താലൂക്കിൽ, സമുദ്രനിരപ്പിൽനിന്ന് 86 മീറ്റർ ഉയരത്തിൽനിന്നാണ് തിരൂർപ്പുഴ ഉത്ഭവിക്കുന്നത്. ഉത്ഭവസ്ഥാനത്തിനടുത്ത് വല്ലിലപ്പുഴ എന്നാണ് നദി അറിയപ്പെടുന്നത്. 48 കിലോമീറ്ററാണ് നദിയുടെ നീളം. ചരിത്രപ്രസിദ്ധമായ തിരുനാവായിൽ എത്തി വടക്കു പടിഞ്ഞാറോട്ടും പിന്നീട് തെക്കുപടിഞ്ഞാറോട്ടും ഒഴുകുന്ന തിരൂർപ്പുഴ പൊന്നാനിപ്പട്ടണത്തിനു സമീപത്തുവച്ച് ഭാരതപ്പുഴയിൽ പതിക്കുന്നു. നദീതീരത്തുള്ള തിരൂർപട്ടണത്തിലാണ് തുഞ്ചത്ത് എഴുത്തച്ഛന്റെ ജന്മദേശം—തുഞ്ചൻപറമ്പ്—സ്ഥിതിചെയ്യുന്നത്. നദീതടപ്രദേശത്തിന് 117 ചതുരശ്രകിലോമീറ്റർ വിസ്തൃതിയുണ്ട്.

23. ഭാരതപ്പുഴ

കേരളീയ സംസ്കാരവുമായി ഏറെ ബന്ധമുള്ള നദിയാണ് ദൈർഘ്യത്തിൽ രണ്ടാം സ്ഥാനമുള്ള ഭാരതപ്പുഴ. നിള, പേരാറ് എന്നീ പേരുകളിലും ഭാരതപ്പുഴ അറിയപ്പെടുന്നു. തമിഴ്നാട്ടിലെ ആനമലയിൽ, സമുദ്രനിരപ്പിൽ നിന്ന് 1964 മീറ്റർ ഉയരത്തിൽനിന്നാണ് ഭാരതപ്പുഴ ഉത്ഭവിക്കുന്നത്. തുടക്കത്തിൽ കോയമ്പത്തൂർ ജില്ലയിലൂടെയും, പിന്നീട് കേരളത്തിൽ പാലക്കാട്, തൃശൂർ, മലപ്പുറം ജില്ലകളിലൂടെയും ഒഴുകി അവസാനം പൊന്നാനിക്കു സമീപത്തുവച്ച് അറബിക്കടലിൽ പതിക്കുന്നു. ഗായത്രിപ്പുഴ, കണ്ണാടിപ്പുഴ, കൽപ്പാത്തിപ്പുഴ, രൂതപ്പുഴ എന്നിവയാണ് ഭാരതപ്പുഴയുടെ മുഖ്യ പോഷകനദികൾ. കണ്ണാടിപ്പുഴ, ചിറ്റൂർപ്പുഴയെന്നപേരിലും അറിയപ്പെടുന്നുണ്ട്.

ഭാരതപ്പുഴ

രൂതപ്പുഴ, പള്ളിപ്പുറത്തുവച്ചാണ് ഭാരതപ്പുഴയിൽ വന്നുചേരുന്നത്. രൂതപ്പുഴയുടെ പ്രധാന പോഷകനദികളാണ് കുന്തിപ്പുഴ, കാഞ്ഞിരപ്പുഴ, അമ്പടൻ കടവ്, തുപ്പനാട് പുഴ, കാഞ്ഞിരമുക്കുപുഴ എന്നിവ.

കണ്ണാടിപ്പുഴയ്ക്ക് ഉപ്പാർ, അലിയാർ, പാലാർ എന്നീ പോഷകനദികളുണ്ട്. ചിറ്റൂർപ്പുഴ ജലസേചനപദ്ധതിപ്രകാരം നിർമിച്ചിട്ടുള്ള അണക്കെട്ട്, ഉപ്പാറിലാണ് സ്ഥിതിചെയ്യുന്നത്. ഗായത്രിപ്പുഴ, മംഗലം, അയലൂർ, വണ്ടാഴി, മീങ്കര, ചുള്ളിയാർ എന്നീ അഞ്ച് അരുവികൾ ചേർന്നുണ്ടായതാണ്. വണ്ടാഴി കൂടാതെ മറ്റ് നാല് അരുവികളിലും ജലസേചനത്തിനായി അണക്കെട്ടുകൾ നിർമിച്ചിട്ടുണ്ട്. കണ്ണാടിപ്പുഴ, പറളിയിൽ വച്ചാണ് ഭാരതപ്പുഴയുമായി സന്ധിക്കുന്നത്. കൽപ്പാത്തിപ്പുഴയാകട്ടെ, കൊറയാർ, വരട്ടാർ, വാളയാർ, മലമ്പുഴ എന്നീ നദികൾ ചേർന്നുണ്ടായതാണ്.

വലുപ്പത്തിൽ രണ്ടാം സ്ഥാനമുള്ള ഭാരതപ്പുഴയ്ക്ക് 209 കിലോമീറ്ററാണ് നീളം. എന്നാൽ ജലലഭ്യതയുടെ കാര്യത്തിൽ നിളാനദി ഏറെ പിന്നിലാണ്. വേനൽ വരുന്നതോടെ ഭാരതപ്പുഴ വറ്റിവരളുന്നു. വെറും മണൽത്തിട്ട മാത്രം കാണപ്പെടുന്ന ഈ പുഴയിലൂടെ അക്കാലത്ത് ലോറികൾ ഇറക്കി മണൽ വെട്ടിക്കയറ്റി കൊണ്ടുപോകുന്ന കാഴ്ച സാധാരണമാണ്.

ഇത്രയേറെ അണക്കെട്ടുകൾ നിർമിക്കപ്പെട്ടിട്ടുള്ള നദികൾ വേറെ അധികമില്ല. കാഞ്ഞിരപ്പുഴ, ചിറ്റൂർ, മലമ്പുഴ, വാളയാർ, മംഗലം, പോത്തുണ്ടി, മങ്കെര, ചുള്ളിയാർ ഇവയാണ് പ്രധാന അണക്കെട്ടുകൾ. ഇതിൽ ഏറ്റവും വലിയ അണക്കെട്ട് മലമ്പുഴയിലേതാണ്. തൃത്താലയിലെ റെഗുലേറ്റർ കം ബ്രിഡ്ജും ഭാരതപ്പുഴയിലാണ്.

ഭാരതപ്പുഴയുടെ തീരത്ത് തിരുനാവായയിൽ 12 വർഷത്തിലൊരിക്കൽ നടന്നുവന്നിരുന്ന മാമാങ്കം, ചരിത്രാതീതകാലം മുതൽ ഏറെ പ്രശസ്തമായിരുന്നു. വള്ളുവക്കോനാതിരിയായിരുന്നു ആദ്യകാല സ്ഥാനികൻ.

പിന്നീട് കോഴിക്കോട് സാമൂതിരി ആ സ്ഥാനം കൈക്കലാക്കുകയും തുടർന്ന് തന്റെ സ്ഥാനം തിരിച്ചുപിടിക്കാൻവേണ്ടി വള്ളുവക്കോനാതിരി എല്ലാ മാമാങ്കകാലത്തും ശ്രമം തുടരുകയും ചെയ്തു. എങ്കിലും ചാവേറുകൾ പടപൊരുതി മരിച്ചു വീണതല്ലാതെ സാമൂതിരിയിൽനിന്ന് ആ അധികാരം തിരിച്ചുപിടിക്കാൻ കോനാതിരിക്കായില്ല. അവസാനത്തെ മാമാങ്കം നടന്നത് എ ഡി 1755-ലായിരുന്നു.

കുഞ്ചന്റെ ജന്മനാടായ കിള്ളിക്കുറിശിമംഗലം, വള്ളത്തോളിന്റെ കർമഭൂമിയും അന്ത്യവിശ്രമസ്ഥലവുമായ ചെറുതുരുത്തിയിലെ വള്ളത്തോൾനഗർ, കേരളീയ കലകളുടെ ആസ്ഥാനമായ കേരളകലാമണ്ഡലം എന്നിവയെല്ലാം നിളാ തീരത്താണ് സ്ഥിതിചെയ്യുന്നത്. ഒറ്റപ്പാലം, ഷൊർണൂർ, കുറ്റിപ്പുറം, പൊന്നാനി എന്നീ നഗരങ്ങളും ഈ നദീതീരത്താണ്.

നിളയെ സ്നേഹിച്ചാരാധിക്കുന്ന ഒട്ടേറെ മലയാളസാഹിത്യകാരന്മാർ നമുക്കുണ്ട്. മഹാകവി പി കുഞ്ഞിരാമൻനായർ, എം ടി വാസുദേവൻനായർ, എം ഗോവിന്ദൻ, വി കെ എൻ, ഒ വി വിജയൻ, ഇടശ്ശേരി, അക്കിത്തം തുടങ്ങിയവർ അക്കൂട്ടത്തിൽപ്പെടുന്നു.

നിളയെപ്പറ്റി പ്രതിപാദിക്കുന്ന സാഹിത്യകൃതികളും കവിതകളും ചലച്ചിത്രഗാനങ്ങളുംകൊണ്ട് സമ്പന്നമാണ് മലയാളഭാഷ. പുരാതനമായ കൽപ്പാത്തി വിശ്വനാഥക്ഷേത്രവും അവിടുത്തെ രഥോത്സവവും ഏറെ പ്രശസ്തമാണ്. എ ഡി 1425-ൽ നിർമിക്കപ്പെട്ടതാണ് കൽപ്പാത്തിക്ഷേത്രമെന്ന് വിശ്വസിക്കപ്പെടുന്നു. ഭാരതപ്പുഴയുടെ തീരത്താണ് ഈ ക്ഷേത്രം.

കുന്തിപ്പുഴ

ലോകത്തിലെ ഏറ്റവും പ്രാധാന്യമർഹിക്കുന്ന മഴക്കാടുകളിലൊന്നാണ് പാലക്കാട് ജില്ലയിൽ മണ്ണാർക്കാടിനടുത്തുള്ള സൈലന്റ്‌വാലി. ചീവീടുകളില്ലാത്ത ഈ പ്രദേശത്തെ 'സൈലന്റ് വാലി' (നിശ്ശബ്ദ താഴ്‌വര) എന്നാണ് വിളിച്ചിരുന്നത്. ഈ അടുത്തകാലത്ത് ഇവിടെയും ചീവീടുകൾ എത്തിക്കഴിഞ്ഞു. സൈലന്റ്‌വാലിയിൽക്കൂടി ഒഴുകുന്ന നദിയാണ് കുന്തിപ്പുഴ. തീരത്ത് മുള്ളൻചക്കകൾ ഉണ്ടാകുന്ന മരങ്ങൾ ഏറെയുണ്ട്. വംശനാശഭീഷണി നേരിടുന്ന സിംഹവാലൻ കുരങ്ങുകളുടെ ഇഷ്ടഭക്ഷണമാണ് മുള്ളൻചക്ക. ഈ ചെറിയ പഴങ്ങൾ പഴുക്കുന്ന സമയത്ത് കുരങ്ങുകളുടെ കൂട്ടങ്ങൾതന്നെ ഇവിടെ കാണാം.

വഴിയിൽ തൂക്കുപാലം കടന്ന് കുന്തിപ്പുഴയിൽ എത്താം. ഇവിടെ പുഴയ്ക്ക് അധികം ആഴമില്ല. മനുഷ്യരാരും എത്തിപ്പെടാത്ത കാട്ടുപ്രദേശങ്ങളിലൂടെയാണ് കുന്തിപ്പുഴയുടെ ഒഴുക്ക്. അതിനാൽ ഇതുവരെ മനുഷ്യരാരും തൊട്ടുകളിക്കാത്ത ഏകപുഴയാണിത്. കേരളത്തിൽ മലിനീകരണം കുറഞ്ഞപുഴയും കുന്തിപ്പുഴതന്നെ. പ്രകൃതിയുടെ നൈസർഗിക സൗന്ദര്യം ആസ്വദിക്കണമെങ്കിൽ സൈലന്റ്‌വാലിയും കുന്തിപ്പുഴയും കാണുകതന്നെ വേണം.

കുന്തിപ്പുഴ

24. കേച്ചേരിപ്പുഴ

തലപ്പെള്ളി താലൂക്കിലെ സമുദ്രനിരപ്പിൽനിന്ന് 365 മീറ്റർ ഉയരമുള്ള മച്ചാട്ടുമലയിൽ പശ്ചിമപർവതനിരയുടെ പടിഞ്ഞാറെ ചരിവിൽനിന്നാണ് കേച്ചേരിപ്പുഴയുടെ ഉത്ഭവം. ചൂണ്ടൽ തോട് എന്ന ഒരു ചെറിയ അരുവി മാത്രമാണ് പോഷകനദി. മതുക്കരയിൽ എത്തി ഏനാമാക്കൽ തടാകത്തിൽ നിന്നുവരുന്ന കോൾ കനാലുമായിച്ചേർന്ന് ചേറ്റുവാ കായലിലൂടെ അറബിക്കടലിൽ പതിക്കുന്ന കേച്ചേരിപ്പുഴയ്ക്ക് 51 കിലോമീറ്റർ നീളമുണ്ട്. തൃശൂർ ജില്ലയിലുള്ള വാഴാനി അണക്കെട്ട് ഈ പുഴയിലാണ് നിർമിച്ചിട്ടുള്ളത്. നീർവാർച്ചാ പ്രദേശത്തിന് 41 ചതുരശ്ര കിലോമീറ്റർ വിസ്തൃതിയുണ്ട്. വടക്കാഞ്ചേരിപ്പുഴ, ആലൂർപ്പുഴ എന്നീ പേരുകളിലും കേച്ചേരിപ്പുഴ അറിയപ്പെടുന്നുണ്ട്. നദീതീരത്തുള്ള ഒരു പട്ടണമാണ് വടക്കാഞ്ചേരി.

25. പുഴക്കൽപ്പുഴ

തൃശൂർ ജില്ലയിൽ കിള്ളനൂർ ഗ്രാമത്തിലെ മലകളിൽനിന്ന് ഉത്ഭവിക്കുന്ന പാറത്തോട്, പൂമലത്തോട്; മച്ചാട്ടുമലയിൽ തറക്കുന്നുകളിൽനിന്ന് ഉത്ഭവിക്കുന്ന നടുത്തോട്, മുടിക്കൊട്ടിക്കു സമീപത്തുനിന്ന് ഉത്ഭവിക്കുന്ന കാട്ടാച്ചിറത്തോട് എന്നിവ ചേർന്നുണ്ടാകുന്ന ഒരു നദിയാണ് പുഴക്കൽ പുഴ. 29 കിലോമീറ്റർ നീളമുള്ള ഈ നദി, തൃശൂർ ജില്ലയിൽമാത്രം ഒഴുകുന്നു. തൃശൂർ നഗരത്തിന്റെ വടക്കേ അതിർത്തിക്കു സമീപത്തുകൂടി പടിഞ്ഞാറോട്ടൊഴുകുന്ന പുഴക്കൽപ്പുഴ തൃശൂർ കോൾനിലങ്ങളിൽ എത്തി ചതുപ്പിൽ ലയിക്കുന്നു. ഇതിന്റെ നീർവാർച്ചാപ്രദേശത്തിന് 234 ചതുരശ്ര കിലോമീറ്റർ വിസ്തീർണമുണ്ട്.

26. കരുവന്നൂർപ്പുഴ

പാലക്കാട് ജില്ലയിൽ പശ്ചിമഘട്ട മലനിരയായ പൂമലയിൽ, സമുദ്രനിരപ്പിൽനിന്ന് 1079 മീറ്റർ ഉയരത്തിൽനിന്ന് ഉത്ഭവിക്കുന്ന രണ്ട് അരുവികളായ ചിമ്മിണിപ്പുഴ, മുപ്ലീയംപുഴ എന്നിവ ചേർന്നുണ്ടാകുന്ന കുറുമാലിപ്പുഴയും സമുദ്രനിരപ്പിൽനിന്ന് 366 മീറ്റർ ഉയരമുള്ള വാണിയമ്പാറ മലനിരകളിൽനിന്ന് ഉത്ഭവിക്കുന്ന മണലിപ്പുഴയും മുകുന്ദപുരം താലൂക്കിൽ നെന്മിണിക്കരയിൽവച്ച് ഒന്നുചേർന്ന് ഒഴുകുന്നതാണ് കരുവന്നൂർപ്പുഴ. 48 കിലോമീറ്റർ നീളമുള്ള കരുവന്നൂർപ്പുഴ പാലക്കാട്, തൃശൂർ ജില്ലകളിലൂടെയാണ് ഒഴുകുന്നത്. പതനസ്ഥലത്തിനുമുമ്പ് നദി വീണ്ടും രണ്ടു കൈവഴികളായി പിരിയുന്നു. ഒന്ന് തെക്കോട്ട് ഒഴുകി പെരിയാറിലും രണ്ടാമത്തെ കൈവഴി വടക്കോട്ടൊഴുകി അറബിക്കടലിലും പതിക്കുന്നു. നീർവാർച്ചാപ്രദേശത്തിന് 1054 ചതുരശ്ര കിലോമീറ്റർ വിസ്തൃതിയുണ്ട്.

മണലി നദിയിൽ പീച്ചിയിൽ ഒരു അണകെട്ടിയാണ് 1959-ൽ പീച്ചി ജലസേചനപദ്ധതി പ്രാവർത്തികമാക്കിയത്. തൃശൂർ, മുകുന്ദപുരം, ചാവക്കാട് പ്രദേശങ്ങളിലെ കൃഷിഭൂമിക്ക് ഈ അണക്കെട്ടിലെ ജലം ഉപയോഗപ്പെടുന്നു. അണക്കെട്ടിനോടനുബന്ധിച്ച് മനോഹരമായ ഒരു ഉദ്യാനവുമുണ്ട്. ഒരു ടൂറിസ്റ്റ് കേന്ദ്രമായ ഇവിടെ ധാരാളം സഞ്ചാരികളും എത്താറുണ്ട്.

ചിമ്മിണിപ്പുഴയിൽ നിർമിച്ചിട്ടുള്ള ചിമ്മിണി അണക്കെട്ടാണ് മറ്റൊന്ന്. ഇതും കാർഷികാവശ്യങ്ങൾക്കായി ജലം വിട്ടുകൊടുക്കുന്നു.

27. ചാലക്കുടിപ്പുഴ

പശ്ചിമഘട്ടത്തിലെ ആനമലയിൽ, സമുദ്രനിരപ്പിൽനിന്ന് 400 മീറ്റർ ഉയരത്തിൽനിന്ന് ഉത്ഭവിക്കുന്ന പറമ്പിക്കുളം, കുരിയാർകുട്ടി, ഷോളയാർ, കാരപ്പാറ, ആനക്കയം എന്നീ നദികൾ ഒന്നിച്ചുചേർന്നുണ്ടായ നദിയാണ് ചാലക്കുടിപ്പുഴ. കേരളത്തിലെ നദികളിൽ വലുപ്പത്തിൽ അഞ്ചാം സ്ഥാനത്തു നിൽക്കുന്ന നദിയാണിത്. 130 കിലോമീറ്ററാണ് ചാലക്കുടിപ്പുഴയുടെ നീളം. പാലക്കാട്, തൃശൂർ, എറണാകുളം എന്നീ ജില്ലകളിലൂടെ ഒഴുകുന്ന ചാലക്കുടിപ്പുഴ എറണാകുളം ജില്ലയിലെ പുത്തൻവേലിക്കര എന്ന പ്രദേശത്തുവച്ച് പെരിയാറിൽ ചേരുന്നു. 1404 ചതുരശ്ര കിലോമീറ്ററാണ് ഇതിന്റെ നദീതട വിസ്തൃതി. വർഷപാത അനുപാതം 3600 മില്ലി മീറ്ററാണ്. നാഷണൽ ബ്യൂറോ ഓഫ് ഫിഷ്, ജനറ്റിക് റിസോഴ്സിന്റെ പഠനത്തിന്റെ അടിസ്ഥാനത്തിൽ വ്യത്യസ്തമായ മത്സ്യസമ്പത്തു കാണപ്പെടുന്ന ഒരു നദിയാണ് ചാലക്കുടിപ്പുഴ. 98-ൽപ്പരം വിവിധ തരത്തിലുള്ള മത്സ്യജാലം ഈ നദിയെ ഇന്ത്യൻ നദികളിൽ ഏറെ ജൈവസമ്പുഷ്ടമായ ഒന്നാക്കി മാറ്റിയിരിക്കുന്നു.

ചാലക്കുടിപ്പുഴയിൽ ആതിരപ്പള്ളി, വാഴച്ചാൽ വെള്ളച്ചാട്ടങ്ങൾ ടൂറിസ്റ്റുകളെ ഏറെ ആകർഷിക്കുന്ന സ്ഥലങ്ങളാണ്. മറ്റൊരു വെള്ളച്ചാട്ടമാണ് പെരിങ്ങൽക്കുത്തിലേത്. ആതിരപ്പള്ളിൽ ഒരു ഫാന്റസി പാർക്കും പ്രവർത്തിച്ചുവരുന്നു.

നദീതീരത്തെ പ്രധാന പട്ടണമായ ചാലക്കുടിയുടെ പേരിലാണ് ഈ നദി അറിയപ്പെടുന്നത്. ചാലക്കുടിയുടെ കാർഷിക വികസനത്തിന് ഈ നദി നൽകിയിട്ടുള്ള സംഭാവനകൾ വളരെയേറെയാണ്. 1957-ൽ ഒന്നാം ഘട്ടം പൂർത്തിയായ ചാലക്കുടി ജലസേചനപദ്ധതി പ്രകാരം, തുമ്പൂർ മുഴിയിൽ ഒരു അണകെട്ടി ഇരുവശങ്ങളിലും കനാലുകൾ നിർമിക്കപ്പെട്ടു. 1966-ൽ പൂർത്തിയായ രണ്ടാം ഘട്ടത്തിൽ കനാലുകളുടെ വികസനമാണ് ഉൾപ്പെടുത്തിയിരുന്നത്. അതോടെ ചാലക്കുടി, കരുവന്നൂർ, പെരിയാർ തടം എന്നിവിടങ്ങളിൽ ജലസേചനസൗകര്യങ്ങൾ ലഭ്യമായി.

ഷോളയാർ, പെരിങ്ങൽക്കുത്ത് എന്നീ രണ്ട് ജലവൈദ്യുതപദ്ധതികളും ചാലക്കുടിപ്പുഴയിൽ നിലവിലുണ്ട്. ഷോളയാറിൽ നിർമിച്ചിട്ടുള്ള അണക്കെട്ടിൽനിന്ന് തുരങ്കംവഴി ആനക്കയം നദിയുടെ വലതുതീരത്തുള്ള വൈദ്യുതനിലയത്തിൽ വെള്ളം എത്തിച്ചാണ് വൈദ്യുതി ഉൽപ്പാദിപ്പിക്കുന്നത്. 1957-ൽ പൂർത്തിയായ പെരിങ്ങൽക്കുത്ത് ജലവൈദ്യുതപദ്ധതി പ്രകാരം ആനക്കയത്തിനു താഴെ അണകെട്ടി വെള്ളം സംഭരിച്ചാണ് വൈദ്യുതി നിലയത്തിലേക്ക് പമ്പുചെയ്ത് വൈദ്യുതോൽപ്പാദനം സാധിക്കുന്നത്.

28. പെരിയാർ

കേരളത്തിലെ ഏറ്റവും നീളംകൂടിയ നദിയായ പെരിയാർ, പ്രാചീന കാലത്ത് ചൂർണി എന്നാണ് അറിയപ്പെട്ടിരുന്നത്. ജലസമ്പത്തിൽ മുന്നിൽനിൽക്കുന്ന പെരിയാർ, ജലമലിനീകരണത്തിന്റെ കാര്യത്തിലും ഇന്ന് വളരെ മുന്നിലാണ്. മണലൂറ്റും വ്യാവസായിക മാലിന്യങ്ങളും പെരിയാറിന്റെ ജൈവ സമ്പത്തിനെ പ്രതികൂലമായി ബാധിച്ചിരിക്കുന്നു. കേരളത്തിലെ നദികളിൽ ഏറ്റവും കൂടുതൽ ജലവൈദ്യുതപദ്ധതികളും അണക്കെട്ടുകളും സ്ഥിതിചെയ്യുന്നതും പെരിയാറിലും അതിന്റെ പോഷകനദികളിലുമാണ്.

കേരള-തമിഴ്നാട് അതിർത്തിയിലെ ശിവഗിരി മലകളിൽനിന്നാണ് പെരിയാറിന്റെ ഉത്ഭവം. പുരാതനകാലത്ത് പെരിയാറിലുണ്ടായ വെള്ളപ്പൊക്കം നിമിത്തമാണത്രേ, കൊടുങ്ങല്ലൂർ തുറമുഖം നാശത്തിലെത്തിയതെന്നാണ് വിശ്വസിക്കപ്പെടുന്നത്. തുടർന്നാണ് കൊച്ചി തുറമുഖം ഏറ്റവും വികസിച്ചതും കൊച്ചി, കേരളത്തിലെ ഏറ്റവും വലിയ വ്യാപാര കേന്ദ്രമായി ത്തീർന്നതും.

ഉത്ഭവസ്ഥാനത്തുനിന്ന് മലയിടുക്കുകൾക്കിടയിലൂടെ കുത്തനെ ഒഴുകിയെത്തുന്ന നദി, ഇടുക്കി ജില്ലയിലെ പെരിയാർ തടാകത്തിൽ എത്തിയാണ് താഴേക്ക് ഒഴുകുന്നത്. സമുദ്രനിരപ്പിൽനിന്ന് 850 മീറ്റർ ഉയരത്തിലാണ് പെരിയാർ തടാകം സ്ഥിതിചെയ്യുന്നത്. തടാകം, ഒരു അണകെട്ടി ഒരു കൃത്രിമ ജലാശയമാക്കി മാറ്റിയിരിക്കുന്നു. ഇവിടെനിന്ന് തുരങ്കം വഴി വെള്ളം തമിഴ്നാട്ടിലെ ജലസേചനത്തിനായി വൈഗാനദിയിൽ എത്തിക്കുന്നുണ്ട്.

മുല്ലപ്പെരിയാർ ഡാം

48 കിലോമീറ്റർ ദൂരം ഒഴുകി വരുമ്പോൾ പെരിയാറിന്റെ വലതു ഭാഗത്ത് മുല്ലപ്പെരിയാർ വന്നുചേരുന്നു. ഇതിന് 11 കിലോമീറ്റർ താഴെയാണ് ഇപ്പോൾ വിവാദത്തിലായിട്ടുള്ള മുല്ലപ്പെരിയാർ അണക്കെട്ട്.

തിരുവിതാംകൂർ സർക്കാരിന്റെ അനുമതിയോടെ 114 വർഷംമുമ്പ് അന്നത്തെ തമിഴ്നാട് സർക്കാർ നിർമിച്ചതാണ് ഈ അണക്കെട്ട്. എന്നാൽ കാലപ്പഴക്കത്താൽ അണക്കെട്ടിന്റെ പ്ലാസ്റ്ററിങ്ങും മറ്റും ഇളകി വെള്ളം ക്രമാതീതമായി ചോർന്നുപോകുന്ന നിലയിലാണിപ്പോൾ. ഇത് വളരെ ബലക്ഷയമുണ്ടാക്കിയിട്ടുണ്ടെന്നും പുതിയ അണക്കെട്ടു മാത്രമാണ് ഇതിനൊരു പോംവഴിയെന്നും കേരളസർക്കാർ സുപ്രീംകോടതിയിൽ ബോധിപ്പിച്ചിട്ടുണ്ട്.

പെരിയാർ ഒഴുകുന്നു

പെരിയാർ വീണ്ടും പടിഞ്ഞാറോട്ട് ഒഴുകുമ്പോൾ, ഏതാനും പോഷകനദികൾ ഇരുവശങ്ങളിലും വന്നുചേരുന്നുണ്ട്. വീണ്ടും 11 കിലോമീറ്റർ ഒഴുകി ഒരു മലയിടുക്കിലൂടെ കടന്ന് വടക്കുപടിഞ്ഞാറേ ദിശയിലേക്ക് പ്രവഹിക്കുന്നു. വണ്ടിപ്പെരിയാർവരെ നദി വളഞ്ഞു തിരിഞ്ഞാണ് ഒഴുകുന്നത്. വീണ്ടും താഴേക്ക് ഒഴുകുമ്പോൾ പെരുതുറയാർ വന്നുചേരുന്നു. തുടർന്ന് കൂട്ടപ്പനയാറും വന്നുചേരുന്നു. ഇടുക്കി മലയിടുക്കിനു താഴെ ചെറുതോണിയാർ ഒഴുകി എത്തുന്നു. മറ്റൊരു പോഷകനദിയായ പെരിഞ്ചൻ കുട്ടിയാർ ഒഴുകിയെത്തുന്നതുവരെ വടക്കോട്ടാണ് പ്രയാണം. പിന്നീട് മുതിരപ്പുഴ എന്ന പോഷകനദി മറുതീരത്ത് ഒഴുകിയെത്തുന്നു. കൊക്കാരാനിപ്പാറയിൽ എത്തുമ്പോൾ 30 മീറ്റർ ഉയരത്തിൽനിന്ന്

കുറുകെ നിൽക്കുന്ന പർവതത്തിനുമുകളിലൂടെ ഒഴുകി താഴേക്ക് പ്രവഹിക്കുന്നു. പിന്നീട് കുതിരപ്പുഴയുമായി സന്ധിക്കുന്നു. വനത്തിലൂടെ വീണ്ടും ഒഴുകുമ്പോഴാണ് വലതുഭാഗത്ത് തൊട്ടിയാറും താഴെയായി ഇടമലയാറും വന്നുചേരുന്നത്. മലയാറ്റൂർവരെ വേഗത്തിൽ ഒഴുകുന്ന നദിയിൽ ഏതാനും ചെറിയ പോഷകനദികൾ വന്നുചേരുന്നുണ്ട്. തുടർന്ന് കാലടി, ചൊവ്വര പ്രദേശങ്ങളിലൂടെ ഒഴുകി ആലുവയിൽ എത്തുന്നു. ആലുവയിൽ പെരിയാറിന് ആലുവാപ്പുഴ എന്നാണ് പേര്. തുടർന്ന് പെരിയാർ രണ്ടു കൈവഴികളായി പിരിയുന്നു. ഒന്ന് മംഗലപ്പുഴ, മറ്റേത് മാർത്താണ്ഡപ്പുഴ. മംഗലപ്പുഴ പുത്തൻവേലിക്കരയിൽ എത്തി ചാലക്കുടിപ്പുഴയുമായി സന്ധിക്കുകയും മുനമ്പത്തിനു സമീപം മുതൽ പരന്നൊഴുകി അറബിക്കടലിൽ പതിക്കുകയും ചെയ്യുന്നു. മാർത്താണ്ഡപ്പുഴയാകട്ടെ വരാപ്പുഴ കായലിലാണ് വന്നുചേരുന്നത്.

29. മൂവാറ്റുപുഴയാറ്

ഇടുക്കി ജില്ലയിൽ, സമുദ്രനിരപ്പിൽനിന്ന് 1094 മീറ്റർ ഉയരത്തിൽ തരഗങ്കാനം മലനിരകളിൽനിന്നാണ് മൂവാറ്റുപുഴയാർ ഉത്ഭവിക്കുന്നത്. തൊടുപുഴയാറ്, കാളിയാറ്, കോതമംഗലംപുഴ, കല്ലാർ എന്നിവയാണ് പ്രധാന പോഷകനദികൾ. ഇടുക്കി, എറണാകുളം, കോട്ടയം എന്നീ ജില്ലകളിലൂടെ ഒഴുകുന്ന മൂവാറ്റുപുഴയാറിന് 121 കിലോമീറ്ററാണ് ദൈർഘ്യം. മൂവാറ്റുപുഴയ്ക്കു സമീപംവച്ചാണ് മൂവാറ്റുപുഴയാറും പോഷകനദികളും ചേർന്നുള്ള ജലപ്രവാഹം തൊടുപുഴ ആറിലേക്ക് ഒഴുകുന്നത്. ഇവിടം മുതലാണ് നദിക്ക് മൂവാറ്റുപുഴയാറ് എന്ന പേരുള്ളത്. പടിഞ്ഞാറോട്ട് ഒഴുകുന്ന നദി വെട്ടിക്കാൽ മുക്കിൽ എത്തി മുരുങ്ങപ്പുഴ, ഇത്തിപ്പുഴ എന്നീ കൈവഴികളായി പിരിഞ്ഞ് വേമ്പനാട്ടുകായലിൽ പതിക്കുന്നു. തൊടുപുഴ, മൂവാറ്റുപുഴ, വൈക്കം, കുന്നത്തുനാട്, കണയന്നൂർ എന്നീ താലൂക്കുകളിലൂടെ ഒഴുകുന്ന ഈ നദി, കൃഷിക്കും പ്രയോജനകരമാവുന്നു.

നദിയിലെ വാർഷിക വർഷാനുപാതം 3100 മില്ലി മീറ്ററാണ്. നീർവാർച്ചാ പ്രദേശത്തിന് 1554 ചതുരശ്രകിലോമീറ്റർ വിസ്തൃതിയുണ്ട്. തൊടുപുഴയിൽനിന്ന് 6 കിലോമീറ്റർ അകലെയുള്ള മലങ്കരഡാം വിനോദ സഞ്ചാരികളെ ആകർഷിക്കുന്ന ഒരു കേന്ദ്രമാണ്.

30. മീനച്ചിൽ ആറ്

മീനച്ചിൽ താലൂക്കിൽ പശ്ചിമഘട്ട മലനിരകളിൽനിന്ന് ഉത്ഭവിക്കുന്ന ചെറിയ അരുവികൾ ചേർന്ന് ഉണ്ടാകുന്ന നദിയാണ് മീനച്ചിൽ ആറ്. കളത്തുകടവ് ആറ്, തൃക്കോവിലാറ് എന്നിവ അക്കൂട്ടത്തിൽ പ്രാധാന്യമർഹിക്കുന്നു. ഈരാറ്റുപേട്ടയ്ക്ക് അടുത്തുവച്ച് പൂഞ്ഞാറുമായി സന്ധിച്ച് മീനച്ചിൽ ആറ് പടിഞ്ഞാറോട്ട് ഒഴുകുന്നു. തുടർന്ന് ചിറ്റാർ

കൊണ്ടൂർവച്ചും, പയപ്പാറത്തോട് ഉാലം എന്ന സ്ഥലത്തുവച്ചും മീനച്ചിൽ ആറിനോട് സന്ധിക്കുന്നു. ഈരാറ്റുപേട്ട, കൊണ്ടൂർ, ഭരണങ്ങാനം, ഉാലം, കുമ്മനം, നിരിക്കാട്, കുമരകം എന്നീ പ്രദേശങ്ങളിലൂടെ ഒഴുകുന്ന നദി, കോട്ടയം പട്ടണത്തെ ചുറ്റിക്കറങ്ങി വേമ്പനാട്ടുകായലിൽ പതിക്കുന്നു. 78 കിലോ മീറ്റർ നീളമുള്ള ഈ നദിയുടെ വലതുശാഖയും കുറെദൂരം വടക്കോട്ട് ഒഴുകിയതിനുശേഷം വേമ്പനാട്ടുകായലിൽത്തന്നെ പതിക്കുന്നു. നീർവാർച്ചാപ്രദേശത്തിന് 1272 ചതുരശ്ര കിലോമീറ്റർ വിസ്തീർണമുണ്ട്.

ബുക്കർ പ്രൈസ് നേടിയ പ്രശസ്ത സാഹിത്യകാരി അരുന്ധതീ റോയ് മീനച്ചിൽ ആറിന്റെ തീരത്തുള്ള അയ്മനം എന്ന ഗ്രാമത്തിന്റെ സന്തതിയാണ്. അവരുടെ *ഗോഡ് ഓഫ് സ്മോൾ തിങ്സ്* എന്ന കൃതിയിൽ അയ്മനവും മീനച്ചിലാറും മറ്റും പരാമർശിക്കപ്പെടുന്നുണ്ട്. ജലസമൃദ്ധമായ ഒരു നദിയെന്നനിലയിൽ മീനച്ചിലാറിന് സവിശേഷമായ ഒരു സ്ഥാനമാണുള്ളത്.

31. മണിമലയാറ്

സഹ്യപർവതസാനുക്കളിൽ, സമുദ്രനിരപ്പിൽനിന്ന് 1156 മീറ്റർ ഉയരത്തിൽ തട്ടമലയിൽനിന്നാണ് മണിമലയാറിന്റെ ഉത്ഭവം. ഇടുക്കി, കോട്ടയം, പത്തനംതിട്ട എന്നീ ജില്ലകളിലൂടെ ഒഴുകിയെത്തുന്ന മണിമലയാറ് പെരുവന്താനം, മുണ്ടക്കയം, എരുമേലി, മണിമല, കല്ലൂപ്പാറ, കവിയൂർ, കാഞ്ഞിരപ്പള്ളി, ചങ്ങനാശേരി എന്നീ പ്രദേശങ്ങളിലൂടെ കടന്നുപോകുന്നു. കൂട്ടിക്കൽ എന്ന സ്ഥലത്തിനു സമീപംവച്ച് കൊക്കയാറുമായി സന്ധിക്കുന്നു. മുണ്ടക്കയത്തുനിന്ന് പടിഞ്ഞാറോട്ടുതിരിഞ്ഞ് മണിമലവരെ ഒഴുകിയെത്തുന്നതിനിടയിൽ, ചില ചെറിയ പോഷകനദികൾ മണിമലയാറിൽ വന്നു

മണിമലയാറ്

ചേരുന്നുണ്ട്. നീരേറ്റു പുറത്തുവച്ച് പമ്പാ നദിയുടെ വലതു തീരത്തു മണിമലയാറ് വന്നുചേരുന്നു. 90 കിലോമീറ്റർ നീളമുള്ള ഈ നദിയുടെ നദീതട വിസ്തീർണം 847 ചതുരശ്ര കിലോമീറ്ററാണ്.

32. പമ്പാനദി

ദക്ഷിണഗംഗ എന്നറിയപ്പെടുന്ന പമ്പാനദി പശ്ചിമഘട്ട മലനിരകളിൽ പീരുമേട് പീഠഭൂമിയിലെ, സമുദ്രനിരപ്പിൽനിന്ന് 1677 മീറ്റർ ഉയരത്തിലുള്ള പുളിച്ചി മലയിൽനിന്നാണ് ഉത്ഭവിക്കുന്നത്. ഒട്ടനവധി കാട്ടുചോലകൾ ചേർന്നു രൂപംകൊള്ളുന്ന നദിയാണ് പമ്പ. ചെറുതും വലുതുമായ 288 പോഷകനദികൾ വന്നുചേരുന്ന പമ്പയ്ക്ക് കേരളത്തിലെ നദികളിൽ ദൈർഘ്യംകൊണ്ട് മൂന്നാം സ്ഥാനമാണുള്ളത്. പമ്പ, മലഞ്ചരിവിൽനിന്ന് ഇടനാട്ടിലേക്കു പ്രവേശിക്കുന്നിടത്താണ് പ്രസിദ്ധമായ പൂന്തേനരുവി എന്ന വെള്ളച്ചാട്ടം സ്ഥിതിചെയ്യുന്നത്. 30 മീറ്ററാണ് ഈ വെള്ളച്ചാട്ടത്തിന്റെ താഴ്ച.

176 കിലോമീറ്റർ ദൈർഘ്യമുള്ള പമ്പയുടെ നദീതടത്തിന് 2235 ചതുരശ്ര കിലോമീറ്റർ വിസ്തീർണമുണ്ട്. 3600 മില്ലി മീറ്ററാണ് നദിയിൽ ലഭിക്കുന്ന വാർഷിക വർഷപാതാനുപാതം. കക്കിയാർ, അഴുതയാർ, കല്ലാർ, കക്കാട്ടാർ, മീനാർ, വേലുത്തോട്, കഴിയാർ എന്നിവയാണ് പമ്പയുടെ പോഷകനദികളിൽ ചിലത്. മൂവാറ്റുപുഴയാറ്, മണിമലയാറ്, അച്ചൻകോവിലാറ് എന്നീ നദികളും പമ്പയുമായി സന്ധിക്കുന്നുണ്ട്.

വടശേരിക്കരയിൽവച്ചാണ് കല്ലാറ് പമ്പയുമായി സന്ധിക്കുന്നത്. മധ്യതിരുവിതാംകൂറിൽ പാണ്ടനാട്ട് എത്തുമ്പോൾ പമ്പ, രണ്ടു കൈവഴി

പമ്പാനദിയിലെ സ്നാനഘട്ടം

കളായി പിരിയുന്നു. വലതു കൈവഴി നീരേറ്റുപുറത്ത് എത്തുമ്പോൾ മണിമലയാറ് അതിൽ വന്നുചേരുന്നു.

നിരവധി ശാഖകളായി പിരിയുന്ന പമ്പ, വേമ്പനാട്ടുകായലിലാണ് ചെന്നു പതിക്കുന്നത്. നെടുമുടിയാറ്, പള്ളാത്തുരുത്തിയാറ് എന്നീ പേരുകൾ ആ ശാഖകൾക്കുണ്ട്. പമ്പയുടെ ഇടത്തെ കൈവഴിയാണ് പരുമല ദ്വീപിനെച്ചുറ്റി മാന്നാറിൽ എത്തി ഒന്നിച്ചുചേരുന്നത്. ഹരിപ്പാടിനു വടക്ക് വീയപുരത്ത് എത്തുമ്പോൾ അച്ചൻകോവിലാറുമായി സന്ധിക്കുകയും പള്ളാത്തുരുത്തിക്കുസമീപംവച്ച് വേമ്പനാട്ടുകായലിൽ പതിക്കുകയും ചെയ്യും. പ്രസിദ്ധമായ പരുമല പള്ളിയും, പനയന്നാർകാവ് ദേവീക്ഷേത്രവും പമ്പാനദിക്കരയിലെ രണ്ടു തീർഥാടനകേന്ദ്രങ്ങളാണ്.

33. അച്ചൻകോവിലാർ

കൊല്ലം ജില്ലയിൽ അച്ചകോവിൽ മലകളിൽ സമുദ്രനിരപ്പിൽനിന്ന് 700 മീറ്റർ ഉയരത്തിലുള്ള പശുകിടമേട്ടിൽനിന്നാണ് അച്ചൻകോവിൽ ആറ് ഉത്ഭവിക്കുന്നത്. പമ്പാനദിയുടെ ഒരു പോഷകനദിയായിപ്പോലും കണക്കാക്കാവുന്ന ഈ നദി, വലുപ്പത്തിൽ കേരളത്തിൽ ഏഴാം സ്ഥാനമുള്ള നദിയാണ്. അച്ചൻകോവിലിലെ രാമക്കൽത്തേരി, ഋഷിമല, പശുകിടമേട് എന്നിവിടങ്ങളിൽനിന്ന് ഒഴുകിവരുന്ന ഒട്ടേറെ അരുവികൾ സമ്മേളിച്ചാണ് അച്ചൻകോവിലാർ രൂപമെടുക്കുന്നത്. തിരുവല്ല, മാവേലിക്കര, കാർത്തികപ്പള്ളി താലൂക്കിലൂടെ ഒഴുകുന്ന നദി, വീയപുരത്തുവച്ച് പമ്പയുമായി സന്ധിക്കുന്നു. മറ്റു ശാഖകളും പലതായി ഒഴുകി, അവസാനം പമ്പാനദിയിൽ തന്നെയാണ് പതിക്കുന്നത്.

128 കിലോമീറ്റർ നീളമുള്ള അച്ചൻകോവിലാർ, കുമ്പഴ, കൈപ്പട്ടൂർ, പന്തളം, കൊല്ലകടവ് എന്നീ പ്രദേശങ്ങൾ പിന്നിട്ടാണ് മാവേലിക്കര പട്ടണത്തിന്റെ അതിർത്തിയിലൂടെ പടിഞ്ഞാറോട്ട് ഒഴുകുന്നത്. ഈ സ്ഥലങ്ങളിലെല്ലാം പ്രധാനപാലങ്ങളും നിർമിക്കപ്പെട്ടിട്ടുണ്ട്. അച്ചൻകോവിലാറിന്റെ പ്രധാന പോഷകനദിയാണ് കല്ലാർ. തൊറൈ വനങ്ങൾക്കു സമീപത്തുവച്ചാണ് കല്ലാർ, അച്ചൻകോവിലാറുമായി സന്ധിക്കുന്നത്. 1484 ചതുരശ്ര കിലോമീറ്ററാണ് നദീതട വിസ്തൃതി. 2600 മില്ലി മീറ്ററാണ് പ്രതിവർഷ വർഷപാതാനുപാതം. മണൽവാരൽകൊണ്ട് പരിസ്ഥിതിനാശം നേരിടുന്ന മറ്റൊരു നദിയാണ് അച്ചൻകോവിലാർ.

34. പള്ളിക്കലാർ

അടൂരിനു വടക്ക്, കളരിത്തറക്കുന്നിൽ, സമുദ്രനിരപ്പിൽനിന്ന് 60 മീറ്റർ ഉയരമുള്ള പ്രദേശത്തുനിന്നാണ് പള്ളിക്കലാർ ഉത്ഭവിക്കുന്നത്. ആദ്യം തെക്കുഭാഗത്തേക്ക് ഒഴുകി അടൂർകടന്ന് നെല്ലിമുകൾവരെ തെക്കുപടിഞ്ഞാറോട്ട് ഒഴുകിയശേഷം ഇടപ്പനയാറയിൽ എത്തി, ആദിക്കാടുകുളങ്ങരയിൽനിന്ന് വരുന്ന മറ്റൊരു നീരൊഴുക്കുമായി ചേർന്ന് തെക്കോട്ട് ഒഴുകിയശേഷം വീണ്ടും വടക്കുഭാഗത്തേക്ക് ഒഴുകി, കരുനാഗപ്പള്ളിക്കു സമീപംവച്ച് കോഴിക്കോട്ടുകായലിൽ (വട്ടക്കായൽ) പതിക്കുന്നു. 42

കിലോമീറ്റർ നീളമുള്ള പള്ളിക്കലാറിന് 220 ചതുരശ്ര കിലോമീറ്റർ നദീതട വിസ്തൃതിയുണ്ട്.

35. കല്ലടയാർ

കൊല്ലം ജില്ലയിൽ കുളത്തുപ്പുഴ മലനിരകളുടെ ഭാഗമായ കരിമലയിൽനിന്ന് ഉത്ഭവിച്ച് 121 കിലോമീറ്റർ ദൂരം ഒഴുകി, അഷ്ടമുടിക്കായലിൽ പതിക്കുന്ന നദിയാണ് കല്ലടയാർ. കേരളത്തിലെ ഏറ്റവും വലിയ ജലസേചനപദ്ധതിയായ കല്ലട ഇറിഗേഷൻ പ്രോജക്ട് (K I P) കല്ലടയാറിലാണ് സ്ഥാപിച്ചിട്ടുള്ളത്. ചെന്തുരണിപ്പുഴ, കൽത്തുരുത്തിപ്പുഴ, കുളത്തുപ്പുഴ എന്നീ പോഷകനദികൾ തെന്മലയ്ക്കു സമീപം പരപ്പാറിൽവച്ച് ഒത്തുചേർന്നാണ് ഒഴുകുന്നത്.

നദീതട വിസ്തൃതി 1699 ചതുരശ്ര കിലോമീറ്ററാണ്. പുനലൂർ, പത്തനാപുരം, കൊട്ടാരക്കര, അടൂർ, കുണ്ടറ, കൊല്ലം എന്നിവയാണ് നദീതട പ്രദേശത്തെ പ്രധാന പട്ടണങ്ങൾ.

36. ഇത്തിക്കരയാർ

പൊൻമുടിക്കുസമീപം മടത്തറയിൽ സമുദ്രനിരപ്പിൽനിന്ന് 240 മീറ്റർ ഉയരത്തിൽനിന്നാണ് ഇത്തിക്കരയാർ ഉത്ഭവിക്കുന്നത്. അയൂർ, ചടയമംഗലം, മയ്യനാട് എന്നീ പ്രദേശങ്ങളിലൂടെ ഒഴുകി, അവസാനം പരവൂർ കായലിൽ പതിക്കുന്നു. വട്ടപ്പറമ്പുതോട്, കുണ്ടമൺ തോട് എന്നിവയാണ് പോഷകനദികൾ. 56 കിലോമീറ്റർ നീളമുള്ള ഇത്തിക്കരയാർ വയലാ, പാമ്പിറ, ആയൂർ, തിരുവംഭാഗം, ആറ്റൂർക്കോണം, ആദിച്ചനല്ലൂർ, കൊട്ടിയം, ചാത്തന്നൂർ, ഇത്തിക്കര, ചടയമംഗലം എന്നീ പ്രദേശങ്ങൾ കടന്ന് മീനാറിന് സമീപത്തുവച്ച് പരവൂർ കായലിൽ ചേരുന്നു. നദീതട വിസ്തൃതി 660 ചതുരശ്ര കിലോമീറ്ററാണ്.

37. അയിരൂർപ്പുഴ

കാട്ടുചന്ത-പുന്നോട് മലനിരകളുടെ ഭാഗമായ നാവായിക്കുളത്തുനിന്ന് ഉത്ഭവിച്ച്, ഇടവ-നടയറക്കായലിൽ പതിക്കുന്ന ഒരു ചെറിയ നദിയാണ് അയിരൂർപ്പുഴ. നീളം 17 കിലോമീറ്റർ. കൊല്ലം ജില്ലയിൽമാത്രം ഒഴുകുന്ന ഈ നദിയുടെ നദീതടത്തിന് 124 ചതുരശ്ര കിലോമീറ്ററാണ് വിസ്തൃതി.

38. വാമനപുരം ആറ്

സഹ്യസാനുക്കളിൽ സമുദ്രനിരപ്പിൽനിന്ന് 1860 മീറ്റർ ഉയരത്തിൽ ചെമ്മുഞ്ചി മൊട്ടമലയിൽനിന്നാണ് വാമനപുരം ആറ് ഉത്ഭവിക്കുന്നത്. കലപ്പാറയാറ്, വടയാറ്, പൊന്മുടിപ്പുഴ, അപ്പർചിറ്റാർ, മണപ്പാറപ്പുഴ, കിളിമാനൂർപ്പുഴ എന്നിവയാണ് ഇതിന്റെ പോഷകനദികൾ. പടിഞ്ഞാറോട്ട് ഒഴുകി മഞ്ഞപ്പാറയിലെത്തുമ്പോഴാണ് മഞ്ഞപ്പാറനദി വന്നുചേരുന്നത്. പാലോടിന് ഏകദേശം 3 കിലോമീറ്റർ താഴെയാണ് 13 മീറ്റർ താഴ്ചയുള്ള

മീൻമുട്ടി വെള്ളച്ചാട്ടം. ഇത് ടൂറിസ്റ്റുകളെ ആകർഷിക്കുന്ന സ്ഥലമാണ്. ചിറ്റാറുമായി സന്ധിച്ച്, പടിഞ്ഞാറോട്ടൊഴുകി കിളിമാനൂർ പുഴയുമായി ചേർന്ന് ഒഴുകുന്നു. പിന്നീട് തെക്കുപടിഞ്ഞാറോട്ട് ഒഴുകി, ചിറയിൻ കീഴിൽവച്ച് നദി അഞ്ചുതെങ്ങുകായലിൽ പതിക്കുന്നു. 88 കിലോമീറ്റർ ദൈർഘ്യമുള്ള ഈ നദിക്ക് 687 ചതുരശ്ര കിലോമീറ്റർ വിസ്തീർണമുള്ള നദീതടമുണ്ട്. ആറ്റിങ്ങൽ ആറ് എന്നപേരിലും ഈ നദി അറിയപ്പെടുന്നുണ്ട്.

39. മാമം ആറ്

തിരുവനന്തപുരം ജില്ലയിൽ മാത്രമായി ഒഴുകുന്ന നദിയാണ് മാമം ആറ്. വെമ്പായത്തിനടുത്ത് പന്തലക്കോട്ടുമലയിൽനിന്ന് ഉത്ഭവിക്കുന്ന ഈ നദിക്ക് 27 കിലോമീറ്റർ നീളമുണ്ട്. പടിഞ്ഞാറോട്ടൊഴുകുന്ന നദി മാമം കഴിഞ്ഞ് ചിറയിൻകീഴിനു സമീപംവച്ച് അഞ്ചുതെങ്ങു കായലിൽ പതിക്കുന്നു. ഇതിന്റെ ഒരു കൈവഴി കുന്തള്ളൂരിൽനിന്ന് ഒഴുകി വാമന പുരം ആറ്റിൽ പതിക്കുന്നുണ്ട്. നദീതടത്തിന് 114 ചതുരശ്ര കിലോമീറ്റർ വിസ്തൃതിയുണ്ട്.

40. കരമനയാറ്

അഗസ്ത്യകൂടത്തിലെ ചെമ്മുഞ്ചി മൊട്ടമലയിൽനിന്ന് ഒഴുകിവരുന്ന അരുവികൾ ചേർന്നാണ് കരമനയാറ് രൂപംകൊള്ളുന്നത്. കാവിയാർ, അട്ടയാർ, വയ്യാപ്പടിയാർ എന്നിവ അക്കൂട്ടത്തിൽപ്പെടുന്നു. പ്രധാന പോഷക നദി കിള്ളിയാറാണ്. നെടുമങ്ങാടിനു സമീപമുള്ള മലകളിൽനിന്നാണ് കിള്ളിയാർ ഉത്ഭവിക്കുന്നത്. നടക്കര എന്ന സ്ഥലത്തുവച്ചാണ് കിള്ളിയാർ കരമനയാറിനോടു ചേരുന്നത്. തിരുവനന്തപുരം പട്ടണത്തിനുസമീപത്തു കൂടി ഒഴുകുന്ന കരമനയാറ് തിരുവല്ലത്തുവച്ച് അറബിക്കടലിൽ പതിക്കുന്നു.

തിരുവനന്തപുരം പട്ടണത്തിലെ ശുദ്ധജല വിതരണത്തിന് കരമന യാറിലെ അരുവിക്കരയിൽ ഒരു അണകെട്ടിയാണ് ജലം സംഭരിക്കുന്നത്. പട്ടണത്തിലെ ജനസംഖ്യ വർധിക്കുകയും പട്ടണം വികസിക്കുകയും ചെയ്തതോടെ വിതുരയ്ക്കുസമീപം പേപ്പാറ എന്ന സ്ഥലത്ത് മറ്റൊരു അണക്കെട്ടും നിർമിച്ചിട്ടുണ്ട്. 68 കിലോമീറ്റർ നീളമുള്ള കരമനയാറിന്റെ തീരത്താണ് ശ്രീനാരായണഗുരു പ്രതിഷ്ഠ നടത്തിയിട്ടുള്ള അരുവിക്കര ക്ഷേത്രം സ്ഥിതിചെയ്യുന്നത്. നദീതടത്തിന് 702 ചതുരശ്ര കിലോമീറ്റർ വിസ്തീർണമുണ്ട്.

41. നെയ്യാർ

കേരളത്തിന്റെ ഏറ്റവും തെക്കേയറ്റത്തുള്ള നദിയാണ് 56 കിലോ മീറ്റർ നീളമുള്ള നെയ്യാർ. തിരുവനന്തപുരം ജില്ലയിൽ അഗസ്ത്യകൂട ത്തിൽ, സമുദ്രനിരപ്പിൽനിന്ന് 1860 മീറ്റർ ഉയരത്തിലാണ് ഉത്ഭവസ്ഥാനം. അഗസ്ത്യമുനിയുടെ ആശ്രമത്തിൽനിന്ന് കവിഞ്ഞൊഴുകിയ നെയ്യാണ് നെയ്യാറായിത്തീർന്നതെന്ന് വിശ്വസിക്കപ്പെടുന്നു. കല്ലാറും കരവലിയാറു മാണ് നെയ്യാറിന്റെ പ്രധാന പോഷകനദികൾ. വണ്ടിച്ചിറത്തോട്, കുളത്തൂർ

നെയ്യാർ ഡാം

വലിയതോട്, മരുത്തൂർത്തോട്, അതിയന്നൂർത്തോട്, തലയൽത്തോട്, കോട്ടുകാൽത്തോട്, വെങ്ങാനൂർത്തോട് എന്നീ നീരൊഴുക്കുകളും നെയ്യാർ തട പ്രദേശത്തുകൂടി കടന്നുപോകുന്നുണ്ട്. ഒറ്റശേഖരമംഗലം, കുളത്തുമ്മൽ, മാറനല്ലൂർ, പെരുങ്കിടവിള, നെയ്യാറ്റിൻകര, ചെങ്കൽ, കളത്തൂർ എന്നീ പ്രദേശങ്ങളിലൂടെ ഒഴുകിയശേഷം, പൂവാറിനു സമീപത്തുവച്ച് നദി അറബിക്കടലിൽ പതിക്കുന്നു. നദീതടത്തിന് 497 ചതുരശ്ര കിലോമീറ്റർ വിസ്തൃതിയുണ്ട്. ജലസേചനത്തിനായി 1973-ലാണ് നെയ്യാർ അണക്കെട്ട് നിർമിച്ചത്. ഇന്ത്യയിലെ ആദ്യത്തെ ലയൺ സഫാരി പാർക്കാണ് നെയ്യാർ ഡാമിനു സമീപമുള്ളത്. ഇവിടത്തെ ഉദ്യാനവും ഏറെ മനോഹരമാണ്. കൂടാതെ ഇന്ത്യയിലെ ഏക ചീങ്കണ്ണിവളർത്തൽ കേന്ദ്രവും നെയ്യാർ ഡാമിനോടനുബന്ധിച്ചാണുള്ളത്. സ്റ്റീഫർ ഇർവിൻ പാർക്ക് എന്നാണ് ഇത് അറിയപ്പെടുന്നത്. ധാരാളം സഞ്ചാരികൾ ഇവിടം സന്ദർശിക്കാൻ എത്തിച്ചേരാറുണ്ട്. നെയ്യാർ നദീതടത്തിന് 497 ചതുരശ്ര കിലോമീറ്റർ വിസ്തൃതിയുണ്ട്.

കിഴക്കോട്ട് ഒഴുകുന്ന നദികൾ

42. കബനീ നദി

വയനാട് ജില്ലയിൽ പശ്ചിമഘട്ട മലനിരകളിൽപ്പെട്ട വയനാടൻ കുന്നുകളിൽനിന്ന് ഉത്ഭവിച്ച നദിയാണ് കബനീനദി. വയനാട്ടിലെ പെരയ

പ്പുഴ, കൂടൽപ്പുഴ, മാനന്തവാടിപ്പുഴ, പനമരം പുഴ എന്നിവ സംയോജിച്ചാണ് ഈ നദി രൂപമെടുത്തിട്ടുള്ളത്. പുരാതനമായ വള്ളിയൂർക്കാവ് ക്ഷേത്രത്തിന് ഉദ്ദേശം 5 കിലോമീറ്റർ മുകളിലാണ് കബനിയുടെ പ്രയാണം ആരംഭിക്കുന്നത്. കാവേരി നദിയുടെ ഒരു പോഷകനദിയാണ് കബനി. വിനോദ സഞ്ചാരകേന്ദ്രമായ കുറുവാദ്വീപ് കബനീനദിയിലാണ് സ്ഥിതി ചെയ്യുന്നത്.

കബനീനദി ചുവന്നപ്പോൾ

കബനീനദിയെപ്പറ്റി കേൾക്കുമ്പോൾ നമ്മുടെ മനസിൽ ഓടിയെത്തുന്നത് പി എ ബക്കർ സംവിധാനം ചെയ്ത *കബനീനദി ചുവന്നപ്പോൾ* എന്ന ചലച്ചിത്രമാണ്. കേരളത്തിലെ നക്സൽ പ്രസ്ഥാനത്തിന്റെ പശ്ചാത്തലത്തിൽ ചിത്രീകരിക്കപ്പെട്ട ചിത്രമാണിത്.

നദിയെ ആസ്പദമാക്കി നിർമിക്കപ്പെട്ട മറ്റു ചില ചലച്ചിത്രങ്ങൾ ഇവയാണ്.

ഓളവും തീരവും - സംവിധാനം പി എൻ മേനോൻ
ഈ പുഴയും കടന്ന് - സംവിധാനം കമൽ
നദി - സംവിധാനം എ വിൻസെന്റ്

പാടുന്നപുഴ, കിന്നരിപ്പുഴയോരം തുടങ്ങി വേറെയും ചിത്രങ്ങളുണ്ട്.

210 കിലോമീറ്റർ നീളമുള്ള കബനിയുടെ 63 കിലോമീറ്റർ ഭാഗമേ കേരളത്തിൽ ഉൾപ്പെടുന്നുള്ളൂ. കേരളത്തിന്റെ അതിർത്തികടന്ന് കൽവള്ളി എന്ന പ്രദേശത്തുവച്ച് കർണാടകത്തിലേക്കു പ്രവേശിക്കുന്ന കബനി,

കബനീ നദി

തുടർന്ന് ഒഴുകി തമിഴ്നാട്ടിലേക്ക് കടക്കുകയും അവസാനം കാവേരി നദിയിൽ പതിക്കുകയും ചെയ്യുന്നു. ചൂർണിപ്പുഴ, പുതുശ്ശേരിപ്പുഴ, മക്കിപ്പുഴ, നിരവിൽപ്പുഴ, നൂൽപ്പുഴ എന്നിവയാണ് കബനിയുടെ പോഷകനദികൾ.

ബാണാസുരസാഗർ അണക്കെട്ട് കബനിയുടെ പോഷകനദിയിലാണ് നിർമിച്ചിട്ടുള്ളത്. കാരാപ്പുഴ ജലസേചനപദ്ധതിയും കബനിയിലാണ്. കുറ്റ്യാടി ഓഗ്മെന്റേഷൻ സ്കീം പ്രകാരം കരമാൻ തോടിൽ അഞ്ച് ചെറിയ ഡാമുകൾ നിർമിക്കപ്പെട്ടിട്ടുണ്ട്.

സഞ്ചാരികളെ ആകർഷിക്കുന്ന മൂന്ന് വെള്ളച്ചാട്ടങ്ങൾ കബനീ നദിയിലുണ്ട്. കൽപ്പറ്റയിൽനിന്ന് 15 കിലോമീറ്റർ അകലെ സ്ഥിതിചെയ്യുന്ന 'സൂചിപ്പാറ ജലപാതം', മേപ്പാടിയിൽനിന്ന് 12 കിലോമീറ്റർ അകലെ സ്ഥിതി ചെയ്യുന്ന, 'മീൻമുട്ടി ജലപാതം' ബത്തേരിയിൽനിന്ന് 12 കിലോ മീറ്റർ അകലെ സ്ഥിതിചെയ്യുന്ന 'ചിത്രാലയ ജലപാതം' എന്നിവയാണവ. കബനീനദിക്ക് 1935 ചതുരശ്ര കിലോമീറ്റർ വിസ്തൃതിവരുന്ന നീർത്തട മേഖലയുണ്ട്. 4333 ദശലക്ഷം ഘനമീറ്ററാണ് കബനിയുടെ വാർഷിക ജലലഭ്യത.

43. ഭവാനിപ്പുഴ

തമിഴ്നാട്, കേരളം, കർണാടകം എന്നീ സംസ്ഥാനങ്ങളിലൂടെ ഒഴുകുന്ന ഭവാനിപ്പുഴ, പശ്ചിമഘട്ടത്തിലെ നീലഗിരിക്കുന്നുകളിൽനിന്നാണ് ഉത്ഭവിക്കുന്നത്. തമിഴ്നാട്ടിൽക്കൂടി 13 കിലോമീറ്റർ ഒഴുകിയശേഷം കേരളത്തിൽ പാലക്കാട് ജില്ലയിലേക്ക് പ്രവേശിക്കുന്നു. തുടർന്ന് 29 കിലോമീറ്റർ തെക്കോട്ട് ഒഴുകി മുക്കാലിയിലെത്തുന്ന നദി, പെട്ടെന്ന് തിരിയുകയും മല്ലേശ്വരമല ചുറ്റി, വടക്കുകിഴക്കു ദിക്കിലേക്ക് ഒഴുകി കൽക്കണ്ടിയൂർ എന്ന സ്ഥലത്തുവച്ച് കേരളത്തിന്റെ അതിർത്തി കടന്ന് വീണ്ടും തമിഴ്നാട്ടിലേക്ക് തിരിച്ച് ഒഴുകുകയും ചെയ്യുന്നു. അവസാനം കാവേരി നദിയിലാണ് ഭവാനിപ്പുഴ ചെന്നുചേരുന്നത്. 39 കിലോമീറ്റർ ദൂരമാണ് കേരളത്തിലൂടെ ഭവാനിപ്പുഴ ഒഴുകുന്നത്. തമിഴ്നാട്ടിലെ കോയമ്പത്തൂർ, ഈറോഡ് ജില്ലകളിലെ പ്രധാന ജലസ്രോതസാണ് ഈ നദി. 6200 ചതുരശ്ര കിലോമീറ്ററാണ് ഭവാനിപ്പുഴയുടെ നീർത്തടമേഖലാ വിസ്തൃതി. ശിരുവാണി, വരാഗർ എന്നിവ ഭവാനിപ്പുഴയുടെ പോഷകനദികളാണ്. ജലസേചനത്തിനായി ശിരുവാണിയിൽ ഒരു അണക്കെട്ട് നിർമിച്ചിട്ടുണ്ട്.

44. പാമ്പാർ

ഇടുക്കി ജില്ലയിൽ ദേവികുളത്ത് കാണിമലയിലെ, സമുദ്രനിരപ്പിൽ നിന്ന് 1950 മീറ്റർ ഉയരത്തിലുള്ള ബെൻമൂറിൽനിന്നാണ് പാമ്പാർ നദിയുടെ ഉത്ഭവം. കേരളത്തിലൂടെ 29 കിലോമീറ്റർ ദൂരം ഒഴുകിയശേഷം, തമിഴ്നാട്ടിലേക്കു കടക്കുന്ന നദി, കോവിൽക്കടവ് എന്ന സ്ഥലത്തുവച്ച് കാവേരി നദിയിൽ പതിക്കുന്നു. ചെങ്കളൂർപ്പുഴ, ഇരവികുളം പുഴ, തൃത്താലപ്പുഴ, മൈലാടിപ്പുഴ എന്നിവയാണ് പാമ്പാറിന്റെ പോഷകനദികൾ. പാമ്പാറിലെ തൂവാനം, കമ്പക്കാരായി എന്നീ വെള്ളച്ചാട്ടങ്ങൾ പ്രസിദ്ധമാണ്. ഇരവി

കുളം നാഷണൽ പാർക്ക്, ചിന്നാർ വന്യമൃഗസംരക്ഷണകേന്ദ്രം എന്നിവ പാമ്പാറിന്റെ തീരത്താണ് സ്ഥിതിചെയ്യുന്നത്. പാമ്പാറിന്റെ നീർത്തട മേഖലയുടെ വിസ്തൃതി 382 ചതുരശ്ര കിലോമീറ്ററാണ്. ഇടുക്കി ജില്ല യിൽമാത്രം ഒഴുകിയശേഷമാണ് പാമ്പാർ തമിഴ്നാട്ടിലേക്കു പ്രവേശിക്കുന്നത്.

കേരളത്തിലെ നദികൾ - ഒറ്റനോട്ടത്തിൽ

നദികളുടെ വലുപ്പത്തിൽ ക്രമമനുസരിച്ചാണ് ഈ പട്ടിക തയാറാക്കിയിട്ടുള്ളത്. കേരളത്തിലെ ഏറ്റവും നീളം കൂടിയ നദിയായ പെരിയാർ മുതൽ ഏറ്റവും ചെറിയ മഞ്ചേശ്വരംപുഴ വരെ ഈ പട്ടികയിൽപ്പെടുന്നു.

പടിഞ്ഞാറോട്ട് ഒഴുകുന്ന നദികൾ

ക്രമ നമ്പർ	നദിയുടെ പേര്	നീളം കിലോ മീറ്ററിൽ	കടന്നുപോകുന്നജില്ലകൾ
1.	പെരിയാർ	244	ഇടുക്കി, എറണാകുളം
2.	ഭാരതപ്പുഴ	209	പാലക്കാട്, മലപ്പുറം, തൃശൂർ
3.	പമ്പ	176	പത്തനംതിട്ട, ഇടുക്കി, ആലപ്പുഴ
4.	ചാലിയാർ	169	കോഴിക്കോട്, മലപ്പുറം, വയനാട്
5.	ചാലക്കുടിപ്പുഴ	130	തൃശൂർ, പാലക്കാട്, എറണാകുളം
6.	കടലുണ്ടിപ്പുഴ	130	മലപ്പുറം, പാലക്കാട്
7.	അച്ചൻകോവിലാറ്	128	പത്തനംതിട്ട, ഇടുക്കി, കൊല്ലം
8.	കല്ലടയാറ്	121	കൊല്ലം, പത്തനംതിട്ട, തിരുവനന്തപുരം
9.	മൂവാറ്റുപുഴയാറ്	121	എറണാകുളം, കോട്ടയം
10.	വളപട്ടണം പുഴ	110	കണ്ണൂർ
11.	ചന്ദ്രഗിരിപ്പുഴ	105	കാസർകോട്
12.	മണിമലയാറ്	90	കോട്ടയം, പത്തനംതിട്ട
13.	വാമനപുരം ആറ്	88	കൊല്ലം, തിരുവനന്തപുരം
14.	കുപ്പം പുഴ	82	കണ്ണൂർ
15.	മീനച്ചിലാറ്	78	കോട്ടയം
16.	കുറ്റ്യാടിപ്പുഴ	74	കോഴിക്കോട്

17.	കരമനയാറ്	68	തിരുവനന്തപുരം
18.	ഷിറിയപ്പുഴ	67	കാസർകോട്
19.	കാര്യങ്കോട് പുഴ	64	കാസർകോട്, കണ്ണൂർ
20.	ഇത്തിക്കരയാറ്	56	കൊല്ലം, തിരുവനന്തപുരം
21.	നെയ്യാറ്	56	തിരുവനന്തപുരം
22.	മയ്യഴിപ്പുഴ (മാഹിപ്പുഴ)	54	കണ്ണൂർ, കോഴിക്കോട്
23.	കേച്ചേരിപ്പുഴ	51	തൃശൂർ
24.	പെരുവമ്പപ്പുഴ	51	കാസർകോട്, കണ്ണൂർ
25.	ഉപ്പളയാറ്	50	കാസർകോട്
26.	കരുവന്നൂർപ്പുഴ	48	തൃശൂർ
27.	അഞ്ചരക്കണ്ടിപ്പുഴ	48	കണ്ണൂർ
28.	തിരൂർപ്പുഴ	48	മലപ്പുറം
29.	നീലേശ്വരം പുഴ	46	കാസർകോട്, കണ്ണൂർ
30.	പള്ളിക്കലാറ്	42	കൊല്ലം, പത്തനംതിട്ട, തിരുവനന്തപുരം
31.	കോരപ്പുഴ	40	കോഴിക്കോട്
32.	മൊഗ്രാൽപ്പുഴ	34	കാസർകോട്
33.	കവ്വായിപ്പുഴ	31	കാസർകോട്, കണ്ണൂർ
34.	പുഴയ്ക്കൽ ആറ്	29	തൃശൂർ
35.	തലശ്ശേരിപ്പുഴ	28	കണ്ണൂർ
36.	മാമംപുഴ	27	കൊല്ലം, തിരുവനന്തപുരം
37.	ചിത്താരിപ്പുഴ	25	കാസർകോട്
38.	കല്ലായിപ്പുഴ	22	കോഴിക്കോട്
39.	രാമപുരംപുഴ	19	കാസർകോട്, കണ്ണൂർ
40.	അയിരൂർപ്പുഴ	17	കൊല്ലം, തിരുവനന്തപുരം
41.	മഞ്ചേശ്വരം പുഴ	16	കാസർകോട്

കിഴക്കോട്ട് ഒഴുകുന്ന നദികൾ

42.	കബനീനദി	63	വയനാട്
43.	ഭവാനിപ്പുഴ	39	പാലക്കാട്
44.	പാമ്പാർ	29	ഇടുക്കി

കേരളത്തിലെ ജലസംഭരണികൾ

കേരളത്തിലെ നദികളിൽ നിർമിച്ചിട്ടുള്ള ജലസംഭരണികൾ താഴെ ചേർക്കുന്നു. കുടിനീർ, കൃഷി, വ്യവസായം എന്നിവയ്ക്ക് ഉപയോഗപ്പെടുത്തുവാനാണ് ഇവ നദികളിൽ നിർമിച്ചിട്ടുള്ളത്.

ക്രമ നമ്പർ	ജലസംഭരണി യുടെ പേര്	നദി	ജില്ല
1.	മലമ്പുഴ	ഭാരതപ്പുഴ	പാലക്കാട്
2.	മംഗലം	ഭാരതപ്പുഴ	പാലക്കാട്
3.	മീൻകര	ഭാരതപ്പുഴ	പാലക്കാട്
4.	ചുള്ളിയാർ	ഭാരതപ്പുഴ	പാലക്കാട്
5.	പോത്തുണ്ടി	ഭാരതപ്പുഴ	പാലക്കാട്
6.	വാളയാർ	ഭാരതപ്പുഴ	പാലക്കാട്
7.	കാഞ്ഞിരംപുഴ	ഭാരതപ്പുഴ	പാലക്കാട്
8.	പറമ്പിക്കുളം	ചാലക്കുടിപ്പുഴ	പാലക്കാട്
9.	തൂണക്കടവ്	ചാലക്കുടിപ്പുഴ	പാലക്കാട്
10.	പെരുവാരിപ്പള്ളം	ചാലക്കുടിപ്പുഴ	പാലക്കാട്
11.	ഷോളയാർ	ചാലക്കുടിപ്പുഴ	പാലക്കാട്
12.	പെരിങ്ങൽക്കുത്ത്	ചാലക്കുടിപ്പുഴ	തൃശൂർ
13.	പരപ്പാർ	കല്ലട	കൊല്ലം
14.	അരുവിക്കര	കരമന	തിരുവനന്തപുരം
15.	പീച്ചി	കരുവന്നൂർ	തൃശൂർ
16.	വാഴാനി	കേച്ചേരി	തൃശൂർ
17.	കുറ്റ്യാടി	കുറ്റ്യാടി	കോഴിക്കോട്
18.	നെയ്യാർ	നെയ്യാർ	തിരുവനന്തപുരം
19.	പമ്പ	പമ്പ	പത്തനംതിട്ട
20.	കക്കി	പമ്പ	പത്തനംതിട്ട
21.	ഇടുക്കി	പെരിയാർ	ഇടുക്കി
22.	പൊൻമുടി	പെരിയാർ	ഇടുക്കി
23.	ആനയിറഗൾ	പെരിയാർ	ഇടുക്കി
24.	കുണ്ടള	പെരിയാർ	ഇടുക്കി
25.	മാട്ടുപ്പെട്ടി	പെരിയാർ	ഇടുക്കി
26.	ചെങ്കുളം	പെരിയാർ	ഇടുക്കി
27.	നേരിയമംഗലം	പെരിയാർ	ഇടുക്കി
28.	ഭൂതത്താൻകെട്ട്	പെരിയാർ	ഇടുക്കി
29.	പെരിയാർ തടാകം	പെരിയാർ	ഇടുക്കി
30.	പഴശ്ശി	വളപട്ടണം	കണ്ണൂർ
31.	പേപ്പാറ	വാമനപുരം	തിരുവനന്തപുരം

കേരളത്തിലെ പ്രധാന അണക്കെട്ടുകൾ

ക്രമ നമ്പർ	അണക്കെട്ട്	ജില്ല
1.	മലമ്പുഴ	പാലക്കാട്
2.	ഷോളയാർ	തൃശൂർ
3.	ഇടുക്കി ആർച്ച് ഡാം	ഇടുക്കി
4.	ചെറുതോണി	ഇടുക്കി
5.	കല്ലാർകുട്ടി	ഇടുക്കി
6.	മാട്ടുപ്പെട്ടി	ഇടുക്കി
7.	പെരിങ്ങൽകുത്ത്	തൃശൂർ
8.	മൂഴിയാർ	പത്തനംതിട്ട
9.	മുല്ലപ്പെരിയാർ	ഇടുക്കി
10.	മലങ്കര	ഇടുക്കി
11.	ഇടമലയാർ	എറണാകുളം
12.	കുറ്റ്യാടി	കോഴിക്കോട്

11

കേരളത്തിലെ നദികളുടെ സംരക്ഷണം

കേരളത്തിലെ നദികളുടെ സംരക്ഷണത്തിന് 150 കോടി രൂപയുടെ ഒരു പദ്ധതി 2008 ഡിസംബറിൽ കേരളസർക്കാർ അംഗീകരിക്കുകയുണ്ടായി. 61.64 കോടി രൂപ ചെലവുള്ള 348 പദ്ധതികൾക്ക് സർക്കാർ അനുമതിയും നൽകി. ഒന്നരവർഷത്തിനുള്ളിൽ പദ്ധതികൾ പൂർത്തിയാക്കാൻ ലക്ഷ്യമിടുമെന്നാണ് പ്രഖ്യാപിക്കപ്പെട്ടത്.

കേരളത്തിലെ മിക്ക നദികളുടെയും സ്ഥിതി അത്യന്തം ശോചനീയമാണ്. വ്യവസായശാലകളടക്കമുള്ള പല സ്ഥാപനങ്ങളും വിഷാംശം കലർന്ന മാലിന്യങ്ങൾപോലും സമീപത്തെ നദികളിലും മറ്റ് ജലാശയങ്ങളിലുമാണ് തള്ളുന്നത്. പെരിയാറിന്റെ മലിനീകരണം അപകടകരമായ സ്ഥിതിയിലെത്തിയിരിക്കുന്നതായി നിയമസഭാ പരിസ്ഥിതിസമിതി കണ്ടെത്തിയിട്ടുണ്ട്.

അനിയന്ത്രിതമായ മണൽവാരൽ, തീരപ്രദേശങ്ങളിലെ കൈയേറ്റം, അനധികൃത നിർമാണപ്രവർത്തനങ്ങൾ, ജൈവമാലിന്യങ്ങൾ നിക്ഷേപിക്കൽ തുടങ്ങിയവ നദികളുടെ നിലനിൽപ്പിനു ഭീഷണിയാകുന്നു. വെള്ളം, ഈ നൂറ്റാണ്ടിലെ ഏറ്റവും വിലപിടിപ്പുള്ള വസ്തുവാകുമെന്നാണ് ഐക്യരാഷ്ട്ര സംഘടനയും, ഇന്ത്യയടക്കമുള്ള പല രാഷ്ട്രങ്ങളും കടുത്ത കുടിനീർ ക്ഷാമത്തിലേക്ക് നീങ്ങിക്കൊണ്ടിരിക്കുകയാണെന്ന് വിദഗ്ധരും ഓർമപ്പെടുത്തിയിട്ടുണ്ട്. ഒരു കാലത്ത് ജലസമൃദ്ധമായിരുന്ന കേരളത്തിലെ ഗ്രാമങ്ങൾ ഇന്ന് കടുത്ത ജലക്ഷാമം അനുഭവപ്പെടുന്ന പ്രദേശങ്ങളായി മാറിക്കഴിഞ്ഞിരിക്കുന്നു. നഗരങ്ങളുടെ കഥ പിന്നെ പറയാനുമില്ല.

പൊതു ജലാശയങ്ങൾ മലിനമാക്കുകയും പൊതുജലവിതരണ സംവിധാനം അപര്യാപ്തമാവുകയും ചെയ്താൽ അതിൽനിന്ന് നേട്ടം കൊയ്യുന്നത് കുടിവെള്ളം വിൽപ്പനചരക്കാക്കുന്ന ലോബിയായിരിക്കും.

പരിഷ്കാരത്തിന്റെ പേരിൽ മുനിസിപ്പൽപട്ടണങ്ങളിൽ ഒരുകാലത്ത് നിർമിക്കപ്പെട്ടിരുന്ന ആയിരക്കണക്കിന് പൊതുക്കിണറുകൾ, ചാലുകൾ, കുളങ്ങൾ, ചതുപ്പുകൾ എന്നിവയെല്ലാം നികത്തപ്പെടുകയുണ്ടായി. സ്വാഭാവിക നീർച്ചാലുകൾ മിക്കതും നികത്തപ്പെട്ട് റോഡായി. ഇതിന് കൊടുക്കേണ്ട വില വളരെയധികമായിരിക്കുമെന്ന് ആരും ഓർക്കാതെ പോകുന്നു.

നദി വഴിയായാൽ?

നമ്മുടെ നാട്ടിൽ മാത്രമല്ല, വിദേശങ്ങളിലും നദികളുടെ മേലുള്ള കൈയേറ്റം വർധിച്ചിരിക്കുന്നു. ഇതാ ഒരു സംഭവം.

നെതർലൻഡ്സിലെ ഡ്രാച്ച്ടൺ നഗര മധ്യത്തിലൂടെ പണ്ട് ഒരു പുഴ ഒഴുകിയിരുന്നു. നഗരം വളർന്നതോടെ പുഴ ചെറുതായി. പിന്നെ ചെറുതായി ചെറുതായി ഒരു തോടായിമാറി. പിന്നെ കുറെക്കാലം കഴിഞ്ഞതോടെ തോട് റോഡുമായി!

പണ്ടത്തെ പുഴയുടെ ഓർമയ്ക്ക് അധികാരികൾ ചെയ്ത സൂത്രം അതിലും രസകരം തന്നെ. ഒരു കിലോമീറ്റർ നീളത്തിൽ റോഡിന് വെള്ളത്തിന്റെ നീലനിറം പൂശി. പുഴയാണെന്ന് ഒറ്റ നോട്ടത്തിൽ തോന്നിക്കാൻ ഒരു കാറ് വെള്ളത്തിൽ താഴുന്നതു പോലെ തോന്നിക്കുന്ന ഒരു ശിൽപ്പവും സ്ഥാപിച്ചു! എന്താ നദിയെ കൊന്നതിന് പ്രായശ്ചിത്തമായില്ലേ?

നാലായിരം ലിറ്റർ നീല പെയിന്റാണ് റോഡ് മുഴുവൻ പൂശാൻ ചെലവായത്. നീലപ്പുഴയിൽ ഒരു നീലക്കാറ് മുങ്ങാൻ തുടങ്ങുന്നതുപോലെ തോന്നും ദൂരെനിന്ന് നോക്കുന്നവർക്ക്. ഇതാണ് പുഴയോടുള്ള പരിഷ്കൃതമനുഷ്യന്റെ വീക്ഷണം!

ഈ സാഹചര്യത്തിൽ നദികളുടെ ശുദ്ധിയും ഭംഗിയും ജലസമൃദ്ധിയും വീണ്ടെടുക്കേണ്ടത് അത്യാവശ്യംതന്നെ. ഇല്ലെങ്കിൽ ഭാവിതലമുറയോടു കാട്ടുന്ന ഒരു വലിയ അപരാധമാവും അതെന്ന് ഓർക്കുന്നതു കൊള്ളാം. നദികൾക്ക് നമ്മുടെ സംസ്കാരവുമായി അഭേദ്യമായ ബന്ധമാണുള്ളത്. ആ നിലയ്ക്കും അവയുടെ സംരക്ഷണം ഉറപ്പുവരുത്തേണ്ടത് ആവശ്യംതന്നെ.

2001 മുതൽ നദീതീര സംരക്ഷണനിയമവുമായി ബന്ധപ്പെട്ട് മണൽ വിൽപ്പനയിൽനിന്ന് ലഭിച്ച റോയൽ ഇനത്തിൽ 100 കോടി രൂപയോളം സംസ്ഥാനസർക്കാരിന് ലഭിച്ചിട്ടുണ്ട്. അതുകൊണ്ടുതന്നെ ഫണ്ടിന്റെ അപര്യാപ്തത നദീസംരക്ഷണ പദ്ധതികൾക്ക് ഉണ്ടാവാൻ പാടില്ല.

നദികൾ മുഴുവൻ ജലസമ്പത്തിനെയും അതുവഴി ജീവനെയും മുഴുവൻ ജീവജാലങ്ങളെയും പ്രതിനിധാനം ചെയ്യുന്നു. മനുഷ്യന് ആവശ്യമുള്ളതെല്ലാം സമൃദ്ധമായി ഉള്ള ഇടമാണ് കേരളം. എന്നാലും എല്ലായ്പ്പോഴും എല്ലാറ്റിനും മുറവിളിയാണ് കേരളത്തിൽ. തനിക്ക് ആവശ്യമുള്ളത്

യഥാസമയം നൽകേണ്ടത് മറ്റാരുടേയോ കടമയും ഉത്തരവാദിത്വവുമാണ്, അത് അവർ ചെയ്യുന്നില്ല എന്നിങ്ങനെയുള്ള മാനസികാവസ്ഥയാണ് ഈ മുറവിളിക്കുപിന്നിൽ. സ്വന്തം കഴിവുകളെ, സാധ്യതകളെ തിരിച്ചറിയുന്നതിന് ഇത് തടസമാവുന്നു. താൻ ഒട്ടും പരിശ്രമിക്കാതെ എല്ലാം തന്റെ മുന്നിൽ എത്തിക്കേണ്ടത് സർക്കാരിന്റെ കടമയാണെന്നു തെറ്റിദ്ധരിക്കുന്നവരുടെ എണ്ണവും ഇപ്പോൾ കൂടിവരുന്നു. അതുകൊണ്ട് ഉത്തരവാദപ്പെട്ടവർ തന്നെയാണ് പലപ്പോഴും നദികളെ മലിനമാക്കുന്നത് എന്ന ദുഃഖകരമായ സത്യം നമുക്കു ബോധ്യമാവുന്നു.

നദീതീര നിർമാണപ്രവർത്തനങ്ങൾ നിയന്ത്രിക്കണം

നദീതീരങ്ങളിൽനിന്ന് ഒരു നിശ്ചിത അകലത്തിൽ മാത്രമേ നിർമാണ പ്രവർത്തനങ്ങൾ അനുവദിക്കാവൂ എന്ന് ചൂണ്ടിക്കാട്ടി പരിസ്ഥിതി സംബന്ധിച്ച കേരള നിയമസഭാ സമിതി അതിന്റെ ശുപാർശകൾ 2009 ജൂലൈ 17-ന് സർക്കാരിനു സമർപ്പിച്ചു. ഇതിനനുസൃതമായ വ്യവസ്ഥകൾ ഉണ്ടാക്കണമെന്നും സമിതി നിർദേശിച്ചിട്ടുണ്ട്. ജലസ്രോതസുകളുടെ മലിനീകരണം സംബന്ധിച്ച ആറാമത് റിപ്പോർട്ടാണ് സമർപ്പിക്കപ്പെട്ടത്.

1977-നു ശേഷം നടന്ന നദീതീര കൈയേറ്റങ്ങൾക്ക് അംഗീകാരം നൽകാതിരിക്കാൻ റവന്യൂവകുപ്പ് കർശന നടപടിയെടുക്കണം. പുഴകളുടെ പുറമ്പോക്കുകൾ പതിച്ചുകൊടുക്കാൻ പാടില്ലെന്ന നിയമത്തിന്റെ അടിസ്ഥാനത്തിൽ നദീതീര കൈയേറ്റങ്ങൾ ഒഴിപ്പിക്കണം. ഇതിന് വിശദമായ സർവെ നടത്തണം.

നദീ സംരക്ഷണത്തിന്, വിവിധ വകുപ്പുകളെ ഏകോപിപ്പിച്ച്-റവന്യൂ, പൊതുമരാമത്ത്, തദ്ദേശ സ്വയംഭരണം-ജലസേചനം-ഗംഗാ ആക്ഷൻ പ്ലാനിന്റെ മാതൃകയിൽ നിയമപരമായ അധികാരത്തോടുകൂടിയ സംവിധാനം അടിയന്തരമായി രൂപവൽക്കരിക്കണം. നിലവിലുള്ള മുഴുവൻ കണ്ടൽക്കാടുകളെയും ജൈവവൈവിധ്യ മേഖലയായി പ്രഖ്യാപിക്കണം. കണ്ടൽക്കാടുകൾ നശിപ്പിക്കുന്നത് തടയാൻ കർശന വ്യവസ്ഥകളോടെ നിയമം നിർമിക്കണം. നദിക്കരകളിൽ നിശ്ചിതവീതിയിൽ മരങ്ങൾ നട്ടുപിടിപ്പിച്ച് 'ഗ്രീൻ ബെൽറ്റ്' സ്ഥാപിക്കണം എന്നിവയാണ് സമിതിയുടെ നിർദേശങ്ങളിൽ പ്രധാനം. സമിതി അധ്യക്ഷൻ രാജാജി മാത്യു തോമസും മറ്റ് അംഗങ്ങളും വാർത്താസമ്മേളനത്തിൽ വെളിപ്പെടുത്തിയതാണ് ഇവ.

'ബേല' എന്ന സംഘടന

പ്രകൃതിയെയും മനുഷ്യരെയും ഒരുപോലെ സ്നേഹിക്കുന്ന കുറെ അഭിഭാഷകരുടെ സംഘടനയാണ് ബേല എന്ന ചുരുക്കപ്പേരിൽ അറിയപ്പെടുന്ന 'ബംഗ്ലാദേശ് എൻവയോൺമെന്റ് ലോയേഴ്സ് അസോസിയേഷൻ.' 1992-ൽ ഡോ. മുഹിയുദ്ദീൻ ഫാറുഖിയാണ് ഇതിനു രൂപംനൽകിയത്. ഒന്നാം റാങ്കോടെ നിയമത്തിൽ ബിരുദാനന്തരബിരുദം നേടിയ

ഫാറുഖി, 'നദികളുമായി ബന്ധപ്പെട്ട നിയമങ്ങൾ' എന്ന വിഷയത്തിൽ മാഞ്ചെസ്റ്റർ യൂണിവേഴ്സിറ്റിയിൽനിന്ന് ഡോക്ടറേറ്റ് നേടി.

പ്രഗത്ഭനായ ഒരു അഭിഭാഷകൻ എന്നനിലയിൽ അദ്ദേഹം അറിയപ്പെടുന്നു. എന്നാൽ അഭിഭാഷകവൃത്തിയിൽനിന്ന് പണം സമ്പാദിക്കുകയല്ല തന്റെ ലക്ഷ്യമെന്ന് അദ്ദേഹം തെളിയിച്ചു. സാമൂഹികനീതിക്കും നന്മയ്ക്കുമായി പരിശ്രമിക്കാനാണ് അദ്ദേഹം തയാറായത്. ഫലപുഷ്ടിയുള്ള മണ്ണും ഒട്ടേറെ നദികളും, വിശാലമായ കടൽത്തീരവുമുള്ള നാടാണ് ബംഗ്ലാദേശ്. പ്രകൃതി വിഭവങ്ങളെ മാത്രം ആശ്രയിച്ച് ജീവിക്കുന്നവരാണ് ജനങ്ങളിൽ ഭൂരിപക്ഷവും. പരിസ്ഥിതിക്കുണ്ടാകുന്ന നാശം, മനുഷ്യരാശിയുടെതന്നെ നാശമാണെന്ന് തിരിച്ചറിഞ്ഞതോടെയാണ് ഫാറൂഖി സമാന ചിന്താഗതിക്കാരുമായിച്ചേർന്ന് 'ബേല' രൂപീകരിച്ചത്.

ആശയപരമായി വളരെ കുറഞ്ഞവർഷങ്ങൾകൊണ്ട് പാരിസ്ഥിതികമായ ഒട്ടേറെ പ്രശ്നങ്ങളിൽ അനുകൂലമായ കോടതിവിധികൾ സമ്പാദിക്കുവാനും, സർക്കാരിനെക്കൊണ്ട് നിയമനിർമാണങ്ങൾ നടത്തിക്കുവാനും സംഘടനയ്ക്ക് കഴിഞ്ഞു.

പരിസ്ഥിതി പ്രശ്നങ്ങളോടൊപ്പം പാവപ്പെട്ടവരും ഒറ്റപ്പെട്ടവരുമായ മനുഷ്യരെ ചൂഷണം ചെയ്യുന്നതിനെതിരെയും ബേല ശക്തമായി പ്രതികരിക്കുകയുണ്ടായി. ഇപ്പോൾ ലോകശ്രദ്ധതന്നെ ആകർഷിച്ച ഒരു സന്നദ്ധസംഘടനയായി ബേല വളർന്നിട്ടുണ്ട്.

ബേലയുടെ ചീഫ് എക്സിക്യൂട്ടീവ് ആയ സയേദ റിസ്വാനഹസന് 2009-ൽ 'ഗോൾഡ്മാൻ പരിസ്ഥിതി പുരസ്കാരം' ലഭിക്കുകയുണ്ടായി. വൻതോതിൽ കപ്പലുകൾ പൊളിക്കുമ്പോൾ ഉണ്ടാകുന്ന മാലിന്യ-രാസ നിക്ഷേപത്തിനെതിരെയുള്ള പോരാട്ടത്തിനാണ് ഹസന് ഈ അവാർഡ് ലഭിച്ചത്. സംഘടനയുടെ ഇടപെടലിനും തുടർന്ന് അനധികൃത കപ്പൽ പൊളിക്കൽ നിരോധിക്കുവാൻ സർക്കാരിന് ഉത്തരവിറക്കേണ്ടിവന്നു.

ലോകത്തിലെ തന്നെ ഏറ്റവും വലിയ കപ്പൽപൊളിക്കുന്ന കമ്പനിയായ അഡാനി പ്രവർത്തിക്കുന്നത് ഗുജറാത്തിലെ അലാങ്ങിലാണ്. പക്ഷേ, ഇന്ത്യയിൽ ഇതിനെതിരെ കാര്യമായ ഒരു പ്രതിഷേധസ്വരവും ഉയർന്നു കേട്ടിട്ടില്ല.

ആമസോൺ ഒന്നാമത്. നൈൽനദിയുടെ സ്ഥാനം പോയതെങ്ങനെ?

ലോകത്തിലെ ഏറ്റവും നീളംകൂടിയ നദിയായി ആഫ്രിക്കയിലെ നൈലിനെ നിശ്ചയിക്കപ്പെട്ടിട്ട് എത്രയോ കാലമായി. ഒഴുകുന്ന വെള്ളത്തിന്റെ അളവിന്റെ കാര്യത്തിൽ ഏറ്റവും വലിയ നദിയായി നാം പഠിച്ചിട്ടുള്ളത് അമേരിക്കയിലെ ആമസോണാണ്. എന്നാൽ ഈ ധാരണ തിരുത്തിക്കുറിച്ചുകൊണ്ട് ലോകത്തിലെ ഏറ്റവും നീളംകൂടിയ നദി ആമസോൺ തന്നെയാണെന്ന് ബ്രസീലിലെ ഒരുസംഘം ഭൗമശാസ്ത്രകാരന്മാർ പ്രഖ്യാപിച്ചിരിക്കുന്നു.

ആമസോൺ നദി: ഒരു ആകാശക്കാഴ്ച

ആമസോണിന്റെ യഥാർഥ ഉത്ഭവസ്ഥാനം പെറുവിന്റ വടക്കുഭാഗത്താണെന്നായിരുന്നു കരുതപ്പെട്ടിരുന്നത്. എന്നാൽ തെക്കൻ പെറുവിൽ മഞ്ഞുമൂടിയ മിസ്മി പർവതമേഖലയിൽനിന്നാണ് ആമസോൺ ഉത്ഭവിക്കുന്നതെന്ന് പുതിയ പര്യവേഷക്ഷത്തിൽ കണ്ടെത്തി. സമുദ്രനിരപ്പിൽ നിന്ന് 5000 മീറ്റർ മുകളിൽ മഞ്ഞുമൂടിയ പർവതപ്രദേശത്ത് രണ്ടാഴ്ച നടത്തിയ കഠിനപ്രയത്നത്തിനൊടുവിലാണ് നദിയുടെ യഥാർഥ ഉത്ഭവസ്ഥാനം കണ്ടുപിടിച്ചത്. അതുപ്രകാരം നിലവിലുള്ളതിലും 284 കിലോമീറ്റർ അകലെയാണ് ആമസോൺ ഉത്ഭവിക്കുന്നത്. ആമസോണിന്റെ യഥാർഥ നീളം നൈലിനെക്കാൾ 105 കിലോമീറ്റർ കൂടുതൽ.

പുതിയ കണക്കുപ്രകാരം ആമസോണിന്റെ നീളം 6800 കിലോമീറ്ററാണ്. നൈലിന് 6695 കിലോമീറ്ററും. ഇതോടെ ഇരുപതാം നൂറ്റാണ്ടിന്റെ തുടക്കത്തിൽ നൈലിനു കിട്ടിയ പദവി ഇല്ലാതായി.

ആമസോണും നൈലും കഴിഞ്ഞാൽ ലോകത്തിലെ നീളമേറിയ മൂന്നാമത്തെ നദിയാണ് ചൈനയിലെ യാങ്സിനദി. 6380 കിലോമീറ്ററാണ് യാങ്സിയുടെ നീളം. ലോകത്തെ സമുദ്രങ്ങളിൽ മൊത്തം ഒഴുകിയെത്തുന്ന ശുദ്ധജലത്തിന്റെ അഞ്ചിൽ ഒന്ന് ആമസോണിന്റെ സംഭാവനയത്രേ.

12

നദികൾ - മലയാള കവിതയിൽ

ഏതു മണ്ണിന്റെയും ജീവധാരയാണല്ലോ നദികൾ. നദികളില്ലാത്ത ഒരു കേരളത്തെക്കുറിച്ചോ, ഭാരതത്തെക്കുറിച്ചോ, എന്തിന് ലോകത്തെ ക്കുറിച്ചുപോലും ഇപ്പോൾ നമുക്കു സങ്കൽപ്പിക്കാനാവില്ല. നദീ തീര ങ്ങളിലാണ് നമ്മുടെ പൂർവികർ ജീവിതം പടുത്തുയർത്തിയത്. ലോക ത്തെവിടെയും സംസ്കാരങ്ങൾ നാമ്പിട്ടതും നദീതടങ്ങളിലായിരുന്നു. കർഷകജീവിതം പുലർന്നുവളർന്നതും നദീതീരങ്ങളിലാണ്. ആ നദികളെ പ്പറ്റി വീണ്ടും വീണ്ടും പാടുക, കവികളുടെ അവകാശമാണ്. അവർ എത്ര മനോഹരമായിട്ടാണ് ആ കർത്തവ്യം നിർവഹിച്ചത്; ഇന്നും നിർവഹിച്ചു കൊണ്ടിരിക്കുന്നത്.

ആഴവും തെളിമയും
ചേർന്നതാം നദികളാ-
ലാഴിയിലോളം വെള്ളി-
ക്കമ്പികൾ പാകിപ്പാകി,
മന്ദമാരുത ലോല-
ലോഹിത കരാഞ്ചല-
സ്പന്ദനം തൂകിത്തൂകി-
പ്പർവതമുണരുന്നൂ!
കാടുവിട്ടോരോ പെരു-
മ്പാമ്പുപോലിഴഞ്ഞെത്തും
തോടു ചെന്നൊളിക്കുന്നു
നീലനീർക്കയങ്ങളിൽ.

മഹാകവി
പാലാ നാരായണൻ നായർ

മഹാകവി പാലാനാരയണൻ നായർ *കേരളം വളരുന്നു* എന്ന കാവ്യത്തിൽ

നദിയുടെ ഒരു സജീവചിത്രം അവതരിപ്പിച്ചിരിക്കുന്നതാണ് മുകളിൽ ഉദ്ധരിച്ചവരികൾ.

'ഹരിദ്വാരഗംഗയിൽ' സ്നാനം ചെയ്യാനുള്ള ഭാഗ്യം ലഭിച്ച മഹാകവി പി കുഞ്ഞിരാമൻനായർ ആ പേരിലുള്ള തന്റെ കവിതയിൽ ഗംഗാനദിയെയും പോഷകനദികളെയും സ്മരിക്കുന്നഭാഗം മനോഹരവും ഹൃദയഹാരിയുമാണ്. ചിലവരികൾ ഇതാ:

പങ്കവും താമരപ്പൂവും തിരക്കുന്നൊ-
രെൻ കരൾത്തട്ടിൽ ചലച്ചിത്രശാലയിൽ
പൊങ്ങുന്നതെന്തിനു വീണ്ടും ഹരിദ്വാര-
ഗംഗാ തടത്തിലെപ്പുണ്യവിഭാതമേ?
മെയ്യഴകേറുമുഷഃ കന്യതൻവലം-
കൈയിൽച്ചുഴലുന്ന നവ്യ നളിനമേ!
പാലലചിന്നുന്നൊരാർഷ സരസ്വതി
പോലെയൊഴുകുന്നു മുന്നിൽ മന്ദാകിനി.
നേരിയ ചാലുകൾ നീളം മണൽപ്പുറം
താമരനൂലുകൾ കൊത്തുന്ന ഹംസമായ്
വെള്ളി മടിത്തട്ടിൽ നിന്നിച്ഛയാ
സല്ലീലമായിട്ടിറങ്ങിക്കളിച്ചുടൻ
ദേവാംഗനകൾ മലർമാല കോർക്കുന്ന
ദേവദാരു ദ്രുമച്ഛായ കടന്നുടൻ,
ദാഹിച്ച പുള്ളിമാൻ കൂട്ടത്തിനൊക്കെയും
ദോഹദ സൗഹൃദ നീരേകി നിത്യവും,
തേടും കരളിൻ തണലാകുമാശ്രമ-
വാടിയുൾക്കൊള്ളു മൃഷികേശമാർഗമായ്.
പുണ്യഹരിദ്വാര ഗംഗയായദ്രീന്ദ്ര-
കന്യ-കൃശഗാത്രി-യീ വനസുന്ദരി.
ആരണ്യകമഹാസാഹിതിയാം ദേവ-
ഭാരതിയോടൊത്തിവൾ പാടിരണ്ടുനാൾ!
ഭാരതസംസ്കാരസന്ദേശമാമിതിൻ-
ധാര താൻ ശ്രീ കാളിദാസ സരസ്വതി!

ഹിമാലയസാനുവിലൂടെ ഒഴുകിയെത്തുന്ന ഗംഗയുടെ പ്രകൃതിസൗന്ദര്യവും സമീപമുള്ള പുണ്യതീർഥങ്ങളുടെ പവിത്രതയും ആഹ്ലാദചിത്തനായ കവി അനുസ്മരിക്കുകയാണ് ഈ വരികളിലൂടെ. ദീർഘമായ ഒരു കവിതയിലെ കുറെ വരികളാണിവ.

ഹരിദ്വാരഗംഗയിൽ പുണ്യസ്നാനം ചെയ്തശേഷം ഗംഗാമാതാവിന്റെ സ്നേഹവായ്പ് ആവോളം നുകർന്ന് മടക്കയാത്രയ്ക്കായി തീവണ്ടിയിൽ കയറിയതിന്റെ ഓർമകൾ മഹാകവി പി ഇങ്ങനെ അയവിറക്കുന്നു.

ഉത്തമതീർഥത്തിൽ നീരാടി, യാമാതൃ
ഹൃത്തിൻ കുളിർമയന്നാദ്യമറിഞ്ഞ ഞാൻ

വാനത്തു നക്ഷത്രരാജിയും, ഗംഗയിൽ
ദീപസഹസ്രവും മിന്നുന്നൊരന്തിയിൽ,
പുണ്യഹരിദ്വാരഗംഗയെക്കൈകൂപ്പി
നിന്നു വിടവാങ്ങി 'കോച്ചിൽ'ക്കയറിനേൻ.

ഹിമാലയത്തിലെ പുണ്യതീർഥാടനകേന്ദ്രമായ കേദാരനാഥം, ചതുർധാമങ്ങൾ എന്നറിയപ്പെടുന്നവയിലൊന്നാണ്. ദുർഗമമായ പാതയിലൂടെ കാൽനടയായോ, കുതിരപ്പുറത്തോ മാത്രമേ ഇവിടേക്കു സഞ്ചരിക്കാനാവൂ. മഞ്ഞുവീഴ്ചയില്ലാത്തകാലത്തു മാത്രമേ കേദാരനാഥിൽ പൂജകൾ നടത്താറുള്ളൂ. ഗംഗയുടെ പോഷകനദിയായ മന്ദാകിനിയുടെ തീരത്തുള്ള കേദാരനാഥിൽ വച്ചാണ് ശ്രീശങ്കരാചാര്യൻ സമാധിയായത്. അവിടേക്ക് ഒരു തീർഥാടകനായെത്തിയ കവി വിഷ്ണു നാരായണൻ നമ്പൂതിരിയുടെ *അതിർത്തിയിലേക്ക് ഒരു യാത്ര* എന്ന കവിതാസമാഹാരത്തിലെ 'മറുനാടൻ പെൺകിടാവ്' എന്ന കവിതയിൽനിന്ന് ചിലവരികൾ ഇതാ:

നട്ടുച്ചയ്ക്കും വിറയ്ക്കും ഹിമഗിരി ശിഖരം
പുണ്യകേദാരനാഥം,
സ്വർഗം വിട്ടൂർന്ന മന്ദാകിനിയുടെ മധുരാ-
ലാപസമ്മോഹലാസ്യം,
ഹൃദ്പത്മത്തിൽ സമാധിസ്മൃതിമണ-
മരുളും ശങ്കരാചാര്യവാടം,
കർപ്പൂരജ്വാല ചൂഴും തിരുനടയിൽ മുഴ-
ങ്ങുന്ന ശംഖപ്രണാദം!

കേദാരനാഥിൽ ശ്രീശങ്കരന്റെ സമാധിപീഠത്തെ ദർശിച്ചതിന്റെ അനുഭൂതിയാണ് വിഷ്ണുനാരായണൻ നമ്പൂതിരി ഹൃദ്യമായി അവതരിപ്പിച്ചിരിക്കുന്നത്.

തന്റേതായ വീക്ഷണത്തിൽ 'നദി'യെപ്പറ്റിപ്പാടുന്ന കുഞ്ഞുണ്ണിമാഷ്, ചിരിക്കാനും ചിന്തിക്കാനുമുള്ള 'വഹകൾ' ഈ വരികളിലൂടെ നൽകുന്നു.

നദി കടലിന്റെ കാമുകി
കടൽ സൂര്യന്റെ കാമുകി
സൂര്യൻ സ്വവർഗ കാമുകൻ

* * *

പുഴപോലൊഴുകും പുഴയും
പുഴുപോലിഴയും പുഴുവും
ഞാൻ പോലലയും ഞാനും
അത്ഭുതമല്ലേ ലോകം!

നദികൾക്കൊരു ചരമഗീതം

ജലം തെളിനീരായി നദികളിലൂടെ ഒഴുകിക്കൊണ്ടിരുന്ന ഒരുകാലം ചിലരെല്ലാം ഇന്നും ഓർക്കുന്നുണ്ടാവും. എന്നാൽ ഇനിവരാത്തവണ്ണം

ആ കാലം കഴിഞ്ഞുപോയിരിക്കുന്നു. മനുഷ്യന്റെ അനിയന്ത്രിതമായ കയ്യേറ്റങ്ങൾ, നദികളുടെ സ്വാഭാവിക ഘടനയെ തകർത്തുകൊണ്ടിരിക്കുകയാണ്. കേരളത്തിലെ പ്രധാനനദികളായ പെരിയാർ, ഭാരതപ്പുഴ, പമ്പ, അച്ചൻകോവിലാറ്, കല്ലടയാറ്, കരമനയാറ്, ചാലിയാർ, മീനച്ചിലാർ എന്നിവയെല്ലാം ഇന്ന് മരണത്തിന്റെ വക്കിലാണെന്നുപറഞ്ഞാൽ അതിൽ ഒട്ടും അതിശയോക്തിയില്ല.

നദികളിലെ കയ്യേറ്റങ്ങൾ, ഓരോ നദിയെയും ഓരോ തരത്തിലാണ് ബാധിച്ചുകൊണ്ടിരിക്കുന്നത്. മണൽവാരൽ, നദിയിലേക്കിറക്കിയുള്ള കെട്ടിടനിർമാണം, നദീതീരങ്ങൾ കൈവശപ്പെടുത്തി നികത്തിയെടുക്കൽ, പച്ചത്തൊണ്ടുമൂടൽ, അറവുശാലകളിലെ എല്ലുകളും മറ്റും ചാക്കിലാക്കി വെള്ളത്തിലിട്ട് ചീയാൻ അനുവദിക്കുക, വ്യവസായശാലകളിൽനിന്ന് പുറന്തള്ളുന്ന ഖരമാലിന്യങ്ങളും രാസവസ്തുക്കളും, ആശുപത്രി മാലിന്യങ്ങൾ തുടങ്ങി ഒട്ടേറെ കാരണങ്ങൾ അവയ്ക്കുപിന്നിൽ കാണാൻ കഴിയും. നദീജലത്തിൽ വളരുന്ന മത്സ്യങ്ങളെയും മറ്റു ജൈവസമ്പത്തിനെയും ഇവയെല്ലാം പ്രതികൂലമായി ബാധിച്ചുകൊണ്ടിരിക്കുന്നു എന്നത് വ്യക്തമാണല്ലോ. നദീജലത്തിൽ മെർക്കുറി, ലെഡ് തുടങ്ങിയ ലോഹങ്ങളുടെ അളവ് വർധിക്കുന്നതിനാൽ ജീവികൾ കൂട്ടത്തോടെ ചത്തൊടുങ്ങുന്നു.

നിയന്ത്രണമില്ലാത്ത മണലൂറ്റ്, ചെക്ക് ഡാമുകൾ എന്നിവ നദിയുടെ സ്വാഭാവികമായ ഒഴുക്കിനെ തടസപ്പെടുത്തുന്നു. ഒഴുക്ക് കുറയുന്നതിനാൽ മാലിന്യങ്ങൾ നദികളിൽ കെട്ടിക്കിടന്ന് അവ കുടിക്കാനിടവരുന്ന ജനങ്ങളിൽ പകർച്ചവ്യാധികൾ വ്യാപകമാക്കുന്നു. പമ്പ, കല്ലട തുടങ്ങിയ നദികളിൽനിന്ന് മണൽവാരുന്നത് ഹൈക്കോടതി നിരോധിച്ചിട്ടുണ്ടെങ്കിലും അധികൃതരുടെ മൗനാനുവാദത്തോടെ ഇപ്പോഴും മണൽവാരൽ വ്യാപകമായി തുടരുകയാണ്. നദിയുടെ അടിത്തട്ടിലെ ജൈവസമ്പത്തിന് ഇതുമൂലം നാശം സംഭവിക്കുകയും പല സ്ഥലങ്ങളിലും നദി ക്രമാതീതമായി താഴ്ന്നതുമൂലം ഒഴുക്ക് ഇല്ലാതാവുകയും മറ്റുപല സ്ഥലങ്ങളിലും മൺതിട്ടകൾ രൂപമെടുക്കുകയും ചെയ്യുന്നു. ഭാരതപ്പുഴ വേനൽക്കാലത്ത് വെറും നീർച്ചാലായി കിടക്കുന്ന കാഴ്ച ആരെയും ദുഃഖിപ്പിക്കാതിരിക്കില്ല.

കേരള ഹൈക്കോടതിയുടെ നിർദേശാനുസരണം, തിരുവനന്തപുരത്തെ ഭൗമശാസ്ത്രപഠനകേന്ദ്രം (സെസ്) നടത്തിയ ഒരു പഠനത്തിൽ കേരളത്തിലെ നദികളിൽനിന്ന് ഒരുവർഷം കോരിയെടുക്കുന്നത് മൂന്നുകോടി ടൺ മണലാണെന്നു കണ്ടെത്തിയിരിക്കുന്നു (റിപ്പോർട്ട് *കേരള കൗമുദി* ദിനപത്രം, 2009 മെയ് 22).

ഒരു മഴക്കാലം കഴിയുമ്പോൾ ഈ മണൽ വീണ്ടും ഒഴുകിയെത്തുമെന്ന ധാരണയിലാണ് മണൽ മാഫിയ നദികളെ ഇങ്ങനെ നശിപ്പിച്ചുകൊണ്ടിരിക്കുന്നത്. എന്നാൽ ഈ ധാരണ തികച്ചും തെറ്റാണെന്ന് പഠനകേന്ദ്രം പറയുന്നു. കോരിമാറ്റുന്ന മണ്ണിന്റെ തീരെ ചെറിയ ശതമാനം പോലും മഴയത്ത് ഒഴുകിയെത്തുന്നില്ല എന്നാണ് പഠനത്തിൽ കണ്ടെത്തിയത്.

പെരിയാറിന്റെ ദൈർഘ്യം 244 കിലോമീറ്ററും നദീതട വിസ്തീർണം 5398 ചതുരശ്രകിലോമീറ്ററുമാണ്. ഇവിടെനിന്ന് കോരിയെടുക്കുന്ന മണലിന്റെ നൂറിൽ ഒരംശംപോലും ഇവിടെ നിക്ഷേപിക്കപ്പെടുന്നില്ല. ഒരു വർഷം 34.70 ലക്ഷം ക്യു. മീറ്റർ മണൽ കോരിയെടുക്കുന്നുണ്ട്. ഈ കാലയളവിൽ ഒഴുകിയെത്തുന്നതാകട്ടെ വെറും 41,000 ക്യു. മീ മണൽ മാത്രമാണ്.

മറ്റു നദികളിൽനിന്ന് വാരിയെടുക്കുന്നതും നിക്ഷേപിക്കപ്പെടുന്നതും ഇപ്രകാരമാണ്.

ക്രമനമ്പർ	നദി	വാരിയെടുക്കുന്നത്	നിക്ഷേപിക്കുന്നത്
1.	ഭാരതപ്പുഴ	14.26 ലക്ഷം ക്യു. മീ	26,000 ക്യു. മീ
2.	പമ്പ	42,000 ക്യു. മീ	14,000 ക്യു. മീ
3.	കല്ലടയാറ്	32,9000 ക്യു. മീ	46,000 ക്യു. മീ
4.	വാമനപുരംആറ്	28,0000 ക്യു. മീ	4000 ക്യു. മീ

ചന്ദ്രഗിരിപ്പുഴ, വളപട്ടണം, ചാലിയാർ, കടലുണ്ടി, ചാലക്കുടി, മൂവാറ്റുപുഴ, മീനച്ചിൽ, മണിമല, അച്ചൻകോവിൽ എന്നീ നദികളിൽ നടത്തിയ പഠനങ്ങളും ഇത്തരത്തിലാണ് കാണപ്പെട്ടത്. പമ്പ, വാമനപുരം, കല്ലട, മണിമല, മീനച്ചിൽ, പെരിയാർ, ചാലക്കുടി, കടലുണ്ടി, ചാലിയാർ എന്നിവിടങ്ങളിലെ വൻതോതിലുള്ള മണലൂറ്റ്, നദീതടം ഗണ്യമായി ഇടിയുന്നതിന് കാരണമായിട്ടുണ്ടെന്നും പഠനം പറയുന്നു. സംസ്ഥാനത്ത് 2000 കടവുകളിലായി 65,000 തൊഴിലാളികളാണ് മണൽ മേഖലയിൽ ഏർപ്പെട്ടിരിക്കുന്നത്.

വൻതോതിലുള്ള മണലൂറ്റ്, ആറ്റുവാള, വരാൽ, പരൽമീനുകൾ തുടങ്ങി ഒന്നര ഡസനിലേറെ തരം മീനുകളുടെ നിലനിൽപ്പിന് ഭീഷണിയായിട്ടുണ്ട്. മത്സ്യങ്ങളുടെ ആവാസവ്യവസ്ഥ തകരുന്നതാണ് വംശനാശത്തിന് കാരണമായിക്കൊണ്ടിരിക്കുന്നത്. സൂക്ഷ്മസസ്യങ്ങളും മറ്റുമാണ് ഇത്തരം മത്സ്യങ്ങൾ ആഹാരമാക്കുന്നത്. പായലുപോലെയുള്ള സസ്യങ്ങൾ വളരുന്നതിനുള്ള സാഹചര്യമാണ് മണലൂറ്റുമൂലം ഇല്ലാതായിരിക്കുന്നത്.

നമ്മുടെ നദികളുടെ ഇപ്പോഴത്തെ വേദനാജനകമായ അവസ്ഥയെപ്പറ്റി ഒ എൻ വി കുറുപ്പ് ഹൃദയസ്പർശിയായി പാടുന്നതു കേൾക്കുക (കവിത *കുങ്കുമം* മാസിക, 2008 സെപ്റ്റംബർ - *സാക്ഷി*).

ഇന്നലെയൊരു വെള്ളക്കുതി-
  രയെപ്പോൽ കുതി-
ച്ചെൻ മുന്നിലൂടെ പാഞ്ഞു
  പോയൊരു പുഴയിന്നു
കിതച്ചും, ഇടയ്ക്കിടെ
  നുര തുപ്പിയും, വലി-

ഞ്ഞിഴഞ്ഞു നീങ്ങുന്നടി-
യേറ്റ പാമ്പിനെപ്പോലെ!
പാവലിൻ പടർവള്ളി-
ക്കുടിലിലിരുന്നൊരു
കാവൽക്കാരനും നാടൻ-
മൈനയും പാടുന്നീല!
തീരത്തെ മണലെല്ലാം
പള്ളയിലാക്കിപ്പായും
ലോറികളുടെ നില-
യ്ക്കാത്തൊരേമ്പക്കം മാത്രം.
ക്രൂരമാമൊരു ബലാൽ-
ക്കാരത്തിന്നിടെ പിഞ്ഞി-
ക്കീറിയ പെണ്ണിന്നുടു-
വസ്ത്രംപോൽ നദീതടം

* * *

തകരും തറവാട്ടിൻ
കോലായിലിരുന്നാരോ
'സുകൃതക്ഷയ'മെന്നു
വീർപ്പിട്ടു പറയുന്നു
പഴയ കടവിലെൻ
തുഴവള്ളവും ഞാനും
പഴുതേയിവയ്ക്കെല്ലാം
സാക്ഷിയായിരിക്കുമ്പോൾ,
പുഴതന്നവശിഷ്ട-
മായങ്ങിങ്ങോരോരോ നീർ-
ക്കുഴികൾ.....അതിലൊന്നിൽ
പിടയുന്നൊരു മത്സ്യം
വെയിൽ മൂക്കുന്നു;
കുഴിവെള്ളവും തിളയ്ക്കുന്നു;
ഉയിർവെന്തുരുകുന്ന
മത്സ്യം വാപിളർത്തുന്നു.......!

വെള്ളക്കുതിരയെപ്പോൽ കുതിച്ചു പാഞ്ഞിരുന്ന നദി, ഇന്ന് കിതച്ചും നുരതുപ്പിയും വലിഞ്ഞിഴഞ്ഞു മുന്നോട്ടു നീങ്ങുന്നു! ലോറികളിൽ ആറ്റുമണൽ വെട്ടിക്കയറ്റിക്കൊണ്ടു പാഞ്ഞുപോകുന്നതു കാണുമ്പോൾ നഷ്ടബോധം ഇരട്ടിയാകുന്നു. നീന്താൻ വെള്ളമില്ലാതെ ഒരു നീർക്കുഴിയിൽ കിടന്ന് പിടയുന്ന മത്സ്യം പൊരുവെയിലിൽ അവസാന ശ്വാസത്തിനായി വായ്പിളർക്കുന്ന ദുരന്തരംഗം കവി വേദനയോടെ നോക്കിക്കാണുന്നു. തികച്ചും യഥാതഥമായ ഒരു ശോകരംഗമാണ് ഒ എൻ വി ഈ വരികളിലൂടെ നമ്മുടെ മുമ്പാകെ കോറിയിടുന്നത്.

ഒ എൻ വി യെപ്പോലെ, പുതിയ തലമുറയിലെ ഒരു പിഞ്ചുവിദ്യാർഥിയും നമ്മുടെ നദികളുടെ വർത്തമാനകാല ദുരന്തത്തിൽ ദുഃഖിക്കുന്നതു കാണാം. ഹൈസ്കൂൾ വിദ്യാർഥിയായ ഉണ്ണികൃഷ്ണദാസ് 2009-ലെ സംസ്ഥാന യുവജനോത്സവത്തിൽ കവിതാമത്സരത്തിനുവേണ്ടി രചിച്ച *ഇവിടെ ഒരു പുഴയുണ്ടായിരുന്നു* എന്ന കവിത ഏറെ ശ്രദ്ധേയമാണ്. പുതിയ തലമുറ ഇത്തരം കാര്യങ്ങൾ സശ്രദ്ധം വീക്ഷിക്കുന്നുവെന്നതാണ് ഏറെ ആഹ്ലാദകരം. ഹൈസ്കൂൾ വിഭാഗം മത്സരത്തിൽ ഒന്നാം സമ്മാനം നേടിയ ആ കവിതയിലെ ചില വരികൾ കാണുക:

പുഴ പറയുന്നത്:

മകനേ,
നീയറിയുന്നീല്ല,
എന്റെ നൊമ്പരങ്ങൾ
നീ കേൾക്കുന്നില്ല,
എൻ ഗദ്ഗദങ്ങൾ
എല്ലാംവിറ്റുപെറുക്കി,
നിന്റെയീ ഓട്ടം എങ്ങോട്ടാണ്?
ഒരുനാൾ,
എന്റെ കണ്ണീര് വീണ്
ഭൂമിയിൽ പ്രളയമുണ്ടാകും.
അന്ന്,
എന്നെ കൂട്ടിക്കൊടുത്ത്
നീ കെട്ടിപ്പൊക്കിയതെല്ലാം
ഒലിച്ചു പോകും.......

ഇന്നലെ:

മുഖം മിനുക്കാൻ:
മേഘം നദീജലം നോക്കി
താഴെ പൂഴിപ്പരപ്പുകണ്ട്
മേഘം അമ്പരന്നു
അതിനു കരച്ചിൽവന്നു
പിന്നെ
മഴയായി പെയ്തിറങ്ങി....

ഉദിനൂർ ജി എച്ച് എസ് എസിലെ ഈ കൊച്ചുമിടുക്കൻ നദിയുടെ മൗനനൊമ്പരങ്ങൾ ആകർഷകമായി അവതരിപ്പിച്ചിരിക്കുന്നു. നദിയിലേക്കു നോക്കിയ മേഘം, താഴെ പൂഴിപ്പരപ്പുകണ്ട് കരയുന്നു. ആ കരച്ചിൽ മഴയായി പെയ്തിറങ്ങുന്നു.

കവിതപോലെ മനോഹരമായ ഒരു കഥയാണ് പി കെ പാറക്കടവിന്റെ *മഴത്തുള്ളിയും പുഴയും*. 2008 സെപ്റ്റംബറിലെ കുങ്കുമത്തിൽനിന്ന് മഴത്തുള്ളി പറഞ്ഞു: 'ഞാനാണ് പുഴ' പറഞ്ഞുതീരുംമുമ്പ് മഴത്തുള്ളിയെ പുഴ വിഴുങ്ങി. നീ പറഞ്ഞു: 'ഞാനാണ് നീ' പറഞ്ഞുതീരുംമുമ്പ് നിന്നെ

വിഴുങ്ങണമെന്നുണ്ട് എനിക്ക്. കഴിയുന്നില്ലല്ലോ. അതുകൊണ്ട് നീയൊരു മഴത്തുള്ളിയാവുക. ഞാനൊരു പുഴയായി കാത്തിരിക്കുന്നു.

വെള്ളമില്ലാതെ ദാഹിച്ചുവരണ്ട ഒരു നദിയുടെ കദനകഥയാണ് പി കെ പാറക്കടവ് ഇവിടെ അനാവരണം ചെയ്യുന്നത്.

നാടൻ പാട്ടുകളിൽ

ആറും തോടും വള്ളവും വഞ്ചിയുമെല്ലാം ജനജീവിതത്തിന്റെ ഭാഗമായതിനാൽ നാടൻപാട്ടുകളിലും അതിന്റെ അനുരണനങ്ങൾ കണ്ടെത്താനാവും. എത്രയോ തലമുറമുമ്പ് രചിക്കപ്പെട്ടവയാണ് ഈ നാടൻപാട്ടുകൾ. നമ്മുടെ പൂർവികരുടെ കലാചിന്തകൾ ഈ വരികളിലൂടെ നാം അറിയുന്നു. ഒരു മഴപ്പാട്ടിലെ ചിലവരികൾ:

നാലുമഴയൊത്തുകൂടീ
കനകമഴ പെയ്യുന്നേയ്!
കനകമഴ പെയ്യുന്നേയ്
മലവെള്ളമിറങ്ങുന്നേയ്
മലവെള്ളമിറങ്ങുന്നേയ്
കോതയാറു പെരുകുന്നേയ്.

പുഞ്ചക്കൊയ്ത്തിനുപോകുന്ന തയാറെടുപ്പാണ് ഈ നാടൻപാട്ടിന്റെ പ്രമേയം. പുഞ്ച കൊയ്യണമെങ്കിൽ വള്ളത്തിൽത്തന്നെ പോകണം. നിലയില്ലാപ്പാടത്തെ കൊയ്ത്തിന്റെ ഓർമകൾ ഈ പാട്ടിലൂടെ നമ്മുടെ സ്മരണയിൽ എത്തുന്നു.

തിന്തിനിന്തോ താനിനാനോ
തിന്തിനിന്തോ താനിനാനോ
പുഞ്ചക്കണ്ടം നെരന്നു പെണ്ണേ
വഞ്ചിവന്നാക്കൊയ്തെടുക്കാം.
ആറ്റുവഞ്ചി നീറ്റുവഞ്ചി
ചുണ്ടൻവഞ്ചി ചുരുട്ടുവഞ്ചി.
ചന്തമുള്ള ചരുപ്പൻവഞ്ചി
എന്റെ വഞ്ചിയെരട്ട വഞ്ചി.

മഴ പെയ്തപ്പോൾ പുഞ്ചപ്പാടം എങ്ങനെ നിറഞ്ഞുകവിഞ്ഞെന്ന് ഈ നാടൻപാട്ടിലെ വരികൾ നമുക്കു കാട്ടിത്തരുന്നു.

അന്നം ചിന്നം മഴ പെയ്തു
പൊന്നഴകിയ പൂംചിറയിൽ
മലവെള്ളം വന്നുതേടും
ചിറയുംമുങ്ങി തക-തിമി-തെയ്
കൊക്കായ കൊക്കെല്ലാം
പുഞ്ചപ്പാടം തന്നിലിരുന്നൂ
കൊത്തിയിട്ടും ചികഞ്ഞിട്ടും
തിന്നുന്ന കൊക്കേ തക-തിമി-തെയ്.

വഞ്ചിയും വഞ്ചിപ്പാട്ടും

തിരുവിതാംകൂറിലെ അത്യാകർഷകമായ ജലമേളയാണ് വള്ളംകളി. പണ്ടുകാലത്ത് നാട്ടുരാജാക്കന്മാർക്ക് നാവികപ്പടയുണ്ടായിരുന്നു. 'വള്ളപ്പട' എന്നാണ് ഈ വിഭാഗക്കാരെ വിളിച്ചിരുന്നത്. ഗതാഗതസൗകര്യങ്ങളുടെ അഭാവവും മോട്ടോർവാഹനങ്ങൾ ഇല്ലാതിരുന്നതും ജലഗതാഗതത്തെ പരിപോഷിപ്പിക്കാനിടയാക്കി.

തിരുവിതാംകൂർ ഭരിച്ചിരുന്ന മാർത്താണ്ഡവർമ മഹാരാജാവിന് സുസജ്ജമായ ഒരു വള്ളപ്പട ഉണ്ടായിരുന്നു. ജലമാർഗമെത്തി ശത്രുക്കളെ നശിപ്പിക്കുക എളുപ്പവുമായിരുന്നു. വള്ളപ്പടയെ നവീകരിക്കുന്നതിന്റെ ഭാഗമായി വർഷംതോറും ജലമേളകൾ സംഘടിപ്പിക്കുക പതിവായിരുന്നു. ഏറ്റവുമാദ്യം തുഴഞ്ഞെത്തുന്നവരെ പ്രോത്സാഹിപ്പിക്കാനായിരുന്നു ഈ മത്സരം.

കാലം മാറിയതോടെ ജലമേളകൾ ഒരു കായികവിനോദമായി അംഗീകരിക്കപ്പെട്ടു. ജലോത്സവങ്ങളിൽ നടക്കുന്ന മത്സരത്തിൽ ചുണ്ടൻ, വെപ്പ്, ഓടി (ഇരുട്ടുകുത്തി), ചുരുളൻ എന്നീ വിഭാഗങ്ങളിലുള്ള വള്ളങ്ങൾ പങ്കെടുക്കാറുണ്ട്.

ഏറ്റവും വലുതും മനോഹരവുമായ വള്ളങ്ങളാണ് ചുണ്ടൻവള്ളങ്ങൾ. 51 കോൽ (38.25 മീറ്റർ) നീളം വരും ചുണ്ടൻ വള്ളങ്ങൾക്ക്. 110 തുഴക്കാർ, 4 പങ്കായക്കാർ, 7 നിലക്കാർ, ഒരു ഇടിത്തട്ടക്കാരൻ എന്നിവരാണ് ചുണ്ടനിലെ തുഴച്ചിൽക്കാർ.

വള്ളപ്പടയ്ക്ക് ആഹാരം പാകംചെയ്തു കൊടുത്തിരുന്നവരാണ് വെപ്പുവള്ളക്കാർ. രാജാവിന്റെ വള്ളത്തെ അകമ്പടി സേവിക്കുന്ന വള്ളങ്ങളാണ് ഓടിവള്ളങ്ങൾ. വളരെ വേഗത്തിൽ തുഴഞ്ഞെത്താൻ ഓടിവള്ളങ്ങൾക്ക് കഴിയും. സ്ത്രീകളും കുട്ടികളും മറ്റും തുഴയുന്ന വള്ളങ്ങളാണ് ചുണ്ടൻവള്ളങ്ങൾ.

വള്ളം കളി

വഞ്ചിപ്പാട്ട്

വള്ളംകളിയിൽ പങ്കെടുക്കുന്ന വള്ളക്കാർ ഉല്ലാസത്തിനുവേണ്ടി ആലപിക്കുന്ന പാട്ടാണ് വഞ്ചിപ്പാട്ട്. ദ്രുതഗതിയിലുള്ള താളത്തിൽ തുഴയുമ്പോൾ പാട്ടും അതിനനുസൃതമായിരിക്കണമല്ലോ. 'നതോന്നത' വൃത്തത്തിലുള്ളതാണ് വഞ്ചിപ്പാട്ടിന്റെ ഈരടികൾ. പാട്ടിന്റെ ആദ്യവരിയിൽ 16ഉം രണ്ടാമത്തെവരിയിൽ 13ഉം അക്ഷരങ്ങൾ ഉണ്ടായിരിക്കണം. ഇടയ്ക്ക് ആവേശകരമായ വായ്ത്താരിയും ഉണ്ടാകും. വഞ്ചിപ്പാട്ട് താളത്തിൽ പാടുന്നതുകേട്ടാൽ കേൾവിക്കാർക്കും അത് ആവേശംപകരും.

മലയാളത്തിലെ ലക്ഷണയുക്തമായ വഞ്ചിപ്പാട്ടു രചിച്ചത് രാമപുരത്തു വാരിയരാണ്. അദ്ദേഹത്തിന്റെ പ്രസിദ്ധമായ വഞ്ചിപ്പാട്ടാണ് *കുചേലവൃത്തം വഞ്ചിപ്പാട്ട്*.

കുചേലവൃത്തം രചിച്ചതിനുപിന്നിലെ കഥ ഇങ്ങനെയാണ്. 1729-58 കാലത്ത് തിരുവിതാംകൂർ മഹാരാജാവായിരുന്ന മാർത്താണ്ഡവർമ വൈക്കം മഹാദേവ ക്ഷേത്രത്തിൽ ഭജനത്തിനായി കുറെദിവസം അവിടെ താമസിച്ചു. വടക്കുംകൂർ രാജാവായ രവിവർമ, മാർത്താണ്ഡവർമയെ സന്ദർശിക്കുകയും രാമപുരത്തു വാരിയരുടെ കാവ്യസിദ്ധിയെപ്പറ്റി വിശദീകരിച്ച് വാരിയരെ അദ്ദേഹത്തിന് പരിചയപ്പെടുത്തുകയും ചെയ്തു.

മാർത്താണ്ഡവർമ മഹാരാജാവിന് വാരിയർ അടിയറവച്ച ഒരു ശ്ലോകം വായിച്ചതോടെ അദ്ദേഹത്തിനു വാരിയരുടെ കവിതാവാസന നന്നായി ബോധ്യമാവുകയും ചെയ്തു. കുചേല കഥ വഞ്ചിപ്പാട്ടുരീതിയിൽ എഴുതുവാൻ മാർത്താണ്ഡവർമ വാരിയരോട് ആവശ്യപ്പെടുകയും, അതുപ്രകാരം വാരിയർ കുചേലവൃത്തം വഞ്ചിപ്പാട്ട് രചിക്കുകയും ചെയ്തു.

മാർത്താണ്ഡവർമ തിരുവനന്തപുരത്തിനു മടങ്ങിയപ്പോൾ വാരിയരെ കൂടെക്കൂട്ടി. വഞ്ചിയാത്രയ്ക്കിടയിൽ വാരിയർ, താൻ രചിച്ച കുചേലവൃത്തം മഹാരാജാവിനെ പാടിക്കേൾപ്പിച്ചു. അദ്ദേഹത്തിന് ആ വഞ്ചിപ്പാട്ട് ഏറെ ഹൃദ്യമായിത്തോന്നി. *ഭാഗവത*ത്തിലെ കുചേലകഥ ചേതോഹരമായി വഞ്ചിപ്പാട്ടുരീതിയിൽ ആവിഷ്കരിച്ച രാമപുരത്തു വാരിയർ മലയാളികൾക്ക് ഏറെ പ്രിയപ്പെട്ടവനാവുകയും ചെയ്തു.

നദി-സാഹിത്യകൃതികളിൽ

നദികളുടെ പേരുമായി പുറത്തിറങ്ങിയിട്ടുള്ള ഒട്ടേറെ സാഹിത്യകൃതികൾ മലയാളഭാഷയിലുണ്ട്. ചില കൃതികൾ ഇതാ:

1. ഒരു പുഴയും മൂന്നരുവിയും (കവിത) - ജി ശങ്കരക്കുറുപ്പ്
2. പുഴപിന്നെയുമൊഴുകുന്നു (കവിത) - പി ഭാസ്കരൻ
3. കേച്ചേരിപ്പുഴ (കവിത) - യൂസഫലി കേച്ചേരി
4. വോൾഗ മുതൽ ഗംഗവരെ (നോവൽ) - രാഹുൽസാംകൃത്യായൻ
5. കാശി (നോവൽ) - എം എം മേനോൻ
6. സിന്ധു ശാന്തമായൊഴുകുന്നു (നാടകം) - ലോഹിതദാസ്

7. കരുവന്നൂർ പുഴയിലെ പാലം (കഥകൾ) - അഷ്ടമൂർത്തി
8. പുഴകടന്ന് മരങ്ങളുടെ ഇടയിലേക്ക് (കഥകൾ) - ടി പത്മനാഭൻ
9. ബ്രഹ്മപുത്രയിലെ വീട് (യാത്രാസ്മരണകൾ) - കെ എ ബീന
10. പുഴ മുതൽ പുഴവരെ (നോവൽ) - സി രാധാകൃഷ്ണൻ
11. മയ്യഴിപ്പുഴയുടെ തീരങ്ങളിൽ (നോവൽ) - എം മുകുന്ദൻ
12. പുഴ (നോവൽ) - വെട്ടൂർരാമൻനായർ

13

നദികൾ മലയാള ഗാനങ്ങളിൽ

നദികൾ, മാനവസംസ്കാരത്തിന്റെ ഒരു ഭാഗംതന്നെയാണ്. മനുഷ്യ സമുദായത്തിന്റെ പുരോഗതിക്കും വളർച്ചയ്ക്കും നദികൾ നൽകിയിട്ടുള്ള സംഭാവനകൾ എത്രയോ വലുതാണ്. നമ്മുടെ കവികളെയും ഗാനരചയി താക്കളെയും നദികൾ ഏറെ സ്വാധീനിച്ചിട്ടുണ്ട്. ഗംഗയും യമുനയും കാവേരിയും സിന്ധുവും നർമദയും പെരിയാറും ഭാരതപ്പുഴയും പമ്പയും എന്നുവേണ്ട ഭാരതത്തിലെ മിക്കവാറും എല്ലാ നദികളെപ്പറ്റിയും ചലച്ചിത്ര ഗാനങ്ങളിൽ മനോഹരമായ കൽപ്പനകൾ കാണുവാൻ കഴിയും.

ഭാവസാന്ദ്രവും മനോഹരവുമായ കൽപ്പനകളിലൂടെ ഗാനരചയിതാ ക്കൾ എല്ലാ സൗന്ദര്യസങ്കൽപ്പങ്ങളോടുംകൂടി നദികളെ മലയാള ചലച്ചിത്ര ഗാനങ്ങളിൽ ആവിഷ്കരിച്ചിട്ടുണ്ട്. ആ ഗാനങ്ങളിൽ പലതും മലയാളി കളുടെ ചുണ്ടുകളിൽ എന്നും തത്തിക്കളിക്കുന്നവയുമാണ്. നമ്മുടെ ഇതി ഹാസങ്ങളിലും പുരാണങ്ങളിലും ഗംഗയുൾപ്പെടെയുള്ള മഹാനദികളെ പ്പറ്റി പരാമർശിക്കപ്പെട്ടിട്ടുണ്ട്. മലയാള കവിത ഇന്നു ജീവിക്കുന്നത് ചലച്ചിത്ര ഗാനങ്ങളിലൂടെയാണെന്നു പറഞ്ഞാൽ അതിൽ ഒട്ടും അതിശയോക്തി ഉണ്ടാവില്ല. കവിതാസ്വാദകരും വായനക്കാരും ഇന്ന് നന്നേ കുറഞ്ഞു കൊണ്ടിരിക്കുന്നു എന്നതും വസ്തുതയത്രേ.

മലയാളത്തിലെ സർഗധനരായ കവികൾ രചിച്ചിട്ടുള്ള ചലച്ചിത്ര ഗാനങ്ങളിലേക്ക് കണ്ണോടിച്ചാൽ നദികളെ ആസ്പദമാക്കി ഏറ്റവുമധികം ഗാനങ്ങൾ രചിച്ചിട്ടുള്ളത് പി ഭാസ്കരനാണെന്നു കാണാം. വയലാർ രാമവർമ, ഒ എൻ വി കുറുപ്പ്, ശ്രീകുമാരൻതമ്പി, യൂസഫലി കേച്ചേരി, കൈതപ്രം, ബിച്ചു തിരുമല, ചുനക്കര രാമൻകുട്ടി തുടങ്ങിയുള്ള ഗാന രചയിതാക്കളും നദിയെക്കുറിച്ച് ഗാനങ്ങൾ എഴുതിയിട്ടുണ്ട്.

പി ഭാസ്കരന്റെ നാടൻ ശീലുകളിലുള്ള മനോഹരഗാനങ്ങളാണ്

വയലാർ രാമവർമ

മലയാളികളെ ആദ്യകാലത്ത് ഏറെ സ്വാധീനിച്ചത്. മലയാളത്തനിമ യോടെ തേനും വയമ്പും ഹൃദ്യമായി അലിയിച്ച് അദ്ദേഹം മലയാളി കൾക്കു നൽകിയ മധുരഗാനങ്ങൾ നാടോടി സംഗീതത്തിന്റെ ലാസ്യ ഭംഗി നമ്മെ ബോധ്യപ്പെടുത്തി. നദികളെ കവിതാമയമായ ഗാനങ്ങ ളിൽ അദ്ദേഹം എങ്ങനെയാണ് ആവിഷ്കരിച്ചതെന്നു നോക്കാം.

പാരിൽ ജീവിതംപോലെ
പാഞ്ഞുപോയ് നദി ദൂരെ ദൂരെ.....
പാഞ്ഞുപോയ് നദി ദൂരെ.......

തിരമാല എന്ന ആദ്യകാല ചലച്ചിത്രത്തിനുവേണ്ടി മാസ്റ്റർ രചിച്ച ഈ ഗാനത്തിന് സംഗീതം നൽകിയത് വിമൽകുമാറായിരുന്നു. മറ്റുചില ഗാനങ്ങൾകൂടി കാണുക.

ഒരു നദീതീരത്തിൽ
ഒരു കുന്നിന്നോരത്തിൽ
ഒരുമിച്ചു നമുക്കൊരു വീടുകെട്ടാം
മണ്ണിനാൽ തറ കെട്ടി.....
മാന്തോലാൽ മറകെട്ടി.....

സ്വർഗരാജ്യം എന്ന ചിത്രത്തിൽ എം ബി ശ്രീനിവാസൻ ഈണം നൽകി അവതരിപ്പിച്ച ഗാനമാണിത്.

മുറപ്പെണ്ണ് എന്ന പ്രശസ്ത ചിത്രത്തിനുവേണ്ടി പി ഭാസ്കരൻ രചിച്ച ഈ ശോകഗാനമാകട്ടെ ആരെയും ദുഃഖത്തിന്റെ നേർത്ത മൂടൽ മഞ്ഞിൽ ഒരുനിമിഷം നിർത്തുകതന്നെ ചെയ്യും. വിരഹവേദനയെ വികാര തീവ്രതയോടെ ആവിഷ്കരിക്കുന്ന ഈ ഗാനത്തിന് സംഗീതം നൽകിയത് ബി എ ചിദംബരനാഥാണ്.

കരയുന്നോ പുഴ ചിരിക്കുന്നോ
കരയുന്നോ പുഴ ചിരിക്കുന്നോ
കണ്ണീരുമൊലിപ്പിച്ചു കൈവഴികൾ പിരിയുമ്പോൾ
കരയുന്നോ പുഴ ചിരിക്കുന്നോ
കരയുന്നോ പുഴ ചിരിക്കുന്നോ......

അച്ഛാണി എന്ന ചിത്രത്തിനുവേണ്ടി ഭാസ്കരൻമാഷ് രചിച്ച് ദേവ രാജൻ സംഗീതം നൽകിയതാണ് ഈ ഗാനം. പി സുശീലയാണ് ഈ മനോഹരഗാനം ആലപിച്ചത്.

സമയമാം നദി പുറകോട്ടൊഴുകി

സ്മരണതൻ പൂവണിത്താഴ്വരയിൽ
സംഭവമലരുകൾ വിരിഞ്ഞു വീണ്ടും
വിരിഞ്ഞൂ വീണ്ടും......

ഇനിയും ഒട്ടേറെ ഗാനങ്ങൾ ചൂണ്ടിക്കാട്ടാനുണ്ടെങ്കിലും സ്ഥലപരിമിതിമൂലം അതിനു മുതിരുന്നില്ല.

മലയാളത്തിലെ ചലച്ചിത്രഗാനശാഖയ്ക്ക് ഗണ്യമായ സംഭാവനകൾ നൽകിയ കവിയാണ് വയലാർ രാമവർമ. നമ്മുടെ ചലച്ചിത്രഗാനശാഖയ്ക്ക് പുതിയൊരു മുഖംനൽകാൻ വയലാറിനു കഴിഞ്ഞു. ലളിതവും ഭാവസാന്ദ്രവുമായ അദ്ദേഹത്തിന്റെ സിനിമാഗാനങ്ങൾ ഈരംഗത്ത് വേറിട്ടു നിൽക്കുന്നു.

നദികൾ - നദികൾ - നദികൾ
നാണംകുണുങ്ങികൾ നദികൾ
സഖികൾ സഖികൾ സഖികൾ
സർവാംഗ സുന്ദരികൾ സഖികൾ
രാഗം - താനം - പല്ലവി പാടും
വാനമ്പാടികൾ........

കല്യാണരാത്രിയിൽ എന്ന ചിത്രത്തിനുവേണ്ടി വയലാർ രചിച്ച ഗാനമാണിത്.

അഗ്നിപുത്രി എന്ന ചിത്രത്തിനുവേണ്ടി വയലാർ എഴുതിയ ഈ മനോഹരഗാനം ഇന്നും ശ്രോതാക്കളെ ആകർഷിക്കുന്നു.

ഇനിയും പുഴയൊഴുകും-ഇതുവഴി
യിനിയും കുളിർകാറ്റോടി വരും
ഒഴുക്കിനെതിരേ ഓളങ്ങൾക്കെതിരേ
ഉയരുന്ന മൺചിറകൾ തകരും.......

സംഗീതസാന്ദ്രമായ വരികളിലൂടെ മലയാളികളുടെ മനസിൽ സ്ഥിരപ്രതിഷ്ഠ നേടിയ വയലാറിന്റെ മറ്റൊരു മനോഹരഗാനമാണിത്. *ഒരു പെണ്ണിന്റെ കഥ* എന്ന ചിത്രത്തിനുവേണ്ടി രചിച്ചത്.

പൂന്തേനരുവീ!
പൊന്മുടിപ്പുഴയുടെ അനുജത്തീ
നമുക്കൊരേ പ്രായം
നമുക്കൊരേ മോഹം
നമുക്കൊരേ ദാഹം.
ഒരു താഴ്വരയിൽ ജനിച്ചൂ - നമ്മൾ
ഒരു പൂന്തണലിൽ വളർന്നൂ
പൂനിലാവലക്കിയ പുളിയിലക്കരയുള്ള
പുടവയുടുത്തു നടന്നൂ - നമ്മൾ
പൂക്കളിറുത്തു നടന്നൂ........

നമ്മുടെ മറ്റൊരു പ്രശസ്തനായ ഗാനരചയിതാവാണ് ഒ എൻ വി കുറുപ്പ്. കവിയെന്ന നിലയിലും ഗാനരചയിതാവ് എന്ന നിലയിലും മലയാള

ത്തിൽ വളരെ ഔന്നത്യം നേടിയ പ്രതിഭയാണ് ഒ എൻ വി. മനോഹരമായ കൽപ്പനകൾ, ലളിത സുന്ദരമായ പദാവലി, വികാരതീവ്രതയാർന്ന ആവിഷ്കരണം, ആന്തരിക സംഗീതം എന്നിവ ഒ എൻ വിയുടെ ഗാനങ്ങ ൾക്ക് സ്വർണത്തിന് സുഗന്ധം കൈവന്നതുപോലെയുള്ള പരിവേഷം നൽകുന്നു.

നീലക്കണ്ണുകൾ എന്ന ചിത്രത്തിനുവേണ്ടി അദ്ദേഹം രചിച്ച് ദേവ രാജൻ ഈണം നൽകിയ ഈ ഗാനം ശ്രദ്ധിക്കുക.

കല്ലോലിനീ! വന കല്ലോലിനീ! നിൻ
തീരത്തുവിടരും ദുഃഖ പുഷ്പങ്ങളെ
താരാട്ടു പാടിയുറക്കൂ! ഉറക്കൂ-
കല്ലോലിനീ! വനകല്ലോലിനീ.....!

അഥർവം എന്ന ചിത്രത്തിനുവേണ്ടി ഒ എൻ വി എഴുതിയതും ഇളയ രാജ സംഗീതം നൽകിയതുമായ ഒരു ഗാനമാണിത്.

പുഴയോരത്തിൽ പൂന്തോണിയെത്തിലാ!
മന്ദാരം പൂക്കും മറുതീരത്താണോ?
പന്നാഗം പൂക്കും പുഴയോരത്താണോ
ആരാനും കണ്ടോ ദൂരെയെൻ പൂന്തോണി?

എസ് പി വെങ്കിടേഷ് ഈണം നൽകിയ ഒ എൻ വിയുടെ ഈ ഗാനം *മാസ്മരം* എന്ന ചിത്രത്തിനുവേണ്ടി രചിച്ചതാണ്.

ഏഴേഴു സാഗരങ്ങൾ താണ്ടി
ഏലത്തിൻ നാട് കാണാൻ വാ!
പുഴയോരങ്ങളിൽ സംസ്കാരങ്ങൾ
പൂവിട്ടൊരെൻ പ്രിയനാടിതാ!
ആയിരം പ്രവാഹിനീ-
തരംഗങ്ങൾ പാടുന്നിതാ!
വീണ്ടുമെൻ പ്രഭാതമേ!
സങ്കീർത്തനങ്ങൾ തരൂ!

നദിയെ ആസ്പദമാക്കി കുറെയേറെ മനോഹരഗാനങ്ങൾ നമുക്കു സംഭാവനനൽകിയ ഗാനരചയിതാവാണ് ശ്രീകുമാരൻ തമ്പി. തത്വചിന്ത കളും ഹാസ്യഭാവനകളും അദ്ദേഹത്തിന്റെ ഗാനങ്ങളെ വ്യത്യസ്ഥമാക്കു ന്നു. നദികളുടെ ഭാവവ്യത്യാസങ്ങൾ സസൂക്ഷ്മം നിരീക്ഷിച്ച്, ജീവിത യാഥാർഥ്യങ്ങളുമായി അവയെ ബന്ധപ്പെടുത്തി അദ്ദേഹം ഒട്ടറെ ഗാനങ്ങൾ രചിച്ചിട്ടുണ്ട്.

മൃഗയ എന്ന ചിത്രത്തിനുവേണ്ടി തമ്പി രചിച്ച് ശങ്കർ ഗണേഷ് സംഗീതം നൽകിയ ഒരു ഗാനത്തിലെ ചില വരികൾ ഇതാ:

ഒരിക്കൽ നിറഞ്ഞും ഒരിക്കൽ മെലിഞ്ഞും
ഒഴുകും പുഴപോലെ
ഇടയ്ക്കു തളിർക്കും ഇടയ്ക്കു വിളറും
ഇവിടെ ജീവിതങ്ങൾ.......

പാടുന്ന പുഴ എന്ന ചിത്രത്തിനുവേണ്ടി തമ്പി രചിച്ച് ദക്ഷിണാമൂർത്തി ഈണം നൽകിയ ഒരു ഗാനത്തിലെ വരികൾ ഇങ്ങനെ.

പാടുന്നൂ പുഴ പാടുന്നൂ
പാരാവാരം തേടുന്നൂ
എന്നാത്മസംഗീത നാദമേ
എൻദാഹം നിന്നെ വിളിക്കുന്നൂ.......

ഗംഗ-ചലച്ചിത്രഗാനങ്ങളിൽ

ഇന്ത്യയുടെ ദേശീയ നദിയായ ഗംഗ. ഐതിഹ്യവും ചരിത്രവും സംസ്കാരവും ജീവിതവുമെല്ലാം കെട്ടുപിണഞ്ഞൊഴുകുന്ന നദി. ഗംഗ, കവികൾക്ക് എന്നും ഉറവവറ്റാത്ത ഭാവനകളുടെ കലവറ കൂടിയാണ്. ഗംഗയെ മലയാളത്തിലെ കവികളും ഗാനരചയിതാക്കളും അവരുടെ ഭാവനയ്ക്ക് അനുസൃതമായി എങ്ങനെ വീക്ഷിക്കുന്നുവെന്ന് താഴെ ക്കൊടുത്തിരിക്കുന്ന ഗാനശകലങ്ങൾ വ്യക്തമാക്കുന്നു:

പ്രിയസഖി, ഗംഗേ! പറയൂ
പ്രിയമാനസനെവിടെ?
ഹിമഗിരി ശൃംഗമേ! പറയൂ, എൻ
പ്രിയതമനെവിടെ? എവിടെ?
മാനസസരസിന്നക്കരയോ?- ഒരു
മായായവനികയ്ക്കപ്പുറമോ?

രചന : ഒ എൻ വി, ചിത്രം : *കുമാരസംഭവം*. സംഗീതം: ദേവരാജൻ.

ഉത്സവമേളം എന്ന ചിത്രത്തിനുവേണ്ടി ഒ എൻ വി എഴുതിയ ഈ ഗാനത്തിന് മോഹൻ സിത്താരയാണ് ഈണം നൽകിയത്.

അമ്മേ! ഗംഗേ! മന്ദാകിനീ!
ഈ മൺ ചിരാതും കൂടി!
നിൻ തിരക്കൈയാലേറ്റു വാങ്ങിപ്പോകൂ!
നീയേ-നീയേ എന്നുണ്ണിപ്പൂവിന്നമ്മ
നീയാണഭയം!

* * *

പി ഭാസ്കരൻ രചിച്ച ഒരു ഗാനത്തിൽ ഗംഗയെ പ്രകീർത്തിച്ചിരിക്കു ന്നതു കാണുക. ഒരു ദേശഭക്തി ഗാനമാണിത്. ഗംഗയോടൊപ്പം മറ്റു നദി കളെയും അനുസ്മരിച്ചിരിക്കുന്നു.

വീണ്ടും മുഴക്കേണം-സന്ദേശം
വിണ്ണിൽപ്പരത്തേണം
ഗംഗയിൽ, യമുനയിൽ, തുംഗഭദ്രയിൽ
പമ്പയിൽ, കാവേരിയിൽ
പേരാറ്റിൽ, സിന്ധുവിൽ പായുന്നതിന്ത്യതൻ
ചോരയെന്നോർക്കണം-കേരളത്തിൻ
ചോരയെന്നോർക്കണം.

വടക്കുംനാഥൻ എന്ന ചിത്രത്തിനു വേണ്ടി ഗിരീഷ് പുത്തഞ്ചേരി രചിച്ച ഭാവ സാന്ദ്രമായ ഈ ഗാനം ഏറെ പ്രശസ്ത മാണ്.

ഗംഗേ.........തുടിയിൽ ഉണരും
ത്രിപുടകേട്ട് തുയിലുണർന്നുപാടി എന്റെ
നടനമണ്ഡപം തുറന്നു വാ.......

പി ഭാസ്കരൻ

വയലാറിന്റെ ഗാനങ്ങളിൽ ഗംഗ യെ അനുസ്മരിക്കുന്ന ഒട്ടേറെ ഭാഗങ്ങൾ കാണാൻ കഴിയും. നാടകഗാനങ്ങൾ, സംഘഗാനങ്ങൾ, ചലച്ചിത്ര ഗാനങ്ങൾ എന്നിവ അക്കൂട്ടത്തിൽപ്പെടുന്നു. *ഹോട്ടൽ ഹൈറേഞ്ച്* എന്ന ചിത്രത്തിലെ ഈ ഗാനം വളരെ പ്രശസ്തമാണ്.

ഗംഗാ യമുനാ സംഗമസമതല ഭൂമി
സ്വർഗീയ സുന്ദരഭൂമി, സ്വതന്ത്ര ഭാരതഭൂമി.....
കന്യാകുമാരിത്തിരമാലകളിൽ
തൃക്കാൽ കഴുകും ഭൂമി
വിന്ധ്യഹിമാചലയകുലാചലങ്ങളിൽ
വിളക്കുവയ്ക്കും ഭൂമി.......

ഗംഗ മാത്രമല്ല ലോകത്തിലെ പ്രധാന നദികളെയെല്ലാം അനുസ്മരിക്കുന്നതാണ് വയലാറിന്റെ ഈ സംഘഗാനം:

യുഗങ്ങൾ നീന്തി നടക്കും ഗംഗയിൽ
യുഫ്രട്ടീസിൽ ടൈഗ്രീസിൽ
നൈലിൽ യാങ്റ്റ്സിയിലന്നു വിടർന്നു
വോൾഗയുണർത്തിയ ചലനങ്ങൾ......

യന്ത്രം സുദർശനം എന്ന കെ പി എ സി നാടകത്തിനുവേണ്ടി വയലാർ രചിച്ചതാണ് ഈ ഗാനം:

ഗംഗയിൽ യമുനയിൽ കാളിന്ദിയിൽ
ഗോദാവരിയിൽ കാവേരിയിൽ
കാളകൂടപ്പത്തി വിതിർത്താടുന്നു
കാളിയന്മാർ! ആയിരം കാളിയന്മാർ.
പുഴകളിലവയുടെ വിഷമൊഴുകീ-
ജലപുഷ്പങ്ങൾ മരിച്ചൊഴുകീ-അവ
കൊത്തിക്കുടിക്കും മനുഷ്യമനസിന്റെ
അവയവത്തൊങ്ങുകൾ ചീഞ്ഞൊഴുകീ.......

കാട്ടുതുളസി എന്ന ചിത്രത്തിനുവേണ്ടി വയലാർ എഴുതിയ ഈ ഗാനവും പ്രശസ്തമായ ഒരു ചലച്ചിത്രഗാനമാണ്:

ഗംഗയാറൊഴുകുന്ന നാട്ടിൽ നിന്നൊരു-
ഗന്ധർവനീ വഴി വന്നൂ-പണ്ടൊരു
ഗന്ധർവനീ വഴി വന്നൂ.....
അന്നാരം പുന്നാരം കാട്ടിനകത്തൊരു
പെണ്ണിനെമോഹിച്ചു നിന്നൂ-അന്നൊരു
പെണ്ണിനെ മോഹിച്ചു നിന്നൂ.......

മറ്റൊരു മനോഹരഗാനമാണ് വയലാർ *ഓമനക്കുട്ടൻ* എന്ന ചിത്രത്തിനുവേണ്ടി രചിച്ച ഈ ഗാനം.

ആകാശഗംഗയുടെ കരയിൽ
അശോകവനിയിൽ
ആരെയാരെതേടി വരുന്നൂ
വസന്ത പൗർണമി നീ....?

തന്റെ ഗാനങ്ങളിലൂടെ ശ്രീകുമാരൻ തമ്പിയും ഗംഗയെ അനശ്വരമാക്കിയിട്ടുണ്ട്. അദ്ദേഹത്തിന്റെ ചില ഗാനങ്ങളിൽനിന്നുള്ള വരികൾ ഇതാ:

ചന്ദനം വളരും ഗംഗതൻ കരയിൽ
കാഞ്ഞിരമരവും വളരും....
തങ്കത്താമര വിരിയും പൊയ്കയിൽ
പങ്കവും പായലും നിറയും.......

ഗംഗേ ഗിരിജേ ഹൈമവതീ
മംഗള ദായികേ വരമരുളൂ
ഓംകാളി മഹാകാളി ഭദ്രകാളി
ഓടിവരൂ തേടിവരൂ ഭദ്രകാളീ....
രചന: ശ്രീകുമാരൻതമ്പി. ചിത്രം: *ഇതാ മനുഷ്യൻ*.
സംഗീതം: എം എസ് വിശ്വനാഥൻ

സിന്ധുനദി

ഇന്ത്യയിലെ മഹാനദിയായ സിന്ധുവിനെപ്പറ്റി ശ്രീകുമാരൻ തമ്പി രചിച്ച *പത്മരാഗം* എന്ന ചിത്രത്തിലെ ഈ ഗാനത്തിന് ഈണം നൽകിയത് എം കെ അർജുനനാണ്.

സിന്ധു നദീതീരത്ത്-സന്ധ്യ പൂത്തനേരത്ത്
ഗംഗപോലെ പാടിവന്ന പെൺകിടാവേ....
നിൻ പാട്ടിൻ രാഗമെന്ത്
നിൻ ചിലമ്പിൻ താളമെന്ത്
പഞ്ചാബിപ്പെൺ കിടാവേ.....

യമുനാ നദി - ഗാനങ്ങളിൽ

പുരാണപ്രസിദ്ധമായ നദിയാണ് യമുന. *അനാർക്കലി* എന്ന ചിത്രത്തിനുവേണ്ടി വയലാർ രചിച്ച ഈ ഗാനം ഒന്നുമൂളാത്ത മലയാളികളില്ല.

നദികളിൽ സുന്ദരി യമുനാ
യമുനാ - യമുനാ........
സഖികളിൽ സുന്ദരി അനാർക്കലി
അനാർക്കലീ.......

വയലാറിന്റെ മറ്റൊരു പ്രസിദ്ധഗാനമാണ് *തുലാവർഷം* എന്ന ചിത്രത്തിലെ ഈ ഗാനം.

യമുനേ, ഒഴുകൂ യാമിനീ
യദുകുലമോഹിനീ....
ധനുമാസപ്പൂവിനുപോകും യാമം
യമുനേ നീ ഒഴുകൂ യാമിനീ-
യദുവംശമോഹിനീ
ധനുമാസപ്പൂവിനുപോകും യാമം
ഇതിലേ നീ ഒഴുകൂ......

ശ്രീകുമാരൻ തമ്പി *റസ്റ്റ്ഹൗസ്* എന്ന ചിത്രത്തിനുവേണ്ടി രചിച്ച് എം കെ അർജുനൻ സംഗീതം നൽകിയ ഗാനം:

യമുനേ - യമുനേ - പ്രേമയമുനേ
യദുകുല രതി ദേവനെവിടെ എവിടെ
നീലപ്പീലിത്തിരുമുടിയെവിടെ
നിറകാൽത്തളമേളമെവിടെ.......

ഒ എൻ വിയുടെ ഈ ഗാനം *മധുവിധു* എന്ന ചിത്രത്തിലേതാണ്. സംഗീതം എം ബി ശ്രീനിവാസൻ.

യമുനാ തീര വിഹാരീ! നിന്നുടെ
പ്രിയദർശിനിയാം രാധിക ഞാൻ!
എവിടെയൊളിച്ചു കളിച്ചു നീ! എൻ
വിജനകുടീരം കാൺമീലേ!

ധീരസമീരേ യമുനാതീരേ എന്ന ചിത്രത്തിനുവേണ്ടി ശ്യാം സംഗീതം നൽകിയ ഒ എൻ വിയുടെ മറ്റൊരു ഗാനം ഇതാ:

ധീരസമീരേ! യമുനാതീരേ
വാണരുളും വനമാലീ!
ഗോപീമാനസ മണിപദ്മങ്ങളിൽ
വാണരുളും വനമാലീ!.......

യാത്ര എന്ന ചിത്രത്തിലെ ഇളയരാജ സംഗീതം നൽകിയ ഈ ഗാനവും ഒ എൻ വിയുടേതാണ്.

ഹൊയ്രേ ഹൊയ്രേ ഹൊയ്യാരേ ഹൊയ്!
യമുനാ തീരേ ഹൊയ്യാരേ ഹൊയ്!
യമുനേ! നിന്നുടെ നെഞ്ചിൽ

നിറയേ കാർനിറമെന്തേ
പറയൂ നിന്നിലലിഞ്ഞോ കാർവർണ്ണൻ?

യമുനയെ ആസ്പദമാക്കി പി ഭാസ്കരനും ഒട്ടേറെ ഗാനങ്ങൾ രചിച്ചിട്ടുണ്ട്. മനോഹരമായ ചിലഗാനങ്ങളിലെ വരികൾ ഇതാ:

കൽപ്പനയാകും യമുനാനദിയുടെ
അക്കരെ-അക്കരെ-യക്കരെ
അക്കരെ-യക്കരെ-യക്കരെ
കൽപ്പടവിങ്കൽ കെട്ടാം നമുക്ക്
പുഷ്പം കൊണ്ടൊരു കൊട്ടാരം......

(ചിത്രം: *ഡോക്ടർ*. സംഗീതം: ദേവരാജൻ)

പി ഭാസ്കരന്റെ മറ്റുചില ഗാനങ്ങളിലെ വരികൾകൂടി ശ്രദ്ധിക്കുക.

സുഗന്ധമൊഴുകും സുരഭീമാസം
വസന്തമോഹന യമുനാതീരം
മുകുന്ദനൂതും മുരളീഗാനം
അനന്തലഹരിയിലാടുക രാധേ.....

(*ജീവിക്കാൻ അനുവദിക്കൂ*. സംഗീതം: വിജയഭാസ്കർ)

യമുനാതീരത്തിൽ പ്രമദമലർവനത്തിൽ
ഒരുനാൾ മാധവൻ കുഴലൂതി
കാളിന്ദീനദിയിലെ പൊന്നലച്ചാർത്തുപോൽ
താളത്തിൽ ചിലങ്കകൾ കിലുങ്ങി......

(*ശ്രീമദ് ഭഗവദ്ഗീത*. സംഗീതം: ദക്ഷിണാമൂർത്തി)

ഗോക്കളെമേച്ചുകൊണ്ടും
കാളീന്ദീതീരത്തുള്ള
പൂക്കളിറുത്തുകൊണ്ടും
ഗോവിന്ദനിന്നു വന്നു
വള്ളിക്കുടിലിലേറി
വനമാലകോർത്തുകൊണ്ടും
വല്ലവീ മണികൾ തൻ
കണ്ണിണ പൊത്തിക്കൊണ്ടും
മണി വേണുയൂതിയൂതി
മായിക ഗാനം തൂകി.....

(*അമ്മയെ കാണാൻ*. സംഗീതം: കെ രാഘവൻ)

ചുനക്കര രാമൻകുട്ടി *അധിപൻ* എന്ന ചിത്രത്തിനുവേണ്ടി എഴുതി ശ്യാം സംഗീതം പകർന്ന ശ്യാമമേഘമേ എന്ന ഗാനവും ശ്രോതാക്കളെ ഏറെ ആകർഷിച്ചതാണ്.

ശ്യാമമേഘമേ നീ - യദുകുല
സ്നേഹദൂതുമായ്‌വാ - ഈവഴി
കാളിന്ദീതടത്തിൽ - അരിയൊരു
പ്രേമഹർഷമായി - കുഴൽവിളി

അലനെയ്യും നദിതന്റെ ഹൃദയം
പുളകം ഞൊറിയുകയായ്.......

കൈതപ്രത്തിന്റെ *ഒരേകടൽ* എന്ന ചിത്രത്തിലെ ഈ ഗാനവും ശ്രവണമധുരമാണ്.

യമുനവെറുതേ പാടുന്നു
യാദവം ഹരിമാധവം
ഹൃദയഗാനം......

കാവേരി നദി

കാവേരി, കേരളവുമായി ബന്ധമുള്ള നദിയെന്ന നിലയിൽ നമ്മുടെ ചലച്ചിത്ര ഗാനങ്ങളിൽ സ്ഥാനം പിടിച്ചിട്ടുണ്ട്. കൊച്ചു കുട്ടികളെ ഏറെ ആകർഷിച്ച ഒരു ഗാനമാണ് പി ഭാസ്കരന്റെ *അമ്മയെക്കാണാൻ* എന്ന ചിത്രത്തിലെ ഈ ഗാനം.

കഥ കഥപ്പൈങ്കിളിയും
    കണ്ണുനീർപ്പൈങ്കിളിയും
കാവേരിപ്പുഴതന്നിൽ
    കുളിക്കാൻ പോയ്.
കുളിക്കാൻ പോയ്......
കടവത്തു കാലുതെറ്റി
    കഥ കഥപൈങ്കിളിയാൾ
കാവേരിയൊഴുക്കിലേ
    ക്കൊലിച്ചുപോയി.

ഒരു കുട്ടിക്കഥ മനോഹരമായി അവതരിപ്പിക്കുന്ന ഈ ഗാനം ഏറെ പ്രശസ്തമാവുകയും ചെയ്തു.

പി ഭാസ്കരന്റെ മറ്റൊരു ഗാനമാണ് *കണ്ണാരംപൊത്തിപ്പൊത്തി* എന്ന ചിത്രത്തിലെ കാവേരിപ്പുഴയോരം എന്നുതുടങ്ങുന്ന ഗാനം. സംഗീതം: എ ടി ഉമ്മർ.

കാവേരിപ്പുഴയോരം
    കരിമ്പുപൂക്കും കാലം
കാത്തിരിക്കാമെന്നു ചൊല്ലിയ
    മാനേ പുള്ളിമാനേ.......
നിന്നെ കാണാനെത്ര
    നടന്നു ഞാനേ
കുറ്റാലൻ തേനാറ്റിൽ........

പുള്ളിമാൻ എന്ന ചിത്രത്തിനുവേണ്ടി ശ്രീകുമാരൻ തമ്പി രചിച്ച് എം എസ് ബാബുരാജ് സംഗീതം നൽകിയ മറ്റൊരു ഗാനമാണ് കാവേരി.... കാവേരി.

കാവേരി...... കാവേരി
കവേര മഹർഷിക്കു ബ്രഹ്മാവുനൽകിയ

കർമധീരയാം പുത്രി!
ബ്രഹ്മഗിരിയുടെ വളർത്തുമകൾ-അവൾ
ധർമനീതിയെ പോറ്റുന്നവൾ
ത്യാഗത്തിനൊരു പുത്തൻഭാവമേകി അവൾ
നാടിന്റെ നന്മയ്ക്കായ് നദിയായി........

കാവേരിയുടെ പുരാവൃത്തമാണ് ഈ ഗാനത്തിലൂടെ തമ്പി അവതരിപ്പിക്കുന്നത്.

ചുനക്കര രാമൻകുട്ടി രചിച്ച് ശ്യാം സംഗീതം നൽകിയ ഈ ഗാനം *കൗമാരപ്രായം* എന്ന ചിത്രത്തിലെ ഒരു മനോഹരഗാനമാണ്.

കാവേരി നദിക്കരയിൽ
വളർന്ന കന്യകയോ?
കാലം നട്ടുവളർത്തി വിടർത്തിയ
കാട്ടുമല്ലികയോ?
മഞ്ചാടിക്കാട്ടിലുറങ്ങും
പൈങ്കിളിയാണോ നീ..........

രാജശിൽപ്പി എന്ന ചിത്രത്തിനുവേണ്ടി ഒ എൻ വി രചിച്ച ഈ ഗാനം രവീന്ദ്രൻ ഈണം നൽകിയതാണ്.

കാവേരി! പാടാമിനി-സഖി നിൻ
ദേവന്റെ സോപാനമായ്!
ആരോമലേ! അലയാഴി തൻ
ആനന്ദമായ് അലിയുന്നു നീ
ആശ്ലേഷമാല്യം സഖീ! ചാർത്തൂ.......

കേരളത്തിലെ നദികളെപ്പറ്റി പാടുന്നതിൽ നമ്മുടെ കവികൾ എപ്പോഴും മുൻപന്തിയിലാണ്. പെരിയാറും ഭാരതപ്പുഴയും (ആലുവാപ്പുഴ), പമ്പയും മണിമലയാറും ചാലക്കുടിപ്പുഴയും പൊന്നാനിപ്പുഴയും പല്ലനയാറും, കല്ലായിപ്പുഴയും, പായിപ്പാട്ടാറും, കേച്ചേരിപ്പുഴയുമെല്ലാം ചലച്ചിത്രഗാനങ്ങളിൽ നിറഞ്ഞുനിൽക്കുന്നുണ്ട്. നദികളുമായി മനുഷ്യനുള്ള ആത്മബന്ധമാവാം കവികളെയും ആകർഷിച്ചത്.

പെരിയാർ

കേരളത്തിലെ ഏറ്റവും വലിയ നദിയാണ് പെരിയാർ. ആലുവയിലൂടെ കടന്നുവരുന്ന പെരിയാറിനെ ആലുവാപ്പുഴ എന്നാണ് വിളിക്കുന്നത്. ആലുവ ശിവരാത്രിക്ക് പിതൃതർപ്പണം നടക്കുന്നത് ആലുവാപ്പുഴയുടെ തീരത്താണ്. കാലടി, മലയാറ്റൂർ തുടങ്ങിയ തീർഥാടനകേന്ദ്രങ്ങളും പുഴയോരത്താണ്.

1341 ൽ ഉണ്ടായ മഹാപ്രളയത്തെത്തുടർന്നാണ് പെരിയാർ വഴിമാറി വേമ്പനാട്ടുകായലിൽ പതിച്ചത്. തൽഫലമായി രൂപം കൊണ്ട കൊച്ചി അഴി (ചെറിയ അഴിമുഖം) പിന്നീട് വികസിക്കുകയും കൊച്ചി എന്നറിയപ്പെടുകയും ചെയ്തു.

പെരിയാറിനെപ്പറ്റി രചിക്കപ്പെട്ട ഏറ്റവും പ്രശസ്തമായ ഗാനം വയലാറിന്റേതാണ്. *ഭാര്യ* എന്ന ചിത്രത്തിനുവേണ്ടി അദ്ദേഹം രചിച്ച ആ ഗാനം കവിയുടെ ഉത്തുംഗഭാവനയുടെ ഹൃദ്യമായ ആവിഷ്കാരമാണ്. ചില വരികൾ ഇതാ:

പെരിയാറേ, പെരിയാറേ
പർവതനിരയുടെ പനിനീരേ......
കുളിരും കൊണ്ടു കുണുങ്ങി നടക്കും
മലയാളിപ്പെണ്ണാണു നീ-ഒരു
മലയാളിപ്പെണ്ണാണുനീ......
മയിലാടും കുന്നിൽ പിറന്നൂ-പിന്നെ
മയിലാഞ്ചിക്കാട്ടിൽ വളർന്നൂ....
നഗരം കാണാത്ത നാണം മാറാത്ത
നാടൻ പെണ്ണാണു നീ.....-ഒരു
നാടൻ പെണ്ണാണു നീ.....

വയലാറിന്റെ മറ്റൊരു പ്രസിദ്ധ ഗാനമാണ് *നദി* എന്ന ചിത്രത്തിനു വേണ്ടി അദ്ദേഹം രചിച്ച ഈ ഗാനം. വേദനയുടെ നേർത്ത അലകൾ ശ്രോതാവിന്റെ ഹൃദയത്തിൽ ആഴ്ന്നിറങ്ങുന്നു ഗാനം.

ആയിരം പാദസ്വരങ്ങൾ കിലുങ്ങി......
ആലുവാപ്പുഴ പിന്നെയുമൊഴുകി
ആരും കാണാതെയോളവും തീരവും
ആലിംഗനങ്ങളിൽ മുഴുകീ-മുഴുകീ....
ഈറനായ നദിയുടെ മാറിൽ
ഈവിടർന്ന നീർക്കുമിളകളിൽ
വേർപെടുന്ന വേദനയോ.....
വേറിടുന്ന നിർവൃതിയോ.....?

കസവുതട്ടം എന്ന ചിത്രത്തിലെ ഈ ഗാനവും വയലാറിന്റെ മനോഹരഗാനങ്ങളിൽ ഒന്നാണ്.

ആലുവാപ്പുഴയിൽ മീൻപിടിക്കാൻപോകും
അഴകുള്ള പൊന്മാനേ......
നാളെയുമീവഴി നീ വരുമോ
നീലപ്പൊന്മാനേ.....!

പെരിയാറിനെ തന്റെ ഗാനങ്ങളിലൂടെ അനശ്വരനാക്കിയ കവിയാണ് പി ഭാസ്കരൻ. *കാക്കത്തമ്പുരാട്ടി* എന്ന ചിത്രത്തിനുവേണ്ടി ഭാസ്കരൻ മാസ്റ്റർ രചിച്ച് കെ രാഘവൻ ഈണം നൽകിയ ഈ ഗാനത്തിലെ ചില വരികൾ ഇതാ:

കണ്ണുനീരിൻ പെരിയാറ്റിൽ മലവെള്ളം പൊങ്ങി
പൂങ്കിനാവിൻ കളിവള്ളം മുങ്ങി......
നീന്തിനീന്തി നീ ചെന്നതക്കരെ
നീരൊഴുക്കിൽ ഞാനടിഞ്ഞതിക്കരെ.......

വികടകവി എന്ന ചിത്രത്തിനുവേണ്ടി പി ഭാസ്കരൻ രചിച്ച് ദേവരാജൻ ചിട്ടപ്പെടുത്തിയ ഒരുഗാനം കൂടി ശ്രദ്ധിക്കുക.

ഒരു കണ്ണിൽ പ്രേമത്തിൻ പേരാറ്
മറുകണ്ണിൽ ആശതൻ പെരിയാറ്
മനസിലെ മരതകക്കുന്നിൽ നിന്നൊഴുകുന്നു
മധുരാനുരാഗത്തിൽ കന്നിയാറ്.......

ഭാസ്കരൻ മാസ്റ്ററുടെ മറ്റൊരു രസകരമായ ഗാനമാണ് *അശ്വതി* എന്ന ചിത്രത്തിനുവേണ്ടി അദ്ദേഹം രചിച്ച് ദക്ഷിണാമൂർത്തി സംഗീതം നൽകിയ ഈ ഗാനം. ചില വരികൾ ഇതാ:

പേരാറിൻ തീരത്തോ പെരിയാറിൻ തീരത്തോ
ശാരദേന്ദു നട്ടുവളർത്തിയ പേരമരത്തോടും
പേരമരത്തോപ്പിലോ-ദൂരമലയോരത്തോ
മാരിവില്ലിൻ സുന്ദരമാം മാലക്കാവടിയാട്ടം......

ഒ എൻ വി രചിച്ച ഒരു മധുരഗാനമാണ് *എന്റെ നന്ദിനിക്കുട്ടി* എന്ന ചിത്രത്തിനുവേണ്ടി രവീന്ദ്രൻ ഈണം നൽകിയ ഈ ഗാനം.

പുഴയോരഴകുള്ള പെണ്ണ്-ആലുവാ-
പ്പുഴയോരഴകുള്ള പെണ്ണ്!
കല്ലും മാലയും മാറിൽ ചാർത്തിയ
ചെല്ലക്കൊലുസിട്ട പെണ്ണ്
മഴപെയ്താൽ തുള്ളുന്ന പെണ്ണ്-
മാനത്തൊരു മഴവില്ല് കണ്ടാൽ ഇളകും പെണ്ണ്!

ഭാരതപ്പുഴ

നിള, പേരാറ്, പൊന്നാനിയാറ് എന്നീ പേരുകളിലും പ്രസിദ്ധമായ ഭാരതപ്പുഴ കേരളത്തിന്റെ പുണ്യനദിയാണ്. മലയാളനാടിന്റെ സംസ്കാരവുമായി ഏറെ ബന്ധമുള്ള ഈ നദി കവികളുടെയും സാഹിത്യകാരന്മാരുടെയും പ്രിയപ്പെട്ട നദികൂടിയാണ്. നിളയെക്കുറിച്ച് പാടാത്ത കവികളും ഗാനരചയിതാക്കളുമില്ല. ഗംഗയുടെ പുത്രിയായിപ്പോലും ഭാരതപ്പുഴയെ സങ്കൽപ്പിക്കുന്ന കവികളുണ്ട്.

ഭാരതപ്പുഴയെ പ്രകീർത്തിക്കുന്ന ഒരു കവിതയിലെ ചില വരികൾ ശ്രദ്ധിക്കുക. രചന ചുനങ്ങാട് ശങ്കരനാരായണൻ.

ചെമ്പൈയ്ക്കു പ്രിയപ്പെട്ട പൂഴിക്കുന്നപ്പൻതന്നെ
നന്നായി വണങ്ങിയും, കീർത്തനമാലാപിച്ചും
വള്ളത്തോളിന്റെ നാട്ടിൽ കവിതമൂളിക്കൊണ്ടും
മുന്നോട്ടുനീങ്ങാൻ മടിതെല്ലൊന്നു കാട്ടിക്കൊണ്ടും
പട്ടാമ്പിയിലുമെത്തി ഗുരുവായൂരപ്പൻ തന്നെ വന്ദിച്ചുമെല്ലെ
നീങ്ങി തൃത്താലയിലെത്തി
നാവാമുകുന്ദൻ വാഴും തിരുനാവായയിലെത്തി
ഭാർഗവൻ തീർത്തഭൂമി താങ്ങിപ്പോയ് സമുദ്രത്തിൽ

സാഷ്ടാംഗ നമസ്കാരം ചെയ്യുന്ന ദേവീ നിന്നെ
ഭാരതീ ദേവിയായി ഞാനിതാവാഴ്ത്തിടുന്നു
ഗംഗതൻ പുത്രിയായി സങ്കൽപ്പം ചെയ്തിടുന്നു.

(*ഭാരതതീർഥം. ഭക്തപ്രിയ* മാസിക 2009 ആഗസ്റ്റ്)

പ്രശസ്ത കവി ഒ എൻ വി കുറുപ്പ് *നഖക്ഷതങ്ങൾ* എന്ന ചിത്രത്തിനുവേണ്ടി രചിച്ച് ബോംബെ രവി സംഗീതം നൽകിയ ഈ മനോഹര ഗാനത്തിലെ ചിലവരികൾ ഇതാ:

നീരാടുവാൻ-നിളയിൽ
നീരാടുവാൻ
നീയെന്തേ വൈകിവന്നു പൂന്തിങ്കളേ!
ഈറനാം വെൺനിലാവിൻ
പൂമ്പുടവയഴിഞ്ഞു
ഈനദിതൻ പുളിനങ്ങൾ
ചന്ദനക്കുളിരണിഞ്ഞു.....

നിളയെപ്പറ്റി ഒ എൻ വി രചിച്ച മറ്റൊരു ലളിതഗാനം ഇതാ. ഇതും കവിഭാവനയുടെ ഹൃദ്യമായ അനുഭൂതി നമുക്കേകുന്ന സുന്ദരഗാനമാണ്.

നിളയുടെ തീരത്തെ കദളീവനത്തിലെ
കവിതകൾ മൂളുന്ന കിളിമകളേ!
കവിയുടെ കിളിമകളേ!
പുന്നെല്ല-വില് വേണ്ടേ? നല്ല
പുത്തരിച്ചോറ് വേണ്ടേ?

നിളയെപ്പറ്റി അതിമനോഹരമായ ഒരു ഭാവഗാനം രചിച്ച കവിയാണ് യൂസഫലി കേച്ചേരി. *ധ്വനി* എന്ന ചിത്രത്തിലെ ഈ ഗാനത്തിന്റെ ചില വരികൾ ഇതാ. സംഗീതം: നൗഷാദ്.

മാനസനിളയിൽ
പൊന്നോളങ്ങൾ.....
മഞ്ജീരധ്വനിയുണർത്തീ.....
ഭാവനയാകും
പൂവണിനിനക്കായ്
വേദിക പണിതുയർത്തീ......

കലക്ടർമാലതി എന്ന ചിത്രത്തിനുവേണ്ടി വയലാർ രചിച്ച മറ്റൊരു മനോഹരഗാനത്തിലെ ചില വരികൾകൂടി ശ്രദ്ധിക്കുക.

ഭാരതപ്പുഴയിലെ ഓളങ്ങളേ-ഓളങ്ങളേ
പഴയൊരു പ്രേമകഥ ഓർമയില്ലേ......
ഓർമയില്ലേ......

നിളയെ സ്നേഹിച്ച കവിയായിരുന്നു പി ഭാസ്കരൻ. ഒട്ടേറെ കവിതാമയമായ സുന്ദരഗാനങ്ങൾ അദ്ദേഹം നിളയെപ്പറ്റി രചിച്ചിട്ടുണ്ട്. *നഗരമേ നന്ദി* എന്ന ചിത്രത്തിനുവേണ്ടി അദ്ദേഹം രചിച്ച് കെ രാഘവൻ ഈണം നൽകിയ ഈ ഗാനം ശ്രദ്ധിക്കുക.

മഞ്ഞണിപ്പൂനിലാവ്-പേരാറ്റിൻ കടവത്ത്
മഞ്ഞളരച്ചുവെച്ച് നീരാടുമ്പോൾ
എള്ളെണ്ണമണം വീശും-എന്നുടെ മുടിക്കെട്ടിൽ
മല്ലപ്പൂ ചൂടിച്ച വിരുന്നുകാരാ.......

കുപ്പിവള എന്ന ചിത്രത്തിനുവേണ്ടി ഭാസ്കരൻ മാസ്റ്റർ രചിച്ച് ബാബുരാജ് സംഗീതം നൽകിയ മറ്റൊരു മധുരഗാനത്തിലെ വരികൾ ഇതാ:

പേരാറ്റിൻ കരയിൽവച്ച്
പേരെന്തെന്നു ചോദിച്ചപ്പോൾ
പേരയ്ക്കായെന്നു പറഞ്ഞോളേ
വേലിക്കരികിൽനിന്ന്
മയിലാഞ്ചിക്കൈകൊണ്ട്
വായയ്ക്കാവറുത്തത് തന്നോളേ......

ഭാരതപ്പുഴയുടെ ഇന്നത്തെ അവസ്ഥയിൽ ദുഃഖിതനായ ഭാസ്കരൻ മാസ്റ്റർ *മാമാങ്കം* എന്ന ചിത്രത്തിനുവേണ്ടി രചിച്ച ഈ ഗാനത്തിലെ ചില വരികൾ കാണുക. കെ രാഘവനാണ് ഇതിന് ഈണം നൽകിയത്.

തീരാത്ത ദുഃഖത്തിൽ തേങ്ങിക്കരയുന്ന
പേരാറേ, സഖി പേരാറേ......
കദനത്തിൽ മുങ്ങിയൊരജ്ഞാത കന്യതൻ
കവിളത്തെ നീർച്ചാലുപോലെ.......

നിളാതീരത്ത് സ്ഥിതിചെയ്യുന്ന കേരളകലാമണ്ഡലത്തെപ്പറ്റി ഭാസ്കരൻ മാസ്റ്റർ രചിച്ച ഒരു ലളിതഗാനത്തിലെ വരികളാണ് ഇത്.

കേരളകലാമണ്ഡലം-ആർഷ-
ഭാരതസംസ്കാര നർത്തകീ സുന്ദരിതൻ
കോമളഭൂഷണമാം മണികുണ്ഡലം
കളകളം പാടുന്ന നിളയുടെ തീരത്തിൽ
പൊഴിയുന്നു കൽപ്പവൃക്ഷമലർ മഴയിൽ
കേരളകലകളാം ഭൂലോക രമണിമാർ
കേരളിയിൽ നൃത്തമാടും നവമണ്ഡപം.

ബിച്ചുതിരുമലയുടെ *വസന്തഗീതങ്ങൾ* എന്ന ആൽബത്തിലെ ഭാവസുന്ദരമായ ഈ ഗാനം മലയാളികൾ നെഞ്ചിലേറ്റി അംഗീകരിച്ച ഒരു മധുരഗീതമാണ്. രവീന്ദ്രൻ ഈണം പകർന്ന ഈ ഗാനം അദ്ദേഹംതന്നെ ആലപിച്ചിട്ടുമുണ്ട്. ഇതാ ചിലവരികൾ. യേശുദാസാണ് ആൽബത്തിൽ പാടിയിട്ടുള്ളത്.

മാമാങ്കം, പലകുറികൊണ്ടാടി
നിളയുടെ തീരങ്ങൾ നാവായിൽ
കേരളപ്പഴമ ചരിതമെഴുതിയൊരു
ഭാരതപ്പുഴ തന്നരിയ മണൽത്തരികളേ....
പറയുക പറയുക നിണമൊഴുകിയ കഥ.....

പമ്പാനദി

പുണ്യനദിയായ പമ്പയെപ്പറ്റി പാടാത്ത കവികളില്ല. ശബരിമലയുടെ സാമീപ്യംകൊണ്ട് പ്രശസ്തയായ പമ്പാനദി വർഷംതോറും ലക്ഷക്കണക്കിന് തീർഥാടകർ പുണ്യസ്നാനം ചെയ്യുന്ന മഹാനദികൂടിയാണ്. ശബരിമല തീർഥാടനത്തിന്റെ ഭാഗമായി നടക്കുന്ന പമ്പവിളക്കും പമ്പസദ്യയും മറ്റും ശബരിമല യാത്രയിലെ അവിസ്മരണീയമായ അനുഭവങ്ങളത്രേ.

ശബരിമല തീർഥാടനവുമായി ബന്ധപ്പെട്ട് വയലാർ രചിച്ച ഈ മനോഹരഗാനം *ചെമ്പരത്തി* എന്ന ചിത്രത്തിനുവേണ്ടി അദ്ദേഹം രചിച്ചതാണ്. ഇതാ ചിലവരികൾ:

ശരണമയ്യപ്പാ സ്വാമിശരണമയ്യപ്പാ
ശബരി ഗിരിനാഥാ സ്വാമി ശരണമയ്യപ്പാ......
പമ്പയിൽ കുളിച്ചു തോർത്തി-
ഉള്ളിലുറങ്ങും, അമ്പലക്കിളിയെയുണർത്തി
പൊള്ളയായോരുടുക്കുമായ്
പേട്ടതുള്ളി പാട്ടുപാടി
പതിനെട്ടാം പടിചവിട്ടാൻ വരുന്നു ഞങ്ങൾ......

ശരശയ്യ എന്ന ചിത്രത്തിനുവേണ്ടി വയലാർ രചിച്ച ഈ ഗാനവും ഏറെ ശ്രോതാക്കളെ ആകർഷിച്ചിട്ടുള്ള ഗാനമാണ്.

പമ്പയുടെ തീരത്ത്
പഞ്ചമിനിലാവത്ത്
പണ്ടൊരു കന്യക തപസിരുന്നു
കന്യകയവളൊരു കായാമ്പൂവർണനെ
കല്യാണമാലയിടാൻ കൊതിച്ചിരുന്നു.......

പമ്പയുമായി ആത്മബന്ധമുള്ള ശ്രീകുമാരൻതമ്പി തന്റെ ഒട്ടേറെ ഗാനങ്ങളിൽ പമ്പയെ പരാമർശിച്ചിട്ടുണ്ട്. പമ്പാനദിയുടെ ഒഴുക്കിനെ മനോഹരമായി ചിത്രീകരിക്കുന്ന ഈ ഗാനം *സിംഹാസനം* എന്ന ചിത്രത്തിലേതാണ്. എം എസ് വിശ്വനാഥനാണ് ഇതിന് ഈണം പകർന്നിരിക്കുന്നത്. 'പമ്പകടക്കുക' എന്ന ശൈലിതന്നെ പമ്പയുടെ ശക്തമായ ഒഴുക്കിനെ വ്യക്തമാക്കുന്നു.

മലയടിവാരത്തിൽ കുതിച്ചുചാടി
മയിലാടും കുന്നിനെ പുണർന്നുപാടി
കരിങ്കല്ലിൽ മുഖം തല്ലി
പദയാത്ര തുടരുന്നു പമ്പാനദി
കണ്ണുനീർ മണികളെ ചിരിയുടെ
ചിലമ്പാക്കും പമ്പാനദി......

പമ്പയിലെ വള്ളംകളിയും കുട്ടനാടിന്റെ ജലസമൃദ്ധിയും *ഇതാ ഒരു മനുഷ്യൻ* എന്ന ചിത്രത്തിലെ ഈ ഗാനത്തിൽ അദ്ദേഹം ആകർഷകമായി അവതരിപ്പിക്കുന്നു. എം എസ് വിശ്വനാഥന്റെ സംഗീതത്തിലാണ് ഈ

ഗാനം ഉടലെടുത്തിട്ടുള്ളത്.

വഞ്ചിപ്പാട്ടുകൾ പാടിയൊഴുകീ പമ്പാനദി
പഞ്ചവയലിനു പുടവ നൽകും പമ്പാനദി
വേമ്പനാട്ടുകായലിന്റെ മലർമടിയിൽ
വീണയാകാൻ വെമ്പിയൊഴുകീ പമ്പാനദി.....

'ഉത്സവഗാനങ്ങൾ' എന്ന ആൽബത്തിനുവേണ്ടി തമ്പി രചിച്ച് രവീന്ദ്രൻ സംഗീതം നൽകിയ മറ്റൊരു ഗാനവും ഇതാ:

പായിപ്പാട്ടാറ്റിൽ വള്ളംകളി
പമ്പാനദി തിരയ്ക്ക് ആർപ്പുവിളി
കാരിച്ചാൽ ചുണ്ടനും ആനാരിച്ചുണ്ടനും
കാവാലം ചുണ്ടനും പോർവിളിയിൽ-ആ
വലിയ ദിവാൻജിയും മുൻനിരയിൽ.......

ദാനശീലത്തിലോ കർണന്റെ ചേച്ചി നീ, കാണുന്ന പുഴകളിൽ പമ്പയല്ലോ...... എന്നുപാടിയ പി ഭാസ്കരനും പമ്പാനദിയെ തന്റെ ഗാനങ്ങളിൽ മനോഹരമായി ആവിഷ്കരിച്ചിട്ടുണ്ട്.

മുത്തശ്ശി എന്ന ചിത്രത്തിനുവേണ്ടി പി ഭാസ്കരൻ രചിച്ച് ദക്ഷിണാമൂർത്തി സംഗീതം നൽകിയ ഒരു ഗാനത്തിലെ ചില വരികൾ കാണുക.

പമ്പയാറിൽ പനിനീർക്കടവിൽ
പന്തലിച്ചൊരു പൂമരത്തണലിൽ
ഒരു ദിനമൊരുദിനമൊരുദിനം നമ്മൾക്ക്
വനഭോജനത്തിനു പോകാം....

അഷ്ടപദി എന്ന ചിത്രത്തിൽ വിദ്യാധരൻ സംഗീതം നൽകിയ പി ഭാസ്കരന്റെ മറ്റൊരു ഗാനംകൂടി ഇതാ:

പണ്ടു പണ്ടൊരു കാലത്ത്
പമ്പയാറ്റിൻ തീരത്ത്
കതിർകാണാ പക്ഷിയൊരുത്തി
കതിരുകൊത്താൻ പോയ്......

നദികൾ - ഗാനങ്ങളിൽ

ഭാരതത്തിലെയും കേരളത്തിലെയും പല നദികളെപ്പറ്റിയും ഭാവഗാംഭീര്യമാർന്ന ഒട്ടേറെ ചലച്ചിത്രഗാനങ്ങൾ ഇനിയുമുണ്ട്. ഓരോ ഗാനരചയിതാക്കളും എഴുതിയ ആ ഗാനങ്ങളിലൂടെ നമുക്കൊന്നു കണ്ണോടിക്കാം.

വയലാർ രാമവർമ

മാലിനി നദിയിൽ കണ്ണാടി നോക്കും
    മാനേ-പുള്ളിമാനേ.....

ആരോടും പോയ്പറയരുതിക്കഥ
മാനേ-പുള്ളിമാനേ.....
* * *
(*ശകുന്തള*)

പള്ളാത്തുരുത്തിയാറ്റിൽ-ഒരു
നല്ല നിലാവുള്ള നാളിൽ
പണ്ടൊരു തമ്പുരാൻ വഞ്ചിയിൽ-വന്നൊരു
പെണ്ണിനെക്കണ്ടു-കണ്ടൂ കൺമുനകൊണ്ടു......
(*മൈനത്തരുവി കൊലക്കേസ്*)

* * *

പല്ലനയാറ്റിൻ തീരത്തിൽ
പത്മപരാഗ കുടീരത്തിൽ
വിളക്കുവയ്ക്കും യുഗകന്യകയൊരു
വിപ്ലവഗാനം കേട്ടൂ......
മാറ്റുവിൻ ചട്ടങ്ങളെ - മാറ്റുവിൻ
മാറ്റുവിൻ - മാറ്റുവിൻ.......
(*നിങ്ങളെന്നെ കമ്യൂണിസ്റ്റാക്കി*)

ശ്രീകുമാരൻ തമ്പി

അച്ചൻ കോവിലാറ്റിലെ
കൊച്ചോളങ്ങളേ
അക്കരെ നിന്നുതുളുമ്പുന്ന തേൻകുടം
എത്തിപ്പിടിക്കാമോ? (*അനാഥശില്പങ്ങൾ*)
* * *

സ്വർഗമെന്ന കാനനത്തിൽ
സ്വർണമുഖീ നദിക്കരയിൽ
സ്വപ്നമയീ വാഴുന്നു ഞാൻ
സുഖമറിയാതെ - സുഖമറിയാതെ.......
(*ചന്ദ്രകാന്തം*)

* * *

കരകവിയും കിങ്ങിണിയാറിൻ തീരത്ത്
കർക്കിടകക്കാറ്റലയും നേരത്ത്
കടത്തുതോണിയിൽ നീ വരുന്നതും
നോക്കിയിരുന്നൂ
കൈപിടിച്ചു കൂടെവരാൻ കാത്തിരുന്നൂ.......
(*പച്ചനോട്ടുകൾ*)

* * *

കാറ്റിലോളങ്ങൾ കെസ്സു പാടും
കല്ലായിപ്പുഴയിൽ
കഥകൾ ചൊല്ലി മരമൊഴുകും

കല്ലായിപ്പുഴയിൽ.....
കുളിരുകേറും വളവരയുമായ്
തുഴഞ്ഞുനീങ്ങുന്നൂ
കുളിരുമാറ്റും കുറുമ്പിപ്പെണ്ണേ
നിന്റെ കെട്ടുവള്ളം.

(കാത്തിരുന്ന നിമിഷം)

* * *

തമസാനദിയുടെ തീരത്തൊരുനാൾ
തപസിരുന്നൊരു രാജൻ,
തൊടുന്നതെല്ലാം പൊന്നാകാനൊരു
വരംകൊടുത്തു ദൈവം......

(ഡെയ്ഞ്ചർ ബിസ്കറ്റ്)

പി ഭാസ്കരൻ

മണിമലയാറ്റിൻ തീരത്ത്
മാൻതുള്ളും മലയോരത്ത്
നാൽമണിപ്പൂ തുള്ളിനടക്കും
നാടൻ പെണ്ണേ നിന്നാട്ടെ......

(സുബൈദ)

* * *

ചാലക്കുടിപ്പുഴയും, വെയിലിൽ
ചന്ദനതച്ചോലയെടീ......
ചന്ദനച്ചോലയിങ്കൽ-ഇന്നൊരു
ചാഞ്ചക്കം വഞ്ചിയെത്തും......

(റോസി)

* * *

കന്നിരാവിൻ കളഭക്കിണ്ണം
പൊന്നാനിപ്പുഴയിൽ വീണപ്പോൾ
പൊന്നാനിപ്പുഴയിൽ വീണപ്പോൾ.....
പണ്ട് കന്നിരാവിൻ കളഭക്കിണ്ണം
പൊന്നാനിപ്പുഴയിൽ വീണപ്പോൾ
ഒന്നാം കുന്നിലെ ഒന്നാം പൈങ്കിളി
മുങ്ങാങ്കുളിയിട്ടെടുക്കാൻ - പോയ്.....

(നഗരമേ നദി)

* * *

സുവർണരേഖാ നദിയിൽ പണ്ടൊരു
സുന്ദരി നീന്താനിറങ്ങി......

അവളെക്കണ്ടു കൊതിച്ചൊരു സുൽത്താൻ
അരലക്ഷം പവൻ വില പറഞ്ഞു.......

(ആലിബാബയും 41 കള്ളന്മാരും)

* * *

എന്റെ സങ്കൽപ്പ മന്ദാകിനി
നിന്റെ സങ്കൽപ്പ യമുനാനദി
ഇങ്ങിനെയെങ്ങിനെ ഇത്ര നാളിത്രനാൾ
ഒന്നായ് ചേരാതൊഴുകി.....

(ഒടുക്കം തുടക്കം)

* * *

മുല്ലപ്പെരിയാറിനു കല്യാണം
മൂവന്തി ചന്ദ്രൻ മണവാളൻ
പൊന്മുളം കാട്ടിൽ വന്നിന്നലെപ്പെണ്ണിന്റെ
സമ്മതം ചോദിച്ചു പൂന്തെന്നൽ

(യാമം)

കൈതപ്രം ദാമോദരൻ നമ്പൂതിരി

കല്ലായിക്കടവത്ത്
കാറ്റൊന്നും മിണ്ടീല്ലേ
മണിമാരൻ വരുമെന്ന്
ചൊല്ലിയില്ലേ.......

(പെരുമഴക്കാലം)

വണ്ണാത്തിപ്പുഴയുടെ തീരത്ത്
തിങ്കൾ കണ്ണാടി നോക്കും നേരത്ത്
സ്വപ്നം കണ്ടിറങ്ങി വന്നോളേ

(കളിയാട്ടം)

* * *

പാണപ്പുഴ പാടി നീട്ടി
നന്തുണിപ്പാട്ട്
ചൊല്ലാക്കഥയിലെ
കാണാപ്പൊരുളിലെ
മേളങ്ങൾ തുയിലുണർത്തിയ
നന്തുണിപ്പാട്ട്.....

(വിഷ്ണുലോകം)

* * *

യൂസഫലി കേച്ചേരി

ശ്രീരാമനാമ ജപ സാരസാഗരം

ശ്രീപാദപത്മം ജനിമോക്ഷ ദായകം
സരയൂനദിപോൽ തിരയിടുമാത്മാവിൽ.....

(നാരായം)

* * *

കല്ലായിപ്പുഴയൊരു മണവാട്ടി
കടലിന്റെ പുന്നാര മണവാട്ടി
പതിനാറു കഴിഞ്ഞിട്ടും
കല്യാണം കഴിഞ്ഞിട്ടും
പാവാട മാറ്റാത്ത പെൺകുട്ടി......

നമ്മുടെ നദികളും കവികളുമായുള്ള ആത്മബന്ധം ചൂണ്ടിക്കാട്ടാനാണ് ഈ ഗാനശകലങ്ങൾ ചൂണ്ടിക്കാട്ടിയത്. ഇനിയും ഒട്ടേറെ ഗാനരചയിതാക്കളുടെ ധാരാളം ഗാനങ്ങൾ അത്തരത്തിലുണ്ട്. അവ തേടിപ്പിടിക്കുന്നത് ഇതിൽ താൽപ്പര്യമുള്ളവർക്ക് രസകരമായ ഒരു അന്വേഷണമാകും.

14

നദീതട പദ്ധതികൾ

അണക്കെട്ടുകൾ

നദികൾക്കു കുറുകെ, ജലപ്രവാഹം തടഞ്ഞുനിർത്താനായി മനുഷ്യൻ നിർമിക്കുന്ന കൂറ്റൻ മതിൽക്കെട്ടുകളാണ് അണക്കെട്ടുകൾ. വൈദ്യുതോൽപ്പാദനത്തിനും ജലസേചനത്തിനുംവേണ്ട വെള്ളം അങ്ങനെ ശേഖരിച്ചു വയ്ക്കാനുള്ള കൃത്രിമ ജലാശയങ്ങൾ രൂപപ്പെടുന്നു. കല്ലു കൊണ്ടും മണ്ണുകൊണ്ടും കോൺക്രീറ്റുകൊണ്ടും നിർമിക്കപ്പെട്ടിട്ടുള്ള അണക്കെട്ടുകൾ ഉണ്ട്.

ഭക്രാനംഗൽ (പഞ്ചാബ്), നാഗാർജുനസാഗർ (ആന്ധ്ര), ഹിരാക്കുഡ് (ഒറീസ), രാംഗംഗ (യു പി), കൊയ്ന (മഹാരാഷ്ട്ര), കദന (ഗുജറാത്ത്), സർദാ (യു പി), പൊച്ചംപാട് (ആന്ധ്ര), ഇടുക്കി (കേരളം) എന്നിവയാണ് പ്രധാന അണക്കെട്ടുകൾ.

അതിപുരാതന കാലത്തുതന്നെ കൃഷികൾക്ക് ജലസേചനം നടത്തിയിരുന്നതായി വേദപുരാണങ്ങളിൽത്തന്നെ സൂചനകൾ കാണാം. മഴയെ മാത്രം ആശ്രയിച്ച് ഇന്ത്യയിൽ കൃഷിചെയ്യാൻ കഴിയില്ല. ഓരോ സംസ്ഥാനങ്ങളിലും ഓരോ നിരക്കിലാണ് മഴ ലഭിക്കുന്നത്. അതിനാൽ ജലസേചനത്തെ ആശ്രയിക്കുകയേ മാർഗമുള്ളൂ. ലോകത്തിലെ ഏറ്റവും വിപുലമായ ജലസേചന പദ്ധതികളും ഇന്ത്യയിലാണ് സ്ഥാപിക്കപ്പെട്ടിട്ടുള്ളത്. എങ്കിലും ഭൂമിയുടെ അഞ്ചിൽ ഒന്നു പ്രദേശത്തു മാത്രമേ ജലസേചനസൗകര്യം ലഭിച്ചിട്ടുള്ളൂ.

സിന്ധു ഗംഗാ സമതലമാണ് ജലസേചനസൗകര്യങ്ങൾ കൂടുതലുള്ള പ്രദേശം. നദികൾ കൂടാതെ തോടുകൾ, കുളങ്ങൾ, കിണറുകൾ എന്നിവ വഴിയും ജലസേചന സൗകര്യങ്ങൾ ലഭ്യമാണ്.

ഭക്രാനംഗൽ

ഇന്ത്യയുടെ ആധുനിക ക്ഷേത്രം എന്ന് ജവാഹർലാൽ നെഹ്റു വിശേഷിപ്പിച്ച അണക്കെട്ടാണ് ഭക്രാനംഗൽ. ഇന്ത്യയിലെ ഏറ്റവും വലിയ വിവിധോദ്ദേശ്യ പദ്ധതികളിലൊന്നാണ് ഭക്രാനംഗൽ. 1963ൽ പൂർത്തിയായ ഭക്രാനംഗൽ സത്‌ലജ് നദിയിൽ സിവാലിക് മലനിരകളുടെ അടിവാരത്താണ് നിർമിച്ചിട്ടുള്ളത്. ഈ കോൺക്രീറ്റ് അണക്കെട്ടിന് 518 മീറ്റർ നീളവും 226 മീറ്റർ ഉയരവുമുണ്ട്. ജലസംഭരണിയായ ഗോവിന്ദ് സാഗർ തടാകത്തിന് 9868 ദശലക്ഷം ക്യുബിക് മീറ്റർ ജലം സംഭരിക്കാനുള്ള ശേഷിയുണ്ട്. അണക്കെട്ടിനു മുകളിലൂടെ 10 മീറ്റർ വീതിയിലുള്ള റോഡുമുണ്ട്.

ഈ പദ്ധതി പ്രാവർത്തികമായതോടെ ധാന്യങ്ങൾ, പഞ്ഞി, കരിമ്പ്, എണ്ണക്കുരുക്കൾ എന്നിവ കൂടുതലായി ഉൽപ്പാദിപ്പിക്കുവാൻ കഴിഞ്ഞു. ഭക്രയ്ക്ക് ഏകദേശം 13 കിലോമീറ്റർ താഴെയാണ് നംഗൽ അണക്കെട്ട്. ഇതും കോൺക്രീറ്റ് അണക്കെട്ടാണ്. 343 മീറ്റർ നീളമുള്ള നംഗൽ അണക്കെട്ടിന് 133 മീറ്റർ പൊക്കമുണ്ട്. അണക്കെട്ടിന്റെ ഇടതുവശത്തുനിന്ന് ആരംഭിക്കുന്ന കനാലിന് 64 കി മീറ്റർ നീളമുണ്ട്. ഇതിലൂടെ ഭക്രാ കനാലുകളിലേക്കും രണ്ടു വൈദ്യുത നിലയങ്ങളിലേക്കും വെള്ളം ഒഴുകുന്നു.

ഭക്രാ അണക്കെട്ട്

പഞ്ചാബ്, ഹരിയാന, രാജസ്ഥാൻ എന്നീ സംസ്ഥാനങ്ങളിലെ 14.6 ദശലക്ഷം ഹെക്ടർ കൃഷിഭൂമിയിൽ ജലസേചനം നടത്താൻ ഇതുമൂലം കഴിയുന്നുണ്ട്. കൂടാതെ ചുറ്റുമുള്ള 49 ചെറിയ പട്ടണങ്ങൾക്കും ജലസേചന സൗകര്യങ്ങൾ എത്താത്ത ഗ്രാമങ്ങളിലെ കുഴൽക്കിണറുകളുടെ പ്രവർത്തനത്തിനും ഭക്രാനംഗൽ പദ്ധതിയിൽനിന്ന് വൈദ്യുതി നൽകി വരുന്നുണ്ട്.

ഗംഗയും ജലസേചന പദ്ധതികളും

നൂറ്റാണ്ടുകൾക്കുമുമ്പുതന്നെ ഗംഗയിലെ വെള്ളം കൃഷിക്കുവേണ്ടി ഉപയോഗപ്പെടുത്തിയിരുന്നു. 12-ാം നൂറ്റാണ്ടിൽത്തന്നെ കനാലുകൾവഴി ജലം കൃഷിസ്ഥലങ്ങളിൽ എത്തിച്ചിരുന്നു. 1854-ലാണ് ഹരിദ്വാറിൽനിന്ന് അപ്പർഗംഗാകനാൽ നിർമിക്കപ്പെട്ടത്. തുടർന്ന് 20-ാം നൂറ്റാണ്ടിന്റെ ആരംഭകാലത്ത്, കൂടുതൽ കനാലുകൾ നിർമിക്കുകയും വിപുലീകരിക്കുകയും ചെയ്തു. 230 കിലോ മീറ്ററാണ് പ്രധാന കനാലിന്റെ നീളം. 1879-ൽ നിർമിച്ചത് 100 കി മീറ്റർ നീളത്തിലുള്ള കനാലാണ്.

ഉത്തരാഖണ്ഡിലെ തെഹ്‌രി അണക്കെട്ട് വൈദ്യുതോൽപ്പാദനത്തിനും ജലസേചനത്തിനും പ്രാമുഖ്യം നൽകിയാണ് നിർമിച്ചത്. ഭാഗീരഥി നദിക്കു കുറുകെയാണ് തെഹ്‌രി അണക്കെട്ട് നിർമിച്ചിട്ടുള്ളത്. ഗംഗയിലെയും പോഷകനദികളിലെയും ജലസേചന പദ്ധതിളിൽ രാംഗംഗാ പദ്ധതി, കോസി പദ്ധതി, ഗണ്ഡക് പദ്ധതി, ഘാംഗ്ര പദ്ധതി, ദാമോദർ വാലി പദ്ധതി എന്നിവ ഉൾപ്പെടുന്നു. ഗംഗയിലെ വെള്ളപ്പൊക്കം നിയന്ത്രിക്കാനാണ് പശ്ചിമബംഗാളിൽ ദാമോദർവാലി പദ്ധതി ആരംഭിച്ചത്. ദാമോദർ നദിയിലെ അണക്കെട്ട്, വേനൽക്കാലത്ത് ഹുഗ്ലി നദിയിലേക്ക് വെള്ളം തിരിച്ചുവിടാനും സഹായകരമാണ്.

ഗംഗാസമതലം കൃഷിക്ക് ഏറെ ഉപയുക്തമായ പ്രദേശമാണ്. കാലാവസ്ഥ അനുകൂലമാവുകയും ജലസേചന പദ്ധതികൾ ഫലപ്രദമാവുകയും ചെയ്തതോടെ സമൃദ്ധയായി ധാന്യങ്ങളും പയറു വർഗങ്ങളും ഇവിടെ കൃഷി ചെയ്തുവരുന്നു. ഗോതമ്പ്, നെല്ല്, ചോളം, ബാർലി, പയറുവർഗങ്ങൾ തുടങ്ങിയ കാർഷികവിളകൾക്ക് ഗംഗാസമതലം പ്രസിദ്ധമാണ്.

ഗംഗയിലെ എക്കൽ നിക്ഷേപമാണ് പശ്ചിമബംഗാളിലെ നെല്ല് ഉൽപ്പാദനം വർധിക്കുവാൻ സഹായകരമായത്. വർഷകാലത്തും വേനൽക്കാലത്തും ഒരുപോലെ വെള്ളം ലഭിക്കുന്നതാണ് ഗംഗാനദിയുടെ മഹത്വം. എന്നാൽ പൊതുവെ ഉണ്ടാകുന്ന വെള്ളപ്പൊക്കം കൃഷിയെ പ്രതികൂലമായി ബാധിക്കുക പതിവാണ്. കൃഷിയുമായി ബന്ധപ്പെട്ട വ്യവസായങ്ങൾ -പഞ്ചസാര വ്യവസായം, രാസവള നിർമാണം-എന്നിവയും ഗംഗാതീരത്ത് അഭിവൃദ്ധിപ്പെട്ടിട്ടുണ്ട്.

ഇന്ത്യയിലെ നദികളിൽ ഗംഗയിലും പോഷകനദികളിലും മാത്രമാണ് വലുപ്പം കുറഞ്ഞ ഡോൾഫിനുകൾ കാണപ്പെടുന്നത്. വംശനാശഭീഷണി നേരിടുന്ന ജീവിവർഗമാണിത്.

ഹിരാക്കുഡ് അണക്കെട്ട്

ഒരു നദിയിൽ നിർമിച്ച ലോകത്തിലെ ഏറ്റവും നീളംകൂടിയ അണക്കെട്ട് എന്ന സ്ഥാനം ഒറീസയിലെ ഹിരാക്കുഡ് അണക്കെട്ടിനുള്ളതാണ്. സംബൽപ്പൂർ നഗരത്തിന് പടിഞ്ഞാറ് 14 കിലോമീറ്റർ അകലെയാണ് മഹാനദിയിലെ ഈ അണക്കെട്ട് സ്ഥിതിചെയ്യുന്നത്. ലോകത്തിലെ ഏറ്റവും നീളംകൂടിയ മണ്ണണക്കെട്ട് എന്ന വിശേഷണവും ഹിരാക്കുഡിനുണ്ട്. മണ്ണ്, കോൺക്രീറ്റ്, കൽക്കെട്ട് എന്നിവകൊണ്ടാണ് 25.8 കിലോമീറ്ററിലധികം നീളമുള്ള ഈ അണക്കെട്ട് പൂർത്തിയാക്കിയിട്ടുള്ളത്. പ്രധാന അണക്കെട്ടിന് 4.8 കിലോമീറ്റർ നീളമുണ്ട്. അണക്കെട്ടിനു പുറമെ 21 കിലോമീറ്റർ നീളമുള്ള ചിറയും ഹിരാക്കുഡിനുണ്ട്. അണക്കെട്ടിന് മധ്യഭാഗത്ത് 59 മീറ്റർ ഉയരം വരും.

വർഷകാലത്ത് മഹാനദിയിലുണ്ടാകുന്ന ജലപ്രളയം സമീപഗ്രാമങ്ങളെയും മുക്കിക്കളയുക പതിവായിരുന്നു. വെള്ളപ്പൊക്കത്തിൽ വർഷംതോറും അനേകമാളുകൾ മരണമടയുകയും ധാരാളം വസ്തുവകകൾ നശിക്കുകയും ചെയ്തിരുന്നു.

രണ്ടു ഘട്ടങ്ങളായിട്ടാണ് ഹിരാക്കുഡ് പദ്ധതി പൂർത്തിയാക്കിയത്. ആദ്യഘട്ടത്തിൽ പ്രധാന അണക്കെട്ടും റിസർവോയറും പൂർത്തിയായി. രണ്ടാംഘട്ടത്തിലാണ് പവർഹൗസും പ്രസരണ സംവിധാനങ്ങളും ജലസേചന കനാലുകളും പൂർത്തിയാക്കപ്പെട്ടത്. പദ്ധതിയിൽ ഉൾപ്പെട്ട മറ്റു രണ്ട് അണക്കെട്ടുകൾ ഒന്ന് തിക്കർപാറയിലും മറ്റൊന്ന് നരജിലുമാണ് നിർമിച്ചിട്ടുള്ളത്.

മഹാനദിയിലെ റിസർവോയറിന് 727 ചതുരശ്ര കിലോമീറ്റർ വിസ്തൃതിയുണ്ട്. വേനൽക്കാലത്ത് കൃഷിക്കായി റിസർവോയറിൽനിന്ന് ജലം വിട്ടുകൊടുക്കുന്നു. ഏകദേശം 17 ലക്ഷം ഹെക്ടർ സ്ഥലത്തെ കൃഷിക്ക് ഇത് പ്രയോജനപ്പെടുന്നുണ്ട്. 1946ൽ ആരംഭിച്ച പദ്ധതി 1957 ജനുവരി 13-ന് പ്രധാനമന്ത്രി ജവാഹർലാൽ നെഹ്റുവാണ് ഉദ്ഘാടനം ചെയ്തത്.

വെള്ളപ്പൊക്ക നിയന്ത്രണം, ജലസേചനം, വിദ്യുച്ഛക്തി ഉൽപ്പാദനം എന്നീ വിവിധ ആവശ്യങ്ങളാണ് ഈ പദ്ധതിയിലൂടെ പ്രാവർത്തികമാക്കപ്പെട്ടത്. 125 മെഗാ വാട്ടു വീതും ഉൽപ്പാദനശേഷിയുള്ള 16 യൂണിറ്റുകളാണ് ഹിരാക്കുഡ് പദ്ധതിയോടനുബന്ധിച്ചുള്ള വൈദ്യുതനിലയത്തിൽ പ്രവർത്തിക്കുന്നത്. വ്യാവസായികാവശ്യങ്ങൾക്ക് വൈദ്യുതി ലഭ്യമാക്കിയതോടെ ഇരുമ്പ്, സിമന്റ്, പഞ്ചസാര, കടലാസ്, അലൂമിനിയം, രാസപദാർഥങ്ങൾ എന്നിവയുടെ ഫാക്ടറികൾ ഒറീസയിൽ കാര്യക്ഷമമായി പ്രവർത്തിക്കാൻ തുടങ്ങി.

ഹിരാക്കുഡ് പദ്ധതിയിലെ വൈദ്യുതി ദേശീയ പവർഗ്രിഡ് മുഖേന ജംഷഡ്പൂർ, റൂർക്കേലാ എന്നിവിടങ്ങളിലെ വൻകിട ഇരുമ്പുരുക്ക് നിർമാണശാലകൾക്കും ലഭ്യമാക്കിയിട്ടുണ്ട്. ഒന്നാം പഞ്ചവത്സരപദ്ധതി ക്കാലത്താണ് ഈ വിവിധോദ്ദേശ്യപദ്ധതി ആരംഭിച്ചത്. ഇന്ത്യയുടെ വികസനരംഗത്ത് ഹിരാക്കുഡ് പദ്ധതി ഒരു നാഴികക്കല്ലായി പരിഗണിക്കപ്പെടുന്നു.

തുംഗഭദ്ര പ്രോജക്ട്

കർണാടകത്തിലെ തുംഗനദിയിൽ 1955-ൽ നിർമിച്ച അണക്കെട്ടും ഭദ്രയിൽ 1957-ൽ നിർമിച്ച അണക്കെട്ടും കൃഷിക്ക് വേണ്ട ജലസേചന സൗകര്യം ഒരുക്കുന്നു. തുംഗയിലെ അണക്കെട്ട് 70,000 ഏക്കർ സ്ഥലത്തെ ജലസേചനത്തിന് പ്രയോജനകരമാവുമ്പോൾ ഭദ്രയിലെ അണക്കെട്ട് 2.42 ലക്ഷം ഏക്കർ സ്ഥലത്തെ കൃഷിക്ക് ജലം എത്തിക്കുന്നു. നെല്ല്, കരിമ്പ്, മറ്റ് ധാന്യങ്ങൾ എന്നിവയാണ് ഇവിടെ കൃഷി ചെയ്യുന്നത്.

നദിയുടെ തുടർന്നുള്ള 312 കിലോമീറ്റർ ദൂരത്തിനുള്ളിൽ 18 പഴയ അണക്കെട്ടുകൾ കാണാം. വരൾച്ചയുടെ ഫലമായി കൃഷി നശിക്കുന്ന കർണാടകത്തിലെ കൃഷിയിടങ്ങൾക്ക് പുതു ചൈതന്യമണയ്ക്കാൻ തുംഗഭദ്രാ പദ്ധതിക്കു കഴിഞ്ഞിട്ടുണ്ട്.

നാഗാർജുനസാഗർ പദ്ധതി

ആന്ധ്രാപ്രദേശിൽ ഹൈദരബാദിൽനിന്ന് 144 കിലോമീറ്റർ അകലെ കൃഷ്ണാനദിയിൽ നിർമിച്ചിട്ടുള്ള നാഗാർജുനസാഗർ അണക്കെട്ടിന് 1450 മീറ്റർ നീളവും 124.7 മീറ്റർ ഉയരവുമുണ്ട്. അതോടൊപ്പമുള്ള മൺ അണക്കെട്ടിന് 3414 മീറ്ററാണ് നീളം. പ്രാചീന ബുദ്ധമത പണ്ഡിതനായ നാഗാർജുനന്റെ നാമധേയത്തിലാണ് ഈ അണക്കെട്ട് നിർമിച്ചിട്ടുള്ളത്. പുരാതന കാലത്തെ പ്രമുഖബുദ്ധമത കേന്ദ്രമായിരുന്ന നാഗാർജുനക്കൊണ്ട; അണക്കെട്ടിന്റെ നിർമാണത്തെ തുടർന്ന് വെള്ളത്തിനടിയിലായി. 1955-ൽ നിർമാണം ആരംഭിച്ച അണക്കെട്ട് 1969-ലാണ് പൂർത്തിയായത്. അണക്കെട്ടിലെ വെള്ളം ജലസേചനത്തിനായി വിട്ടുകൊടുക്കുന്നതോടൊപ്പം 100

നാഗാർജുനസാഗർ അണക്കെട്ട്

മെഗാവാട്ട് വൈദ്യുതിയും ഉൽപ്പാദിപ്പിക്കുന്നുണ്ട്. കൃഷ്ണാനദിയിലെ വെള്ളപ്പൊക്കം തടയുന്നതിന് ഒരു പരിധിവരെ ഈ അണക്കെട്ട് പ്രയോജനപ്പെടുന്നുമുണ്ട്. കൂടാതെ കൃഷ്ണാനദിയുടെ പോഷകനദികളായ മലപ്രഭ, ഘടപ്രഭ, കൊയ്ന എന്നിവയിലും അണകെട്ടി ജലസേചനസൗകര്യങ്ങൾ ഏർപ്പെടുത്തിയിട്ടുണ്ട്.

കൃഷ്ണാനദിയുടെ കീഴ്ത്തടപ്രദേശത്ത് ആന്ധ്രായിൽ സ്ഥാപിച്ചിട്ടുള്ള ഒരു പ്രധാന ജലവൈദ്യുതപദ്ധതിയാണ് ശ്രീശൈലം പദ്ധതി. അണക്കെട്ട്, വൈദ്യുതനിലയം, കനാലുകൾ എന്നിവ ഈ പദ്ധതിയുടെ ഭാഗമായി പൂർത്തിയാക്കിയിട്ടുണ്ട്.

സർദാർ സരോവർ പദ്ധതി

നർമദാ നദിയിലെയും പോഷകനദികളിലെയും ജലസേചന, വൈദ്യുതോൽപ്പാദനപദ്ധതികൾ ഏകോപിപ്പിക്കുന്നതിനുവേണ്ടി 1979-ൽ നർമദാ വാട്ടർ ഡിസ്പ്യൂട്ട് ട്രൈബ്യൂണലിന്റെ നിർദേശപ്രകാരം രൂപീകൃതമായ താഴ്വാര വികസനപദ്ധതിയാണ് സർദാർ സരോവർ പദ്ധതി. ഗുജറാത്ത്, മധ്യപ്രദേശ്, രാജസ്ഥാൻ, മഹാരാഷ്ട്ര എന്നീ സംസ്ഥാനങ്ങൾക്ക് പൊതുവിൽ പ്രയോജനപ്രദമായ അന്തർസംസ്ഥാന വിവിധോദ്ദേശ്യപദ്ധതിയാണിത്. 30 വലിയ അണക്കെട്ടുകളും 135 ഇടത്തരം അണക്കെട്ടുകളും 3000 ചെറിയ അണക്കെട്ടുകളും ഈ പദ്ധതിയിൽ ഉൾപ്പെടുന്നുണ്ട്. ഇന്ത്യയിലെ ഏറ്റവും വലിയ ജലവിഭവ വികസനപദ്ധതിയാണ് ഇത്. ട്രൈബ്യൂണലിന്റെ നിർദേശം ലഭിച്ചുവെങ്കിലും 1987-ലാണ് പരിസ്ഥിതി സംരക്ഷണവകുപ്പ്, വനംവകുപ്പ് എന്നിവയുടെ അനുമതി ലഭ്യമായത്. തുടർന്ന് 1980ൽ പ്രവർത്തനം ആരംഭിച്ച 'നർമദാകൺട്രോൺ അതോറിട്ടി' 1987-ൽ കൂടുതൽ വിപുലമാക്കുകയുണ്ടായി. പദ്ധതിമൂലം കുടിയൊഴിഞ്ഞുപോകേണ്ടിവരുന്നവരുടെ പുനരധിവാസം, താഴ്വരകളുടെ മേൽനോട്ടം, പരിസരസംരക്ഷണം എന്നിവ ട്രൈബ്യൂണലിന്റെ നേതൃത്വത്തിൽ രൂപീകൃതമായ ഉപദേശകസമിതിയുടെ ചുമതലകളിൽപ്പെടും.

പദ്ധതിപ്രകാരമുള്ള കുറെ അണക്കെട്ടുകളുടെ നിർമാണം പൂർത്തിയായിക്കഴിഞ്ഞിട്ടുണ്ട്. ഗുജറാത്തിൽ 2 ദശലക്ഷം ഹെക്ടർ ഭൂമിയിലും രാജസ്ഥാനിൽ 75,000 ഹെക്ടർ ഭൂമിയിലും കൃഷിക്ക് ജലമെത്തിക്കാൻ പദ്ധതിക്കുകഴിയും. 1450 മെഗാവാട്ട് വൈദ്യുതി ഉൽപ്പാദിപ്പിക്കുകയാണ് പദ്ധതിയുടെ മറ്റൊരു ലക്ഷ്യം. ഭവനരഹിതരായ ജനങ്ങളിൽ കുറെയേറെപ്പേരെ പുനരധിവസിപ്പിച്ചു കഴിഞ്ഞിട്ടുണ്ടെങ്കിലും ഇനിയും കുറേയേറെ ബാക്കിയാണ്.

നർമദാ ബചാവോ ആന്ദോളൻ

ഭാരതത്തിലെ മറ്റു നദികളിൽനിന്ന് ഏറെ വ്യത്യസ്ഥതയുള്ള നദിയാണ് നർമദ. ശക്തമായ നീരൊഴുക്ക്, നദീതടത്തിന്റെ കുത്തനെയുള്ള ചരിവുകൾ, ഇടയ്ക്കിടെയുള്ള വെള്ളച്ചാട്ടങ്ങൾ എന്നിവ നർമദയുടെ

മേധാപട്കർ

സവിശേഷതകളാണ്. നർമദാതാഴ്‌വര പ്രദേശത്തിന് 98,420 ചതുരശ്ര കിലോമീറ്റർ വിസ്തൃതിയുണ്ട്. സർദാർ സരോവർ പദ്ധതിമൂലം പരിസ്ഥിതിക്കും ഇരുകരകളിലുമുള്ള അസംഖ്യം ജനങ്ങൾക്കും ഉണ്ടാകുന്ന നാശ നഷ്ടങ്ങൾ ചൂണ്ടിക്കാട്ടി 'നർമദാ ബചാവോ ആന്ദോളൻ' എന്നപേരിൽ ഒരു ബഹുജന പ്രക്ഷോഭപരിപാടി വളരെ വർഷങ്ങളായി നടന്നുവരികയാണ്. പദ്ധതി പൂർത്തിയാകുന്നതോടെ 245 ഗ്രാമങ്ങൾ വെള്ളത്തിൽ ആണ്ടുപോകുമെന്നും ഒരുലക്ഷത്തിൽപ്പരമാളുകൾ ഭവനരഹിതരാകുമെന്നും പ്രക്ഷോഭകർ ചൂണ്ടിക്കാട്ടുന്നു. മേധാപട്കറാണ് ഈ പ്രക്ഷോഭപരിപാടികൾക്ക് നേതൃത്വം നൽകുന്നത്. പ്രശസ്ത സാമൂഹിക പ്രവർത്തകയും പരിസ്ഥിതിപ്രവർത്തകയുമായ മേധാപട്കർ ഇന്ത്യയിലെ മിക്ക സംസ്ഥാനങ്ങളിലുമുണ്ടാകുന്ന പരിസ്ഥിതിനാശങ്ങൾക്ക് എതിരെ പ്രതികരിച്ചുകൊണ്ടിരിക്കുന്ന ഒരു വനിതയാണ്.

കുറ്റ്യാടി ജലവൈദ്യുതപദ്ധതി

മലബാർ പ്രദേശത്തെ ആദ്യത്തെ ജലവൈദ്യുതപദ്ധതിയാണ് കുറ്റ്യാടി ജലവൈദ്യുതപദ്ധതി. 1962-ൽ ആരംഭിച്ച് 1972-ൽ പൂർത്തിയായ പെരുവണ്ണാമുഴിയിലെ 173 മീറ്റർ നിളവും 35.40 മീറ്റർ ഉയരവുമുള്ള അണക്കെട്ടാണ് പദ്ധതിപ്രകാരം ആദ്യമായി പൂർത്തിയാക്കിയത്. മറ്റൊരു അണക്കെട്ടും ഈ പദ്ധതിയിൽ ഉൾപ്പെടുത്തി പൂർത്തീകരിച്ചിട്ടുണ്ട്. കൊയിലാണ്ടി പേരാമ്പ്രയ്ക്ക് അടുത്ത് നിർമിച്ചതാണ് പെരുവണ്ണാമുഴി അണക്കെട്ട്. മറ്റൊന്ന് കുറ്റ്യാടിക്കടുത്ത് ഊരക്കുഴി എന്ന സ്ഥലത്താണ് സ്ഥാപിച്ചിട്ടുള്ളത്. ഊഴക്കുഴി ജലപാതത്തിനു മുകളിൽ നിർമിച്ചിട്ടുള്ള ഈ അണക്കെട്ടിന് 158.5 മീറ്റർ നീളവും 39.5 മീറ്റർ ഉയരവുമുണ്ട്. ഇവിടെ സംഭരിക്കുന്ന വെള്ളം കക്കയം താഴ്‌വരയിൽ സ്ഥാപിച്ചിട്ടുള്ള വൈദ്യുതിനിലയത്തിൽ എത്തിച്ച് 75 മെഗാവാട്ട് വൈദ്യുതി ഉൽപ്പാദിപ്പിക്കുന്നു. ആദ്യ അണക്കെട്ടിലെ ജലം ജലസേചനാവശ്യങ്ങൾക്കും, രണ്ടാമത്തെ അണക്കെട്ടിലെ ജലം വൈദ്യുതോൽപ്പാദനത്തിനും ഉപയോഗപ്പെടുന്നു.

മലമ്പുഴ അണക്കെട്ടും അതിനുസമീപമുള്ള ഉദ്യാനവും കേരളത്തിൽ ഏറെ പ്രശസ്തമാണ്. പ്രശസ്തശിൽപ്പി കാനായി കുഞ്ഞിരാമൻ രൂപകൽപ്പന ചെയ്തു നിർമിച്ച 'യക്ഷി'യുടെ പ്രതിമ ഒട്ടേറെ സഞ്ചാരികളെ

ആകർഷിക്കുന്നുണ്ട്. കൂടാതെ മലമ്പുഴയിലെ അക്വേറിയം, ശിലാനിർമിതമായ ഉദ്യാനം, ജലധാരായന്ത്രങ്ങൾ എന്നിവ ആകർഷകങ്ങളത്രേ.

1849 മീറ്റർ നീളവും 36 മീറ്റർ ഉയരവുമുള്ള മലമ്പുഴ അണക്കെട്ട് പ്രകൃതിസൗന്ദര്യത്താൽ അനുഗൃഹീതമായ ഒരു സ്ഥലത്താണ് നിർമിക്കപ്പെട്ടിട്ടുള്ളത്. മലമ്പുഴ അണക്കെട്ടിൽനിന്നുള്ള ജലം പാലക്കാട് ജില്ലയിലെ നെൽകൃഷിക്ക് ഉപയുക്തമാക്കാനായി കനാലുകളും നിർമിച്ചിട്ടുണ്ട്. വാളയാറിൽ നിർമിച്ചിട്ടുള്ള അണക്കെട്ടും ജലസേചനസൗകര്യം വർധിപ്പിക്കാൻവേണ്ടി നിർമിക്കപ്പെട്ടതാണ്. 1481 മീറ്റർ നീളമുള്ള വാളയാർ അണക്കെട്ടിന് 25 മീറ്ററാണ് ഉയരം. വാളയാറിൽ പ്രവർത്തിക്കുന്ന മലബാർ സിമന്റ് ഫാക്ടറി കേരളത്തിലെ നിർമാണപ്രവർത്തനങ്ങൾക്കുള്ള സിമന്റിന്റെ ഒരുഭാഗം ഉൽപ്പാദിപ്പിക്കുന്നുണ്ട്. തമിഴ്നാടും കേരളവും തമ്മിലുള്ള അതിർത്തിയാണ് വാളയാർചുരം. റോഡുമാർഗവും ട്രയിൻ മാർഗവും തമിഴ്നാട്ടിലേക്കു കടക്കുന്നതിന് വാളയാറാണ് സഞ്ചാരമാർഗം.

മലമ്പുഴ അണക്കെട്ടിലെ മണൽ നീക്കംചെയ്യുന്നു

കേരളത്തിലെ ഏറ്റവും വലിയ ജലസേചനപദ്ധതിയായ മലമ്പുഴ അണക്കെട്ടിൽ അടിഞ്ഞുകൂടിയിരിക്കുന്ന മണലും ചെളിയും നീക്കംചെയ്യാൻ നടപടികൾ ആരംഭിച്ചിട്ടുണ്ട്. 1955-ൽ കമ്മീഷൻ ചെയ്ത 226 ദശലക്ഷം ഘനമീറ്റർ സംഭരണശേഷിയുള്ള മലമ്പുഴ ഡാമിൽ 30 ദശലക്ഷം ഘനമീറ്റർ സിൽറ്റ് (മണലും ചെളിയും) അടിഞ്ഞിട്ടുണ്ടെന്നാണ് ജലവിഭവ വകുപ്പിന്റെ കീഴിലുള്ള പീച്ചിയിലെ കേരള എൻജിനീയറിങ് റിസർച്ച് ഇൻസ്റ്റിറ്റ്യൂട്ടിന്റെ പഠനത്തിൽ കണ്ടെത്തിയിട്ടുള്ളത്. ആകെ സംഭരണ

മലമ്പുഴ അണക്കെട്ട്

മലമ്പുഴയിലെ 'യക്ഷി'

ശേഷിയുടെ 12 ശതമാനംവരും ഇത്. ചുരുങ്ങിയത് 12 ലക്ഷം ലോഡ് മണൽ മലമ്പുഴയിൽനിന്നു ലഭിക്കുമെന്നാണ് കണക്കാക്കപ്പെട്ടിട്ടുള്ളത്. ഡാമിന്റെ സംഭരണശേഷി വർധിപ്പിക്കാനാണ് സർക്കാരിന്റെ ഈ തീരുമാനം. 25,000 ഹെക്ടർകൃഷിക്കും പാലക്കാട് നഗരസഭ, സമീപത്തെ ആറ് പഞ്ചായത്തുകൾ എന്നിവിടങ്ങളിലെ ലക്ഷക്കണക്കിന് ജനങ്ങൾക്ക് കുടിനീർ നൽകുന്നത് മലമ്പുഴ അണക്കെട്ടിൽനിന്നാണ്. മണൽനീക്കം ചെയ്യാനുള്ള പ്രവർത്തിക്ക് ടെന്റർ നടപടികൾ ആരംഭിച്ചിട്ടുണ്ട്. മൂന്നുവർഷത്തിനകം അണക്കെട്ടിലെ മണലും ചെളിയും നീക്കാനാണ് കരാർ നൽകുന്നത്.

മുല്ലപ്പെരിയാർ അണക്കെട്ട്

പഴയ മദ്രാസ് ഗവൺമെന്റും തിരുവിതാംകൂർ ഗവൺമെന്റും തമ്മിലുണ്ടാക്കിയ ഒരു കരാറിനെ തുടർന്നാണ് മുല്ലപ്പെരിയാർ അണക്കെട്ടിന്റെ നിർമാണം. ബ്രിട്ടീഷുകാരുടെ സമ്മർദത്തെ തുടർന്ന് കേരളത്തിന് ദോഷകരമായ ഈ കരാർ ഒപ്പിടാൻ വിശാഖം തിരുനാൾ മഹാരാജാവാണ് ദിവാൻ രാമയ്യങ്കാർക്ക് അനുമതി നൽകിയത്.

1886 ജനുവരി ഒന്നുമുതൽ 999 വർഷത്തേക്കുള്ള ഒരു പാട്ടക്കരാറാണ് ഇതിന്റെ ഭാഗമായി ഒപ്പുവയ്ക്കപ്പെട്ടത്. 43 ലക്ഷം രൂപാ ചെലവഴിച്ച് നിർമിച്ച ഈ അണക്കെട്ടിന് 450 മീറ്റർ നീളമുണ്ട്. അന്നത്തെ മദ്രാസ് ഗവർണറായിരുന്ന വെൻലോക്ക് പ്രഭു 1895 ഒക്ടോബർ 11-ന് അണക്കെട്ട് ഉദ്ഘാടനം ചെയ്തു. ചുണ്ണാമ്പും മണലും ശർക്കരയും ചേർത്ത് പണികഴിപ്പിച്ച അണക്കെട്ടിന്റെ പ്രഖ്യാപിതകാലാവധി 50 വർഷമായിരുന്നു.

മുല്ലപ്പെരിയാറിൽ സംഭരിക്കുന്ന ജലം ഒന്നര കിലോമീറ്റർ നീളത്തിൽ മലതുരന്ന് നിർമിച്ച തുരങ്കംവഴി തമിഴ്നാട്ടിലെ വൈഗ നദീതടത്തിൽ

എത്തിക്കുന്നു. 60,000 ഹെക്ടർ സ്ഥലത്തെ ജലസേചനത്തിനാണ് തമിഴ്നാട് ഈ ജലം ഉപയോഗിക്കുന്നത്. പാട്ടക്കരാറിൽ ജലസേചനാവശ്യത്തിനുമാത്രമായിട്ടാണ് ഉപയോഗം നിജപ്പെടുത്തിയിരുന്നെങ്കിലും കരാർ വ്യവസ്ഥകൾക്കു വിരുദ്ധമായി വൈദ്യുതി ഉൽപ്പാദിപ്പിക്കുവാനുള്ള ശ്രമം പഴയ മദ്രാസ് സർക്കാർ ആരംഭിക്കുകയും തിരുവിതാംകൂറിന്റെ എതിർപ്പിനെ തുടർന്ന് 1941 മെയ് 11-ന് വൈദ്യുതി ഉൽപ്പാദനം തടഞ്ഞുകൊണ്ടുള്ള വിധിയുണ്ടാവുകയും ചെയ്തു.

പദ്ധതിയുമായി മുന്നോട്ടുപോയ തമിഴ്നാട് സർക്കാർ 1959ൽ 35 മെഗാവാട്ടിന്റെ മൂന്നു ജനറേറ്ററുകളും 1965ൽ നാലാമത്തെ ജനറേറ്ററും സ്ഥാപിച്ച് വൈദ്യുതി ഉൽപ്പാദനം തുടങ്ങി. തമിഴ്നാട് സർക്കാരിന്റെ ഇടപെടലിനെത്തുടർന്ന് കേന്ദ്ര ഗവൺമെന്റിന്റെ സമ്മർദം ഉണ്ടാവുകയും അനുബന്ധ കരാറിൽ ഒപ്പിടാൻ കേരളം നിർബന്ധിതമാവുകയും ചെയ്തു. മൂലകരാറിലെ വ്യവസ്ഥകൾ നിലനിർത്തിക്കൊണ്ടുതന്നെ വൈദ്യുതി ഉൽപ്പാദനം അനുവദിക്കുന്ന അനുബന്ധകരാറിൽ 1970 മെയ് 2-ന് കേരളം ഒപ്പുവയ്ക്കുകയും ചെയ്തു. ഇപ്പോഴും തമിഴ്നാട് സർക്കാർ സമ്മർദതന്ത്രമുപയോഗിച്ച് കേരളത്തെ വരുതിയിലാക്കാൻ ശ്രമിക്കുകയാണ്.

ഭൂതത്താൻ അണക്കെട്ട്

പെരിയാറിൽ ഇടമലയാർ സംഗമത്തിനു താഴെയാണ് ഭൂതത്താൻകെട്ട് അണക്കെട്ട്. ഇതിലെ ജലം കൃഷി ആവശ്യങ്ങൾക്കായി വിട്ടുകൊടുക്കുന്നുണ്ട്. 2007 ഫെബ്രുവരി 20-ന് ഭൂതത്താൻകെട്ട് റിസർവോയറിൽ ഉണ്ടായ തട്ടേക്കാട് ബോട്ടപകടം കേരളത്തെ അക്ഷരാർഥത്തിൽ ഞെട്ടിച്ച ഒരു ദാരുണസംഭവമായിരുന്നു. എളവൂർ സെന്റ് ആന്റണീസ് യു പി സ്കൂളിൽനിന്ന് വിനോദയാത്രയ്ക്കായി എത്തിയ കുട്ടികൾ സഞ്ചരിച്ച ബോട്ടാണ് അപകടത്തിൽപ്പെട്ടത്. 15 കുട്ടികളും 3 അധ്യാപികമാരും ഈ ദാരുണസംഭവത്തിൽ മരണമടഞ്ഞു. ദുർബലമായി കെട്ടിയുണ്ടാക്കിയ ബോട്ടിൽ നാൽപ്പതിലധികം കുട്ടികളെ തിരുകിക്കയറ്റിയതാണ് ബോട്ടു മുങ്ങാൻ കാരണമായത്.

മുല്ലപ്പെരിയാർ അണക്കെട്ടു കഴിഞ്ഞ് പെരിയാർ മുന്നോട്ട് ഒഴുകുമ്പോൾ പെരുന്തുറ, കട്ടപ്പന, ചെറുതോണി എന്നീ പോഷകനദികൾ ഒഴുകിയെത്തുന്നു. ചെറുതോണിയാർ ഒഴുകിയെത്തുന്നതിനു മുകളിലാണ് ഇടുക്കി അണക്കെട്ട് നിർമിച്ചിട്ടുള്ളത്. കേരളത്തിലെ ഏറ്റവും ഉയരംകൂടിയ അണക്കെട്ടാണ് ഇടുക്കി അണക്കെട്ട്. ഇന്ത്യയിലെ ഒന്നാമത്തെ ആർച്ച് ഡാമായ ഇടുക്കി ഡാമിന് 169 മീറ്റർ ഉയരമുണ്ട്. ചെറുതോണിയാറിലാണ് മറ്റൊരു അണക്കെട്ട് നിർമിച്ചിട്ടുള്ളത്. മൂവാറ്റുപുഴയാറിന്റെ ഒരു ചെറിയ പോഷകനദിയായ കിളിവള്ളിത്തോടിലാണ് മൂന്നാമത്തെ അണക്കെട്ട് സ്ഥിതിചെയ്യുന്നത്. മൂന്ന് അണക്കെട്ടുകളുംകൂടി ഒറ്റ റിസർവോയറായി പ്രവർത്തിക്കുന്നു. ഇവിടെ നിന്നുള്ള വെള്ളമാണ് തുരങ്കത്തിലൂടെ

മൂലമറ്റത്ത് എത്തി ആറ് ജനറേറ്റുകൾ പ്രവർത്തിപ്പിച്ച് കേരളത്തിന് ഏറ്റവുമധികം വൈദ്യുതി ഉൽപ്പാദിപ്പിച്ചുതരുന്നത്.

കേരളത്തിലെ ആദ്യത്തെ ജലവൈദ്യുതപദ്ധതിയായ പള്ളിവാസൽ പദ്ധതി 1940-ലാണ് പൂർത്തിയായത്. മൂന്ന് അണക്കെട്ടുകളാണ് ഈ പദ്ധതിയിൽ ഉൾപ്പെടുത്തിയിട്ടുള്ളത്. കുണ്ടള, മാട്ടുപ്പെട്ടി, മൂന്നാർ എന്നിവിടങ്ങളിലെ അണക്കെട്ടുകളിൽനിന്നുള്ള ജലം ഉപയോഗിച്ചാണ് വൈദ്യുതി ഉൽപ്പാദിപ്പിക്കുന്നത്. പള്ളിവാസൽ വൈദ്യുതി നിലയത്തിൽനിന്ന് പുറത്തേക്ക് ഒഴുകുന്ന വെള്ളം ഉപയോഗിച്ചാണ് ചെങ്കുളം പദ്ധതി പ്രവർത്തിക്കുന്നത്. വൈദ്യുതി ഉൽപ്പാദനം ഇവിടെയും നടന്നുവരുന്നു.

പെരിയാറിന്റെ പോഷകനദിയായ പന്നിയാറിൽ രണ്ടു അണക്കെട്ടുകൾ നിർമിക്കപ്പെട്ടിട്ടുണ്ട്. ഒന്ന് ദേവികുളത്തിന് തെക്കു കിഴക്കായി ആനയിറങ്ങൽ എന്ന സ്ഥലത്തും, മറ്റൊന്ന് പന്നിയാർ നദിയിൽ വെള്ളത്തൂവലിനു സമീപവുമാണ് നിർമിച്ചിട്ടുള്ളത്. 2007 സെപ്റ്റംബർ 17-ന് പന്നിയാറിലെ പെൻസ്ട്രോക്ക് പൈപ്പുകൾ പൊട്ടിയുണ്ടായ ജലപ്രവാഹത്തിൽ 7 വൈദ്യുതവകുപ്പ് ജീവനക്കാർ മരണമടയുകയുണ്ടായി. കേടുപാടുകൾ പറ്റിയ പൈപ്പുകൾ മാറ്റാൻ പോയവർക്കാണ് ഈ ദുരന്തമുണ്ടായത്. തുടർന്ന് ഈ വൈദ്യുതിനിലയം കുറെനാൾ പ്രവർത്തനരഹിതമായി കിടക്കാനുമിടയായി.

കല്ലാർകുട്ടി എന്നറിയപ്പെടുന്ന നേരിയമംഗലം ജലവൈദ്യുത പദ്ധതി, ചെങ്കുളം, പന്നിയാർ എന്നീ നിലയങ്ങളിൽനിന്ന് ഒഴുകുന്ന വെള്ളവും മൂന്നാർ ഹെഡ്‌വർക്സിൽനിന്ന് പുറത്തേക്കൊഴുക്കുന്ന ജലത്തോടൊപ്പം കല്ലാർ എന്ന സ്ഥലത്ത് പൂയൻകുട്ടിപ്പുഴയുടെ ഒരു പോഷക നദിയിൽ ഡൈവേർഷൻവിയർ കെട്ടി തിരിച്ചുവിടുന്ന ജലവുംകൂടി കല്ലാർകുട്ടി എന്ന സ്ഥലത്ത് അണകെട്ടി സംഭരിച്ച് മുതിരപ്പുഴ, പെരിയാറ്റിൽ ചേരുന്നിടത്ത് സ്ഥാപിച്ചിട്ടുള്ള വൈദ്യുതനിലയത്തിൽ എത്തിച്ച് വൈദ്യുതി ഉൽപ്പാദിപ്പിക്കുന്നു. പെരിയാറിലാണ് ഏറ്റവും കൂടുതൽ അണക്കെട്ടുകൾ നിർമിച്ച് വൈദ്യുതനിലയങ്ങൾ സ്ഥാപിച്ചിട്ടുള്ളത്.

പെരിയാറിന്റെ തീരത്ത് ഒട്ടേറെ തീർഥാടന കേന്ദ്രങ്ങൾ സ്ഥിതി ചെയ്യുന്നു. ശ്രീശങ്കരന്റെ ജന്മസ്ഥലമായ കാലടി, ക്രിസ്തീയ തീർഥാടന കേന്ദ്രമായ മലയാറ്റൂർ കുരിശുമല, ആലുവ ശിവരാത്രി മണൽപ്പുറം എന്നിവയാണ് അക്കൂട്ടത്തിൽ പ്രാധാനം. പ്രസിദ്ധമായ തേക്കടി വന്യമൃഗ സംരക്ഷണ കേന്ദ്രവും തേക്കടിയിലെ പെരിയാർ തടാകത്തിലുള്ള ബോട്ടിങ്ങും ടൂറിസ്റ്റുകളെ ആകർഷിക്കുന്നവയാണ്.

പെരിയാറിലെ ജലവൈദ്യുത പദ്ധതികൾ

പള്ളിവാസൽ, ചെങ്കുളം, പെരിങ്ങൽകുത്ത്, നേരിയമംഗലം, പന്നിയാർ, ഇടുക്കി, മണിയാർ, മാട്ടുപ്പെട്ടി, ഇടമലയാർ, ലോവർ പെരിയാർ.

പെരിയാറിലെ ജലസംഭരണികൾ

ഇടുക്കി, ആനയിറങ്ങൽ, കുണ്ടള, മാട്ടുപ്പെട്ടി, ചെങ്കുളം, നേരിയ മംഗലം, ഭൂതത്താൻകെട്ട്.

പമ്പയെ അടിസ്ഥാനമാക്കിയാണ് ശബരിഗിരിപദ്ധതി ആസൂത്രണം ചെയ്തത്. ജലവൈദ്യുതപദ്ധതികളിൽ, ഇടുക്കി കഴിഞ്ഞാൽ ശബരിഗിരിക്കാണ് അടുത്ത സ്ഥാനമുള്ളത്. പമ്പയിലും കക്കിയാറിലും അണകൾ കെട്ടി ജലംസംഭരിച്ചാണ് മൂഴിയാറിലെ വിദ്യുച്ഛക്തി നിലയത്തിലെത്തിച്ച് വൈദ്യുതി ഉൽപ്പാദിപ്പിക്കുന്നത്. കക്കാട് ജലവൈദ്യുത പദ്ധതിയിൽനിന്നും വൈദ്യുതി ഉൽപ്പാദിപ്പിക്കുന്നു.

മണൽവാരലാണ് പമ്പയുടെ പാരിസ്ഥിതിക തകർച്ചയ്ക്ക് ആക്കം കൂട്ടിയത്. അശാസ്ത്രീയമായ മണൽഖനനം നദിയുടെ അടിത്തട്ടിനെ സാരമായി ബാധിച്ചു കഴിഞ്ഞു. കഴിഞ്ഞ രണ്ടര പതിറ്റാണ്ടിനിടയ്ക്ക് പമ്പയുടെ അടിത്തട്ട് ശരാശരി 3 മുതൽ 4 മീറ്റർവരെ താഴ്ന്നിട്ടുള്ളതായി ഒരു പഠനം വെളിപ്പെടുത്തുന്നു. ഓരോവർഷവും നദിയിലേക്ക് ഒഴുകിയെത്തുന്ന മണലിനെക്കാൾ പലമടങ്ങാണ് നീക്കംചെയ്യപ്പെടുന്നത്. പമ്പാനദിയെ സംരക്ഷിക്കണമെന്ന് ആവശ്യപ്പെട്ടുകൊണ്ട് 'പമ്പാ പരിരക്ഷണസമിതി' എന്നൊരു ജനകീയ സമിതി പ്രവർത്തിച്ചുവരുന്നു. പമ്പാ ആക്ഷൻ പ്ലാൻ എന്നൊരു പദ്ധതി സർക്കാർ ആവിഷ്കരിച്ചിട്ടുണ്ടെങ്കിലും പ്രവർത്തനം ആരംഭിച്ചിട്ടില്ല.

പമ്പാ-വൈപ്പാർ സംയോജനം

പമ്പ, അച്ചൻകോവിൽ എന്നീ നദികളിൽ 3127 ദശലക്ഷം ഘനമീറ്റർ അധികജലം ഉണ്ടെന്ന ദേശീയ ജലവികസന ഏജൻസിയുടെ കണ്ടെത്തലിനെത്തുടർന്ന് പമ്പ, വൈപ്പാർ സംയോജനത്തിനുവേണ്ടി തമിഴ്നാട് സർക്കാർ നിയമനടപടികൾക്കായി സുപ്രീംകോടതിയെ സമീപിച്ചിരിക്കുകയാണ്. 634 ദശലക്ഷം ഘനമീറ്റർ ജലം തമിഴ്നാട്ടിലേക്ക് തിരിച്ചുവിടണമെന്ന ആവശ്യമാണ് അവർ കോടതി മുമ്പാകെ ഉന്നയിച്ചിരിക്കുന്നത്.

എന്നാൽ പമ്പയും അച്ചൻകോവിലും അന്യസംസ്ഥാനങ്ങളുമായി ബന്ധമില്ലാത്ത നദികളായതിനാൽ, കേരളത്തിന്റെ സമ്മതമില്ലാതെ കേന്ദ്രത്തിന് ഇക്കാര്യത്തിൽ ഒന്നും ചെയ്യാനാവില്ല എന്നാണ് വിലയിരുത്തപ്പെടുന്നത്.

2050 ആകുമ്പോഴേക്ക് പമ്പയിൽ 3573 ദശലക്ഷം ഘനമീറ്റർ വെള്ളത്തിന്റെയും അച്ചൻകോവിലാറിൽ 459 ദശലക്ഷം ഘനമീറ്റർ വെള്ളത്തിന്റെയും കുറവുണ്ടാകുമെന്ന് സി ഡബ്ലിയു ആർ ഡി എം (C W R D M) റിപ്പോർട്ടു ചെയ്തിട്ടുണ്ട്. വേമ്പനാട് നീർത്തടത്തിലേക്ക് ഒഴുകിയെത്തുന്ന മൂവാറ്റുപുഴ, മണിമല, മീനച്ചിൽ, പമ്പ, അച്ചൻകോവിൽ എന്നീ അഞ്ചു നദികളിലും വരും വർഷങ്ങളിൽ വെള്ളത്തിന്റെ കമ്മിയുണ്ടാകും എന്നാണ് കണക്കാക്കപ്പെടുന്നത്. കുട്ടനാട്ടിലെ ജലമലിനീകരണത്തിന്റെ തോത്

പുനലൂർ തൂക്കുപാലം

കുറയ്ക്കുന്നതുതന്നെ ഇവിടെ ഒഴുകിയെത്തുന്ന നദികളാണ്. എന്തായാലും വരും വർഷങ്ങളിൽ പമ്പയെപ്പറ്റിയുള്ള വിവാദം ചൂടുപിടിക്കാനാണ് സാധ്യത.

പുരാതനമായ പുനലൂർ തൂക്കുപാലം കല്ലടയാറിനുകുറുകെയാണ് നിർമിച്ചിട്ടുള്ളത്. 381 മീറ്റർ നീളമുള്ള തെന്മല അണക്കെട്ടാണ് ജലസേചന പദ്ധതിയുടെ പ്രധാനഭാഗം. 1961-ൽ ആരംഭിച്ച കല്ലട ജലസേചനപദ്ധതി പൂർത്തിയാകാതെ വർഷങ്ങൾ കഴിഞ്ഞപ്പോൾ അടങ്കൽത്തുക 725 കോടിയായി വർധിച്ചത് വൻവിവാദങ്ങൾക്ക് വഴിവച്ചിരുന്നു. 13.28 കോടി രൂപയായിരുന്നു ആദ്യ തടങ്കൽ.

ഇന്ത്യയിലെ ആദ്യത്തെ പരിസ്ഥിതി ടൂറിസംപദ്ധതി (ഇക്കോ ടൂറിസം പദ്ധതി) കല്ലടയാറിന്റെ തീരത്തുള്ള തെന്മലയിലാണ് നടപ്പാക്കിയിട്ടുള്ളത്. ഇതിനുസമീപമുള്ള പാലരുവി വെള്ളച്ചാട്ടം ടൂറിസ്റ്റുകളെ ആകർഷിക്കുന്ന ഒരു കേന്ദ്രമാണ്. ചിത്രശലഭ പാർക്കാണ് മറ്റൊരു ആകർഷണ കേന്ദ്രം.

കല്ലട ജലവൈദ്യുതപദ്ധതി കമീഷൻ ചെയ്യപ്പെട്ടിട്ടുണ്ട്. മണൽവാരൽമൂലം ആഴം കൂടിയ കല്ലടയാറിലേക്ക് കായലിൽനിന്ന് ഉപ്പുവെള്ളം കയറുന്നതിനാൽ, മത്സ്യബന്ധനത്തെ പ്രതികൂലമായി ബാധിച്ചിട്ടുണ്ട്.

അനുബന്ധം 1

നദി ക്വിസ്

1. സരയൂനദിയൊഴുകുന്നത് ചരിത്രപരമായി വളരെയധികം പ്രാധാന്യമുള്ള ഒരു പട്ടണത്തിലൂടെയാണ്. ഏതാണ് ആ പട്ടണം?
2. നമ്മുടെ ദേശീയഗാനത്തിൽ രണ്ടു നദികൾ പരാമർശിക്കപ്പെട്ടിട്ടുണ്ട്. ഏതെല്ലാം?
3. ലക്ഷക്കണക്കിനു ഭക്തജനങ്ങൾ പങ്കെടുക്കുന്ന കുംഭമേള 12 വർഷം കൂടുമ്പോൾ നാല് പുണ്യസ്ഥലങ്ങളിൽ നടന്നുവരുന്നു. ഏതൊക്കെയാണ് ഗംഗാതീരത്തുള്ള ആ പുണ്യസ്ഥലങ്ങൾ?
4. ഇന്ത്യയിലെ ഏറ്റവും വലിയ നദീ ദ്വീപ് എതാണ്. ഏതു നദിയിലാണ് ഈ ദ്വീപ് സ്ഥിതിചെയ്യുന്നത്?
5. കേരളത്തിലെ ധർമടം ദ്വീപ് ഏതു നദിയിലാണ്?
6. ദക്ഷിണ ഭാഗീരഥി എന്നറിയപ്പെടുന്ന നദി ഏത്?
7. ഭാരതപ്പുഴയെ മറ്റൊരു പേരിലാണ് കവികളും സാഹിത്യകാരന്മാരും വിളിക്കാറുള്ളത്. എന്താണ് ആ പേര്?
8. ബേപ്പൂർപ്പുഴയെ മറ്റൊരു പേരിലും അറിയപ്പെടുന്നു. ഏതാണ് ആ പേര്?
9. ദക്ഷിണഗംഗ എന്നറിയപ്പെടുന്ന നദി ഏത്?
10. പുരാതനകാലത്ത് ചൂർണി എന്നറിയപ്പെട്ടിരുന്ന നദിയുടെ ഇപ്പോഴത്തെ പേര്?
11. കാഞ്ചീപുരം പട്ടുസാരികൾ ലോകപ്രശസ്തി നേടിയവയാണ്. ഈ പട്ടുസാരികൾ നിർമിക്കുന്ന തമിഴ്നാട്ടിലെ ചെങ്കൽപ്പേട്ട് ജില്ലയുടെ

തലസ്ഥാനമാണ് കാഞ്ചീപുരം. ഈ പട്ടണം ഏതു നദിയുടെ കരയിലാണ് സ്ഥിതിചെയ്യുന്നത്?

12. പുരാണപ്രസിദ്ധമായ മധ്യപ്രദേശിലെ ഉജ്ജയിനി നഗരം ഏതു നദിയുടെ കരയിലാണ് സ്ഥിതിചെയ്യുന്നത്?
13. വടക്കുകിഴക്കൻ കാശ്മീരിൽനിന്ന് ഉത്ഭവിക്കുന്ന ഏതു നദിയാണ് പ്രാചീനകാലത്ത് 'വിതസ്ത' എന്നറിയപ്പെട്ടിരുന്നത്?
14. നദി, സമുദ്രവുമായി യോജിക്കുന്ന ഭാഗത്തിനുള്ള പേര് എന്താണ്?
15. പുരാണപ്രസിദ്ധമായ യമുനാനദിക്ക് പ്രശസ്തമായ മറ്റൊരു പേരു കൂടിയുണ്ട്. എന്താണത്?
16. കേരളത്തിലെ ഏറ്റവും നീളംകൂടിയ നദി എതാണ്? നീളം എത്ര കിലോമീറ്റർ?
17. സാങ്കേതികമായി കേരളത്തിലെ ഏറ്റവും വലിയ നദി ഭാരതപ്പുഴയാണ്. എന്തുകൊണ്ടാണ് ഭാരതപ്പുഴയെ കേരളത്തിലെ ഏറ്റവും വലിയ നദിയായി അംഗീകരിക്കാത്തത്?
18. ഇപ്പോൾ വിവാദമായിരിക്കുന്ന മുല്ലപ്പെരിയാർ അണക്കെട്ട് നിർമിച്ച ബ്രിട്ടീഷ് എഞ്ചിനീയർ?
19. കേരളത്തിലെ നദികളിൽ ഏറ്റവും കൂടുതൽ അണക്കെട്ടുകൾ ഉള്ള നദി ഏതാണ്?
20. കേരളത്തിൽ ജലശക്തി ഉപയോഗിച്ച് വൈദ്യുതി നിർമിച്ചിരുന്ന ആദ്യനിലയം സ്ഥാപിച്ചത് എന്ന്? ആരാണ് അതു സ്ഥാപിച്ചത്?
21. ഇന്ത്യയിലെ അണക്കെട്ടുകളിൽ ഏറ്റവും കൂടുതൽ ഉയരമുള്ള അണക്കെട്ട് ഏത്? ഏതു നദിയിലാണ് അണക്കെട്ടു നിർമിച്ചിട്ടുള്ളത്?
22. ഇന്ത്യയിലെ അണക്കെട്ടുകളിൽ ഉയരത്തിൽ രണ്ടാം സ്ഥാനമുള്ള അണക്കെട്ട് കേരളത്തിലാണ്. ഏതാണ് ഈ അണക്കെട്ട്?
23. ജാർഖണ്ഡിലെ പ്രശസ്ത വിനോദസഞ്ചാര കേന്ദ്രമായ 'ഹുണ്ട്റു' വെള്ളച്ചാട്ടം ഏത് നദിയിലാണ്?
24. ഇന്ത്യയിലെ ആദ്യത്തെ ആസൂത്രിത വ്യവസായനഗരമായ ജംഷഡ്പൂർ ഏതു നദിക്കരയിലാണ് സ്ഥിതിചെയ്യുന്നത്?
25. ഇന്ത്യയിലെ ഏറ്റവും വലിയ വെള്ളച്ചാട്ടമായ ജോഗ് വെള്ളച്ചാട്ടം ഏതു നദിയിലാണ്?
26. മലമ്പുഴ അണക്കെട്ട് കേരളത്തിലെ ഏതു നദിയിലാണ് സ്ഥിതിചെയ്യുന്നത്?
27. 'വൃദ്ധഗംഗ' എന്നറിയപ്പെടുന്ന നദി ഏത്?
28. ഇന്ത്യയിൽ മരുഭൂമിയിലൂടെ ഒഴുകുന്ന നദി ഏത്?
29. ഇന്ത്യയും പാകിസ്ഥാനുമായി തർക്കമുള്ള 'ബാഹ്ലിഗർ' അണക്കെട്ട് ഏതു നദിയിലാണ്?
30. കേരളത്തിലെ ആദ്യത്തെ ജലവൈദ്യുത പദ്ധതിയായ പള്ളിവാസൽ (1940) ഏതു നദിയിലാണ്?

31. യൂറോപ്യന്മാരുടെ ഭരണകാലത്ത് ഇന്ത്യയിലെ ഇംഗ്ലീഷ്ചാനൽ എന്ന് വിളിക്കപ്പെട്ട നദി ഏത്?
32. കേരളത്തിലെ ഏറ്റവും ചെറിയ നദി ഏതാണ്?
33. പ്രാചീനകാലത്ത് പമ്പാനദി ഏതു പേരിലാണ് അറിയപ്പെടുന്നത്?
34. ഏറ്റവും കൂടുതൽ വേഗത്തിൽ ഒഴുകുന്ന ഇന്ത്യൻ നദി?
35. 'ബംഗാളിന്റെ ദുഃഖം' എന്നറിയപ്പെടുന്ന നദി?
36. 'ബീഹാറിന്റെ ദുഃഖം' എന്നറിയപ്പെടുന്ന നദി?
37. 'ഒറീസയുടെ ദുഃഖം' എന്നറിയപ്പെടുന്ന നദി?
38. ഗംഗാനദിയുടെ ഏറ്റവും വലിയ പോഷകനദി?
39. തെക്കേ ഇന്ത്യയിലെ ഏറ്റവും വലിയ നദി?
40. ലോകത്തിലെ ഏറ്റവും വലിയ കണ്ടൽവനം ഗംഗ, ബ്രഹ്മപുത്ര എന്നീ നദികളുടെ അഴിമുഖത്താണ് സ്ഥിതിചെയ്യുന്നത്. ഏതാണ് ആ കണ്ടൽവനം?
41. *ഋഗ്വേദ*ത്തിൽ പരാമർശിക്കപ്പെട്ട സപ്തസിന്ധു എന്ന പുണ്യനദികൾ ഏതെല്ലാമാണ്?
42. ഇന്ത്യയിൽ ആദ്യമായി നദിയിൽ ഒരു അണക്കെട്ട് നിർമിച്ചത് എ ഡി ഒന്നാം നൂറ്റാണ്ടിലാണ്. ഏതു നദിയിലാണ് ഇതു നിർമിച്ചത്? ആരാണ് ഇതു നിർമിച്ചത്?
43. കാവേരി നദിയിൽ ആദ്യമായി നിർമിക്കപ്പെട്ട അണക്കെട്ട് ഇപ്പോൾ ഏതു പേരിലാണ് അറിയപ്പെടുന്നത്?
44. ലോകത്തിലെ ഏറ്റവും നീളംകൂടിയ അണക്കെട്ട് ഒറീസയിലാണ്. ഏതു നദിയിലാണ് ഈ അണക്കെട്ട് നിർമിച്ചിട്ടുള്ളത്? അണക്കെട്ടിന്റെ നീളം എത്ര?
45. ടൂറിസ്റ്റുകൾക്ക് എന്നും അത്ഭുതമായ ഒരു ഗർത്തമാണ് വടക്കേ അമേരിക്കയിലെ അരിസോണയിലുള്ള ഗ്രാന്റ് കാനിയോൺ. 1.6 കിലോമീറ്റർ താഴ്ചയും 15 കിലോമീറ്റർ വീതിയുമുള്ള ഈ ഗർത്തം ഒരു നദിയുടെ സംഭാവനയാണ്. ഏതാണ് ആ നദി?
46. വെള്ളപ്പൊക്കത്തിൽ ഏറ്റവും കൂടുതൽ ആളുകൾക്ക് വീടു നഷ്ടപ്പെട്ടത് ഇന്ത്യയിലാണ്. ബംഗാളിൽ ഉണ്ടായ ഈ വെള്ളപ്പൊക്കം എന്നായിരുന്നു? എത്ര ജനങ്ങൾക്കാണ് വീടുനഷ്ടമായത്?
47. യൂറോപ്പിലെ ഏറ്റവും വലിയ നദിയാണ് 3580 കിലോമീറ്റർ നീളമുള്ള വോൾഗ. ഈ നദി ഒരു രാഷ്ട്രത്തിന്റെ ദേശീയ നദിയായി വിശേഷിപ്പിക്കപ്പെടുന്നു. ഏതാണ് ആ രാഷ്ട്രം?
48. അഹമ്മദാബാദ് ഏതു നദിക്കരയിലാണ് സ്ഥിതി ചെയ്യുന്നത്?
49. വജ്രനഗരം എന്നറിയപ്പെടുന്ന സൂറത്ത് ഏതു നദിക്കരയിൽ സ്ഥിതി ചെയ്യുന്നു?
50. മണ്ഡോവി, സുവാരി എന്നീ നദികൾ ഏതു സംസ്ഥാനത്തുകൂടി ഒഴുകുന്നവയാണ്?

51. ഗോവയിലെ പ്രസിദ്ധമായ ധൂത്സാഗർ വെള്ളച്ചാട്ടം ഏതു നദിയിലാണ്?
52. ജിൻഡാൽ സ്റ്റീൽ ആൻഡ് പവർ ലിമിറ്റഡ് എന്ന സ്വകാര്യകമ്പനി സ്വന്തമായി വൈദ്യുതി നിർമിക്കാൻ 2004-ൽ ഛത്തീസ്ഗഢിലെ ഏതു നദിയിലാണ് അണക്കെട്ടു നിർമിച്ചത്?
53. ഛത്തീസ്ഗഢിലെ ഒരു നദി ചില സ്വകാര്യവ്യക്തികൾക്ക് വിൽപ്പന നടത്തിയത് ഇന്ത്യയൊട്ടാകെ ഏറെ വിവാദങ്ങൾക്ക് വഴിവച്ചിരുന്നു. സ്വകാര്യവൽക്കരിക്കപ്പെട്ട ഇന്ത്യയിലെ ഈ ആദ്യ നദി ഏതാണ്?
54. ഛത്തീസ്ഗഢിൽനിന്ന് ഉത്ഭവിക്കുന്ന ഇന്ത്യയിലെ ഒരു പ്രമുഖനദി ഏതാണ്?
55. ശ്രീബുദ്ധന് ബോധോദയം ലഭിച്ചതെന്ന് കരുതപ്പെടുന്ന ബുദ്ധഗയ ഏതു നദീതീരത്താണ് സ്ഥിതിചെയ്യുന്നത്?
56. ബീഹാറിലെ ഏതു നദിയാണ് പഴയകാലത്ത് നിരഞ്ജന എന്ന് അറിയപ്പെട്ടത്?
57. ഹരിയാനയിലെ ഏറ്റവും പ്രധാനപ്പെട്ട ഒരു നദി അവസാനഘട്ടത്തിൽ രാജസ്ഥാനിലെ മരുഭൂമിയിൽ ചെന്ന് അവസാനിക്കുന്നു. ഏതാണ് ആ നദി?
58. ഇന്ത്യയിലെ ഏറ്റവും വലിയ കണ്ടൽക്കാട്ടിലാണ് ഏറ്റവും കൂടുതൽ കടുവകൾ ഉള്ളത്. ഏതാണ് ഈ കണ്ടൽക്കാട്?
59. മധ്യപ്രദേശിൽ ബേഡാഘട്ടിലുള്ള ഡുവാൻധർ എന്ന പ്രസിദ്ധമായ വെള്ളച്ചാട്ടം ഏതു നദിയിലാണ്?
60. മധ്യപ്രദേശിലെ ബേത്വ നദിക്കരയിലെ ഒരു ഗ്രാമം ചരിത്ര സ്മാരകങ്ങളാൽ 1989-ൽ യുനെസ്കോയുടെ ലോക പൈതൃകപ്പട്ടികയിൽ സ്ഥാനം നേടി. ഏതാണ് ഈ ഗ്രാമം?
61. ഇന്ത്യാ ഉപഭൂഖണ്ഡത്തിലെ ഏറ്റവും നീളംകൂടിയ നദി?
62. കേരളത്തിലെ ഏക കടുവ സംരക്ഷണ പദ്ധതി പ്രദേശം ഒരു നദിയുമായി ബന്ധപ്പെട്ട പ്രദേശമാണ്. ഏതാണത്?
63. ലോകത്തിലെ ഏറ്റവും നീളംകൂടിയ അണക്കെട്ട് ഏതാണ്? ഏതു നദിയിലാണ് അതു നിർമിച്ചിട്ടുള്ളത്?
64. ലോകത്തിലെ ഏറ്റവും വലിയ കോൺക്രീറ്റ് അണക്കെട്ട് ഏതാണ്? ഏതു നദിയിലാണ് അതു നിർമിച്ചിട്ടുള്ളത്?
65. ലോകത്തിലെ ഏറ്റവും വലിയ അഴി (Delta) പ്രദേശം ഏതാണ്?
66. സിന്ധുനദിയുടെ ഏറ്റവും വലിയ പോഷകനദി ഏതാണ്?
67. ഇന്ത്യയിൽ പടിഞ്ഞാറോട്ട് ഒഴുകുന്ന ഏറ്റവും വലിയ നദി ഏത്?
68. ഇന്ത്യയിൽ സ്വകാര്യവൽക്കരിക്കപ്പെട്ട ആദ്യ നദി 2003-ൽ ഛത്തീസ്ഗഢ് സർക്കാർ കരാർ റദ്ദാക്കി തിരിച്ചെടുത്തു. ഏതാണ് ഈ നദി?
69. 'സാൾട്ട് റിവർ' എന്നറിയപ്പെടുന്ന നദി ഏതാണ്? എന്താണ് ഇങ്ങനെ വിളിക്കാൻ കാരണം?

70. തെക്കേ ഇന്ത്യയിലെ ഏറ്റവും വലിയ നദി ഏത്?
71. ആന്ധ്രയിലെ നാഗാർജുനസാഗർ അണക്കെട്ട് ഏത് നദിയിലാണ് നിർമിച്ചിട്ടുള്ളത്?
72. ഇന്ത്യയിലെ ഏറ്റവും ഉയരംകൂടിയ തേഹ്‌രി അണക്കെട്ട് ഏതു നദിയിലാണ് നിർമിച്ചിട്ടുള്ളത്? അണക്കെട്ടിന്റെ ഉയരം എത്രയാണ്?
73. രാഷ്ട്രത്തിന് നദികൾ മാതാവിനെപ്പോലെയും പർവതങ്ങൾ പിതാവിനെപ്പോലെയുമാണെന്ന് പറഞ്ഞിട്ടുള്ളത് ഏതു കൃതിയിലാണ്?
74. മേഘാലയത്തിലെ ഏതു ദ്വീപാണ് ഏഷ്യയിലെ ഏറ്റവും വലിയ രണ്ടാമത്തെ നദീജന്യദ്വീപ്?
75. ഏഷ്യയിലെ ഏറ്റവും വലിയ നദീജന്യദ്വീപ് ഏതു സംസ്ഥാനത്താണ്? എന്താണതിന്റെ പേര്?
76. മേഘാലയത്തിൽക്കൂടി ഒഴുകുന്ന പ്രധാന നദികൾ ഏതെല്ലാം?
77. ചരിത്രപ്രസിദ്ധമായ മാമാങ്കം നടന്നിരുന്നത് ഏത് നദീ തീരത്താണ്?
78. തടിവ്യവസായത്തിന് പേരുകേട്ട സ്ഥലം കേരളത്തിലെ ഏതു നദീ തീരത്താണ്?
79. മാരാമൺ കൺവെൻഷൻ, ചെറുകോൽപ്പുഴ ഹിന്ദുമത പരിഷത്ത് എന്നീ മഹാസമ്മേളനങ്ങൾ ഏതു നദീ തീരത്താണ് നടക്കുന്നത്?
80. മൂന്നാറിന് ആ പേരു ലഭിച്ചത് എങ്ങനെയാണ്?
81. തുഷാരഗിരി വെള്ളച്ചാട്ടം കേരളത്തിൽ ഏതു ജില്ലയിലാണ്?
82. ഇന്ത്യയിലെ ഏതു നദിയാണ് ചുവന്നനദി എന്നറിയപ്പെടുന്നത്?
83. ഗംഗാനദിക്കു കുറുകെ പട്നയിൽ നിർമിച്ചിട്ടുള്ള പാലം ഇന്ത്യയിലെ ഏറ്റവും നീളം കൂടിയ പാലങ്ങളിൽ ഒന്നാണ്. എന്താണതിന്റെ പേര്? നീളം എത്രയാണ്?
84. ഗംഗാനദിയിൽ മറ്റെങ്ങും കാണപ്പെടാത്ത വലുപ്പം കുറഞ്ഞ ഒരു ജീവിവർഗത്തെ കാണാം. ഗംഗയിലും പോഷകനദികളിലും മാത്രം കാണപ്പെടുന്ന, വംശനാശഭീഷണി നേരിടുന്ന ഈ ജീവിവർഗം ഏതാണ്?
85. ഭാരതത്തിനു പുറത്ത് ശ്രീലങ്കയിൽ ഒരു ഗംഗാനദിയുണ്ട്. എന്താണ് ആ നദിയുടെ മുഴുവൻപേര്?
86. പെരിയാറിൽ ആകെ എത്ര ജലസംഭരികൾ ഉണ്ട്? ഏതെല്ലാം?
87. 100 കിലോമീറ്ററിലധികം നീളമുള്ള എത്ര നദികൾ കേരളത്തിലുണ്ട്? ഏതെല്ലാം?
88. കേരളത്തിലെ നദികളിൽ ജലലഭ്യതയും നീളവും ഏറ്റവും കൂടുതലുള്ള നദി ഏതാണ്?
89. 2007 ഫെബ്രുവരി 20ന് പെരിയാറിലെ ഭൂതത്താൻകെട്ട് റിസർവോയറിൽ ഉണ്ടായ ദുരന്തം എന്തായിരുന്നു?
90. പ്രാചീന കാലത്ത് ആര്യാവർത്തം എന്നറിയപ്പെട്ടിരുന്ന ഭൂപ്രദേശം ഏതാണ്?

91. മിസോറാമിലെ നദികളാണ് തുയ്വാൾ, തുയ്പുയ്, തുയ്ചുങ് എന്നിവ. മിസോ ഭാഷയിൽ 'തുയ്' എന്ന പദത്തിന്റെ അർഥം എന്താണ്?
92. കേരളത്തിൽനിന്ന് ഉത്ഭവിക്കുന്ന ഒരു നദിക്ക് കേരളത്തിൽ ഉള്ളതിനേക്കാൾ നീർത്തട പ്രദേശമുള്ളത് (Catchment Area) കർണാടകയിലാണ്. ഏതാണ് ഈ നദി?
93. ആനമലയിൽനിന്ന് ഉത്ഭവിക്കുന്ന കേരളത്തിലെ ഒരു പ്രധാനനദി ഏത്?
94. അറബിക്കടലിലേക്ക് ഒഴുകുന്ന ഏറ്റവും വലിയ ഇന്ത്യൻ നദി ഏതാണ്?
95. ഭൂമധ്യരേഖ രണ്ടു പ്രാവശ്യം മുറിച്ചുകടക്കുന്ന ലോകത്തിലെ ഒരു നദി?
96. കേരളത്തിലെ നദികളിൽ ഏറ്റവും വിസ്തീർണമുള്ള നദീതട പ്രദേശം (River Basin) ഏതു നദിക്കാണുള്ളത്?
97. കേരളത്തിന്റെ ഏറ്റവും വടക്കുഭാഗത്തുള്ള പുഴ ഏത്?
98. കേരളത്തിന്റെ ഏറ്റവും തെക്കേ അറ്റത്തുള്ള നദി ഏത്?
99. കേരളത്തിൽ മൊത്തം എത്ര അരുവികൾ ഉണ്ടെന്നാണ് കണക്കാക്കപ്പെട്ടിട്ടുള്ളത്?
100. നദീതീരങ്ങളിലും ഡെൽറ്റാ പ്രദേശങ്ങളിലും കൂടുതലായി കാണപ്പെടുന്ന മണ്ണിനമേത്?
101. നദീതടങ്ങളിൽ പുതുതായി രൂപംകൊള്ളുന്ന എക്കൽമണ്ണ് അറിയപ്പെടുന്നതെങ്ങനെ?
102. പഴയ എക്കൽ മണ്ണ് ഏതു പേരിൽ അറിയപ്പെടുന്നു?
103. ഫലപുഷ്ടി ഏറ്റവും കൂടിയ മണ്ണിനം ഏതാണ്?
104. ഇന്ത്യയിലെ ഏറ്റവും പ്രധാന മണ്ണിനമേത്?
105. എക്കൽമണ്ണിൽ പൊതുവെ കൂടുതലായി കണ്ടുവരുന്ന ധാതുക്കൾ ഏതെല്ലാം?
106. നെൽകൃഷിക്ക് ഏറ്റവും അനുയോജ്യമായ മണ്ണിനം ഏത്?
107. ഇന്ത്യയിൽ നദിക്കുകുറുകെ നിർമിക്കപ്പെട്ട പാലങ്ങളിൽ ഏറ്റവും നീളം കൂടിയ പാലം ഏത്?
108. ഇന്ത്യയിലെ ഏറ്റവും തിരക്കേറിയ പാലം?
109. ഇന്ത്യയിലെ ഏറ്റവും വീതികൂടിയ പാലം ഏതു നദിക്കു കുറുകെയാണ് നിർമിച്ചിട്ടുള്ളത്?
110. ഇന്ത്യയിലെ ഏറ്റവും പഴയ അണക്കെട്ട് ഏതു നദിയിൽ നിർമിക്കപ്പെട്ടതാണ്?
111. ഇന്ത്യയിൽ മേജർ നദികളായി പരിഗണിക്കപ്പെടുന്നതിനുള്ള മാനദണ്ഡം എന്താണ്?
112. മീഡിയം നദികളെ നിശ്ചയിക്കുന്നതിനുള്ള മാനദണ്ഡം എന്താണ്?
113. മൈനർ നദികളെ നിശ്ചയിക്കുന്നതിനുള്ള മാനദണ്ഡം എന്താണ്?

114. കേരളത്തിൽ മേജർ നദി എന്ന ഗണത്തിൽപ്പെടുന്ന നദി ഏതാണ്?
115. കേരളത്തിലെ മീഡിയം നദികൾ ഏതൊക്കെയാണ്?
116. കേരളത്തിന്റെ മറ്റു 40 നദികൾ ഏതു വിഭാഗത്തിൽപ്പെടുന്നതാണ്?
117. കേരളത്തിന്റെ ഏറ്റവും തെക്കേയറ്റത്തുള്ള നദി ഏതാണ്? എവിടെ നിന്ന് ഉത്ഭവിക്കുന്നു? എവിടെ പതിക്കുന്നു?
118. ധാൻസിരി, ഡൊയാങ്, ഡിഖു എന്നിവ ഏതു സംസ്ഥാനത്തുകൂടി ഒഴുകുന്ന പ്രധാന നദികളാണ്?
119. മൊഗ്ളു, ധൻസിരി, തുയിലോങ് എന്നീ നദികൾ ഇന്ത്യയിലെ ഏതു ദേശീയോദ്യാനത്തെ ചുറ്റിയാണ് ഒഴുകുന്നത്?
120. പമ്പയുടെ ദാനം എന്നറിയപ്പെടുന്ന പ്രദേശമേത്?
121. പമ്പാനദിയിലെ പ്രസിദ്ധമായ വെള്ളച്ചാട്ടം ഏതാണ്?
122. നിലമ്പൂരിലെ തേക്കിൻ കാടുകളിലൂടെ ഒഴുകുന്ന നദി?
123. ചെറുതും വലുതുമായ എത്ര പോഷകനദികൾ പുണ്യനദിയായ പമ്പയിൽ ചേരുന്നുണ്ട്?
124. കബനീ നദിയിലെ വിനോദസഞ്ചാര കേന്ദ്രമായ ദ്വീപ്?
125. കേരളത്തിൽ ഏറ്റവും കൂടുതൽ വലുപ്പമുള്ള കുളങ്ങൾ ഉള്ള ജില്ല ഏതാണ്?
126. അഞ്ചോളം നദികൾ പതിക്കുന്ന വേമ്പനാട്ടുകായലിന് ആ പേരു ലഭിച്ചത് എങ്ങനെ?
127. മധ്യകേരളത്തിലെ ഏറ്റവും വലിയ തടാകം?
128. വേമ്പനാട്ടുകായലിൽ പതിക്കുന്ന നദികൾ ഏതെല്ലാമാണ്?
129. ഹുഗ്ലിനദി ബംഗാൾ ഉൾക്കടലിൽ പതിക്കുന്ന അഴിമുഖത്തുള്ള ദ്വീപ് ഏതാണ്?
130. ഇന്ത്യയിൽ സ്വകാര്യവൽക്കരിക്കപ്പെട്ട ആദ്യ നദിയായ ഷിയോനാഥ്, ഏതു നദിയുടെ പോഷകനദിയാണ്?
131. ഇന്ത്യയിൽ സോൾട്ട് റിവർ എന്നറിയപ്പെടുന്ന നദി ഏത്? എന്താണ് ആ പേരു ലഭിക്കാൻ കാരണം?
132. ഗ്രീക്കുകാർ പഞ്ചാബിനെ 'പെന്റെ പൊട്ടാമിയ' എന്നാണ് വിളിച്ചിരുന്നത്. എന്താണ് ഈ വാക്കിന്റെ അർഥം?
133. പഞ്ചാബ്, പണ്ട് 'പഞ്ചനദം' എന്നാണ് അറിയപ്പെട്ടിരുന്നത്. എന്താണ് ഈ വാക്കിന്റെ അർഥം?
134. ഭൂമിയിൽ നദികളില്ലാത്ത ഏക ഭൂഖണ്ഡം ഏതാണ്?
135. 1600 കിലോമീറ്ററിൽ കൂടുതൽ ദൈർഘ്യമുള്ള എത്രനദികൾ ലോകത്തിലുണ്ട്?
136. 1600 കിലോമീറ്ററിൽ കൂടുതൽ ദൈർഘ്യമുള്ള ഏറ്റവും കൂടുതൽ നദികൾ ഒഴുകുന്ന ഭൂഖണ്ഡം ഏതാണ്?
137. ലോകത്തിലെ ഏറ്റവും നീളം കൂടിയ നദിയായി ഇപ്പോൾ നിശ്ചയിക്കപ്പെട്ടിട്ടുള്ളത് ഏതു നദിയാണ്? എത്രയാണ് അതിന്റെ നീളം?

138. ആഫ്രിക്കയിലെ നൈൽ നദിയുടെ നീളം എത്രയാണ്?
139. ലോകത്തിൽ ഒരേ നദിയുടെ ഇരുകരകളിലുള്ള തലസ്ഥാന നഗരങ്ങൾ ഏതെല്ലാം? ഏതേതു രാജ്യങ്ങളുടെ തലസ്ഥാനമാണിവ?
140. കാശ്മീരിലെ വൂളർ തടാകത്തിലേക്ക് ഒഴുകിയെത്തുന്ന നദി ഏതാണ്?
141. ഇന്ത്യയിൽ പടിഞ്ഞാറോട്ട് ഒഴുകുന്ന ഏറ്റവും വലിയ നദി ഏത്?
142. ഗംഗാനദിയിലെ ജലപ്രവാഹം നിയന്ത്രിക്കാൻ പശ്ചിമബംഗാളിൽ പണിതീർത്ത തടയണ?
143. ഇന്ത്യയിലെ ഏറ്റവും വലിയ പാലങ്ങളിൽ ഒന്നായ മഹാത്മാഗാന്ധി സേതു ഏതു നദിക്കു കുറുകെയാണ് നിർമിച്ചിട്ടുള്ളത്?
144. സിയാങ്, ദിയാങ് എന്നീ പേരുകളിൽ ബ്രഹ്മപുത്ര അറിയപ്പെടുന്നത് ഏതു സംസ്ഥാനത്താണ്?
145. മലയാളത്തിലെ ആദ്യത്തെ ലക്ഷണയുക്തമായ വഞ്ചിപ്പാട്ട് ഏതാണ്? ആരാണ് ഇതിന്റെ രചയിതാവ്?
146. വഞ്ചിപ്പാട്ട് ഒരു പ്രത്യേക വൃത്തത്തിലാണ് രചിക്കേണ്ടത്. എതാണ് ആ വൃത്തം?
147. ആറന്മുള വള്ളംകളിയിൽ പങ്കെടുക്കുന്ന ചുണ്ടൻവള്ളങ്ങൾ ഒരു പ്രത്യേക പേരിലാണ് അറിയപ്പെടുന്നത്. എന്താണ് ആ പേര്?
148. കേരളത്തിലെ ലോകപ്രശസ്തമായ ഒരു ജലോത്സവം സംഘടിപ്പിക്കുന്നത് സർക്കാരിന്റെ നേരിട്ടുള്ള നിയന്ത്രണത്തിലാണ്. ഏതാണ് ഈ ജലോത്സവം?
149. കേരളത്തിലെ പുരാതനമായ മറ്റ് ജലോത്സവങ്ങൾ ഏതെല്ലാമാണ്?
150. പഞ്ചനദികളുടെ നാട് എന്നറിയപ്പെടുന്ന സംസ്ഥാനം?
151. ചൈനയുടെ ദുഃഖം എന്നറിയപ്പെടുന്ന ഹുയാങ്ങ് ഹോ നദിയെ 'മഞ്ഞനദി' എന്നു വിളിക്കുന്നതെന്തുകൊണ്ട്?
152. ഈജിപ്റ്റിനെ നൈൽനദിയുടെ ദാനം എന്നുവിളിക്കുന്നതെന്തുകൊണ്ട്?
153. ചംബൽനദിക്ക് മറ്റൊരു പേരുണ്ട്. *ദേവീഭാഗവതം* പ്രഥമസ്കന്ധത്തിലെ ഒരു കഥയാണ് ഈ പേരിന് നിദാനം. എന്താണ് ആ പേര്?
154. തമസാനദിയുടെ തീരത്ത് ആശ്രമം സ്ഥാപിച്ച് വസിച്ചിരുന്ന മഹർഷിവര്യൻ ആരാണ്?
155. പെരിയാർ ആലുവയിൽ എത്തുമ്പോൾ രണ്ടായി പിരിയുന്നു. ഏതൊക്കെ പേരിലാണ് അവ പിന്നീട് അറിയപ്പെടുന്നത്?
156. പമ്പാനദിയിൽ ആറന്മുളയിൽ നടക്കുന്ന ഉത്തൃട്ടാതി വള്ളംകളിയെ മറ്റൊരു പേരിൽ വിശേഷിപ്പിക്കാറുണ്ട്. എന്താണത്?
157. കേരളത്തിലെ ഏറ്റവും വലിയ ഹിന്ദുമത സമ്മേളനം നടക്കുന്നത് പമ്പാതീരത്താണ്. എവിടെയാണത്?

158. മൂന്നു നദികൾ സന്ധിക്കുന്ന മൂന്നാറിൽ ഒരു പ്രത്യേക ചെടി പൂവിടുന്നത് ഏറെ ആകർഷകമാണ്. ഏതാണ് ആ ചെടി?
159. മൂന്നാറിന് മറ്റൊരു അപരനാമധേയം കൂടിയുണ്ട്. എന്താണത്?
160. വ്യവസായ നഗരമായ ആലുവ ഏതു നദീതീരത്താണ്?
161. സിന്ധു നദീതട സംസ്കാരത്തിന് ആ പേരു നിർദേശിച്ചതാരാണ്?
162. മോഹൻജൊദാരോ എന്ന സിന്ധു നദീതടകേന്ദ്രം കണ്ടെത്തിയതാരാണ്?
163. ഹാരപ്പ, മോഹൻ ജൊദാരേ എന്നീ സിന്ധുനദീതട കേന്ദ്ര പ്രദേശങ്ങൾ ഇന്ന് ഏതു രാജ്യത്താണ്?
164. മൊഹൻജൊദാരോ പാകിസ്താനിൽ എവിടെയാണ്?
165. മരിച്ചവരുടെ കുന്ന്, അല്ലെങ്കിൽ മല എന്നറിയപ്പെടുന്ന സിന്ധുനദീതട കേന്ദ്രം ഏതാണ്?
166. മോഹൻജൊദാരോ എങ്ങനെ നശിച്ചു എന്നാണ് കണക്കാക്കപ്പെടുന്നത്?
167. സിന്ധുനദീതട നിവാസികളുടെ തുറമുഖകേന്ദ്രം ഏതായിരുന്നു?
168. ലോതൽ ഇന്ത്യയിൽ ഏതു സംസ്ഥാനത്താണ് സ്ഥിതിചെയ്യുന്നത്?
169. ഇന്ത്യയിൽ ഏറ്റവും കൂടുതൽ സിന്ധുനദീതട കേന്ദ്രങ്ങൾ കാണപ്പെടുന്നത് ഏതു സംസ്ഥാനത്താണ്?
170. 'കാലിബംഗാൻ' എന്ന സിന്ധുകേന്ദ്രം ഏതു സംസ്ഥാനത്താണ്?
171. സിന്ധു നടീതട നിവാസികൾ ആരാധിച്ചിരുന്ന പുരുഷദൈവം?
172. സിന്ധുതട നിവാസികൾ ആരാധിച്ചിരുന്ന സ്ത്രീ ദൈവം?
173. ഏതു മൃഗത്തെയാണ് സിന്ധുതട നിവാസികൾ ആരാധിച്ചിരുന്നത്?
174. ലോകത്ത് ആദ്യമായി ചെമ്പ് ഉപയോഗിച്ചിരുന്ന ജനത ആരായിരുന്നു?
175. കുശവന്റെ ചക്രം ഏത് സംസ്കാരത്തിന്റെ ഭാഗമായിട്ടാണ് നിലവിലിരുന്നത്?
176. സിന്ധുതട നിവാസികൾ പ്രധാന വരുമാന മാർഗമായി സ്വീകരിച്ചിരുന്ന തൊഴിൽ എന്തായിരുന്നു?
177. സിന്ധു നടീതട സംസ്കാരത്തിന്റെ ഉപജ്ഞാതാക്കൾ ആരാണ്?
178. സിന്ധു നടീതട സംസ്കാരത്തിന്റെ ഏറ്റവും വലിയ സവിശേഷത എന്തായിരുന്നു?
179. ആര്യന്മാർ ആരാധിച്ചിരുന്ന മൃഗം ഏതാണ്?
180. സിന്ധുനടീതട നിവാസികൾ ഏറ്റവും കൂടുതൽ ഉപയോഗിച്ചിരുന്ന അക്കം ഏതായിരുന്നു?
181. ഇഷ്ടിക പാകിയ വീഥികൾ, ഇരുനിലക്കെട്ടിടങ്ങൾ, അഴുക്കുചാൽ സംവിധാനം എന്നിവ ഏതു സംസ്കാരത്തിന്റെ ഭാഗമായിരുന്നു?
182. ഇവയെല്ലാം എവിടെനിന്നാണ് കണ്ടെത്താൻ കഴിഞ്ഞത്?

183. മഹത്തായ പത്തായപ്പുര, വിശാലമായ സ്നാനഘട്ടം എന്നിവ സ്ഥിതിചെയ്തിരുന്ന സിന്ധു നദീതട കേന്ദ്രം?
184. ഇന്ത്യയിൽ ആദ്യമായി ആര്യന്മാർ പാർപ്പുറപ്പിച്ചത് എവിടെയായിരുന്നു?
185. ബ്രഹ്മപുത്രാനദിയുടെ കൈവഴിയായ ഒരു പുഴയും, ഇന്ത്യയിലെ പ്രശസ്തമായ ഒരു വന്യമൃഗസംരക്ഷണകേന്ദ്രവും പുരാണത്തിലെ ഒരു നാഗദേവതയുടെ പേരിലായിരുന്നു. ഏതാണ് ആ പേര്?
186. ലോകത്ത് ഏറ്റവും കൂടുതൽ രാജ്യങ്ങളിലൂടെ ഒഴുകുന്ന നദി?
187. ലോകത്തിൽ ഏറ്റവും കൂടുതൽ കൈവഴികളുള്ള നദി?
188. വിക്ടോറിയ വെള്ളച്ചാട്ടം ഏതു നദിയിലാണ് സ്ഥിതിചെയ്യുന്നത്?
189. ലോകത്തിൽ ആദ്യമായി അണക്കെട്ട് നിർമിക്കപ്പെട്ട നദി?
190. ഇന്ത്യയിലെ ഏറ്റവും പഴയ അണക്കെട്ട്?
191. ജലത്തിലെ ശബ്ദം പിടിച്ചെടുക്കുന്ന ഉപകരണമേത്?
192. ജലത്തിലൂടെയുള്ള ശബ്ദത്തിന്റെ പ്രവേഗമെത്ര?
193. ജലസേചനാർഥം ആദ്യമായി കനാൽ നിർമിക്കപ്പെട്ടതെവിടെ?
194. ലോകത്തിലെ ഏറ്റവും നീളം കൂടിയ മനുഷ്യനിർമിത കനാലായി അറിയപ്പെടുന്നതേത്?
195. സൂയസ് കനാലിന്റെ ശിൽപ്പിയാരാണ്?
196. ഹിമാലയൻ നദികളെയും തെക്കേ ഇന്ത്യൻ നദികളെയും തമ്മിൽ ബന്ധിപ്പിക്കാനുള്ള ബൃഹദ്പദ്ധതി ഏതാണ്?
197. ആന്ധ്രാപ്രദേശിലെ കൃഷ്ണാനദിയിൽനിന്ന് കനാലുകൾവഴി ചെന്നൈ നഗരത്തിൽ കുടിവെള്ളമെത്തിക്കുന്ന ബൃഹദ് പദ്ധതി ഏത്?
198. ആന്ധ്രാപ്രദേശ്, തമിഴ്നാട് സംസ്ഥാനങ്ങളെ ബന്ധിപ്പിച്ചുകൊണ്ടുള്ള കനാലേത്?
199. ലോകത്തിലെ ഏറ്റവും നീളംകൂടിയ മനുഷ്യനിർമിത ജലഗതാഗത മാർഗമേത്?
200. ലോക ജലദിനമായി ആചരിച്ചുവരുന്ന ദിവസം ഏതാണ്?

നദി ക്വിസ് - ഉത്തരം

1. അയോധ്യ.
2. ഗംഗ, യമുന.
3. ഹരിദ്വാർ, പ്രയാഗ്, ഉജ്ജയിനി, നാസിക്.
4. മജൂലി ദ്വീപ്, ബ്രഹ്മപുത്രാ നദിയിൽ.
5. അഞ്ചരക്കണ്ടിപ്പുഴ.
6. പമ്പ.
7. നിളാനദി.
8. ചാലിയാർ.

9. കാവേരി.
10. പെരിയാർ.
11. പാലാർ.
12. ശിപ്രാനദിക്കരയിൽ.
13. ഝലം.
14. അഴിമുഖം അഥവാ നദീമുഖം.
15. കാളിന്ദി.
16. പെരിയാർ, 244 കി മീ.
17. ഭാരതപ്പുഴയ്ക്ക് 250 കി മീ നീളമുണ്ടെങ്കിലും കുറെഭാഗം തമിഴ് നാട്ടിലൂടെയാണ് ഒഴുകുന്നത്. കേരളത്തിലൂടെ ഒഴുകുന്ന ഭാഗത്തിന് 209 കി മീ മാത്രമേ ദൈർഘ്യമുള്ളൂ.
18. ജോൺ പെന്നികിക്ക്.
19. പെരിയാർ.
20. 1906-ൽ മൂന്നാറിലെ കണ്ണൻ ദേവൻ കമ്പനി.
21. പഞ്ചാബിലെ ഭക്രാ അണക്കെട്ട്. (226 മീ ഉയരം), സത്‌ലജ് നദിയിൽ (1963-ൽ പൂർത്തിയായി).
22. ഇടുക്കി അണക്കെട്ട്.
23. സുബർണരേഖ.
24. സുബർണരേഖ.
25. കർണാടകത്തിലെ ശരാവതി നദിയിൽ.
26. ഭാരതപ്പുഴ.
27. ഗോദാവരി.
28. ലൂണി.
29. ചെനാബ്.
30. മുതിരപ്പുഴയിൽ.
31. മയ്യഴിപ്പുഴ.
32. മഞ്ചേശ്വരം പുഴ (16 കി മീ).
33. ബാരിസ്.
34. ടീസ്റ്റ.
35. ദാമോദർ.
36. കോസി.
37. മഹാനദി.
38. യമുന.
39. ഗോദാവരി.
40. സുന്ദർബൻ ഡെൽറ്റ.
41. സിന്ധു, സരസ്വതി, ബിയാസ്, രവി, സത്‌ലജ്, ഝലം, ചെനാബ്.
42. കാവേരി നദിയിൽ, കരികാല ചോളൻ.

43. ഗ്രാൻഡ് അണക്കെട്ട്. 19-ാം നൂറ്റാണ്ടിൽ ഈ കല്ലണക്കെട്ട് പുതുക്കി പ്പണിഞ്ഞാണ് ഈ പേരു നൽകിയത്.
44. മഹാനദിയിൽ (സാംബൽപൂർ ജില്ല), അണക്കെട്ടിന് 4.8 കി മീ നീളം. ചിറയ്ക്ക് 21 കി മീ നീളം. മൊത്തംനീളം 25.8 കി മീ.
45. കോളറോഡോ നദി.
46. 1978-ൽ. 13 ലക്ഷം വീടുകൾ തകർന്ന് 1.50 കോടി ജനങ്ങൾ ഭവന രഹിതരായി.
47. റഷ്യ.
48. സബർമതി.
49. താപ്തി.
50. ഗോവ.
51. മണ്ഡോവി.
52. കുർക്കുത്ത്.
53. ഷിയോനാഥ്.
54. മഹാനദി.
55. ഫാൽഗു നദി.
56. ഫാൽഗു നദി.
57. ഘഗാർ.
58. ബംഗാളിലെ സുന്ദർബൻസ് കണ്ടൽക്കാടുകളിൽ.
59. നർമദ.
60. സാഞ്ചി.
61. സിന്ധു (2900 കി മീ) ഇന്ത്യാ, പാകിസ്ഥാൻ, ബംഗ്ലാദേശ്, ഭൂട്ടാൻ, നേപ്പാൾ എന്നീ രാജ്യങ്ങൾ ഉൾക്കൊള്ളുന്ന ഭൂവിഭാഗമാണ് ഇന്ത്യൻ ഉപഭൂഖണ്ഡം.
62. പെരിയാർ വന്യജീവി സങ്കേതം.
63. ഹിരാക്കുഡ്. മഹാനദി (5 കി മീറ്ററിൽ കൂടുതൽ നീളം).
64. ഭക്രാഡാം. സത്‌ലജ് നദിയിൽ. നീളം 518 മീറ്റർ.
65. ഗംഗ ഡൽറ്റാ (350 കിലോമീറ്റർ ദൈർഘ്യം).
66. സത്‌ലജ്.
67. നർമദ (1290 കി മീ നീളം).
68. ഷിയോനാഥ്.
69. രാജസ്ഥാൻ മരുഭൂമിയിലൂടെ ഒഴുകുന്ന ലൂണിനദി നദീ ജലത്തിൽ ലവണാംശം വളരെ ഉയർന്നതായതിനാൽ 'സാൾട്ട് റിവർ' എന്നു വിളിക്കുന്നു.
70. ഗോദാവരി (1465 കി മീ).
71. കൃഷ്ണാനദി.
72. ഭാഗീരഥി നദി. 261 മീറ്റർ.
73. കാളിദാസന്റെ *രഘുവംശ*ത്തിൽ.

74. നോങ്.
75. അസം, മജൂലി.
76. ജൻജിറാം, റിൻഗെ, സിംസാങ്, ഉംഖെം.
77. ഭാരതപ്പുഴ.
78. കല്ലായിപ്പുഴ.
79. പമ്പ.
80. മുതിരപ്പുഴ, നല്ലതണ്ണി, കുണ്ടള എന്നീ ആറുകൾ ചേരുന്ന സ്ഥല മാകയാൽ.
81. കോഴിക്കോട്.
82. ബ്രഹ്മപുത്ര.
83. മഹാത്മാഗാന്ധി സേതു - 5450 മീറ്റർ.
84. ഗംഗാ ഡോൾഫിൻ.
85. മഹാവെലി ഗംഗ.
86. 7. ഇടുക്കി, ആനയിറങ്ങൽ, കുണ്ടള, മാട്ടുപ്പെട്ടി, ചെങ്കുളം, നേരിയ മംഗലം, ഭൂതത്താൻകെട്ട്.
87. 11 നദികൾ. പെരിയാർ, ഭാരതപ്പുഴ, പമ്പ, ചാലിയാർ, ചാലക്കുടി, കടലുണ്ടി, അച്ചൻകോവിൽ, കല്ലട, മൂവാറ്റുപുഴ, വളപട്ടണം, ചന്ദ്ര ഗിരി.
88. പെരിയാർ. 11607 ദശലക്ഷം ക്യൂബിക് മീറ്റർ.
89. തട്ടേക്കാട് ബോട്ട് ദുരന്തം. എളവൂർ സെന്റ് ആന്റണീസ് യു പി സ്കൂളിലെ 15 കുട്ടികളും 3 ടീച്ചർമാരും വിനോദയാത്രയ്ക്കിടയിൽ ഭൂതത്താൻകെട്ട് റിസർവോയറിൽ മുങ്ങിമരിച്ചു.
90. ഗംഗാ-യമുനാ സമതലം.
91. വെള്ളം.
92. ചന്ദ്രഗിരിപ്പുഴ.
93. ഭാരതപ്പുഴ.
94. നർമദ.
95. കോംഗോ.
96. ഭാരതപ്പുഴ.
97. മഞ്ചേശ്വരംപുഴ.
98. നെയ്യാർ.
99. 236.
100. എക്കൽമണ്ണ്.
101. ഖാദർ.
102. ഭംഗർ.
103. എക്കൽ മണ്ണ് (Alluvial Soil).
104. എക്കൽമണ്ണ്.
105. നൈട്രജൻ, ഫോസ്ഫറസ്, ജൈവാംശങ്ങൾ.

106. എക്കൽമണ്ണ്.
107. ഗംഗാനദിക്ക് കുറുകെ പാറ്റ്നയിൽ നിർമിച്ചിട്ടുള്ള മഹാത്മാഗാന്ധി സേതു (5575 മീറ്റർ നീളം).
108. ഹൗറ ബ്രിഡ്ജ്, കൊൽക്കത്ത.
109. യമുനാ നദിക്കു കുറുകെ ഡൽഹിയിൽ.
110. കാവേരി നദിയിലുള്ള കല്ലനായ് അണക്കെട്ട്.
111. നദിയുടെ നീർവാർച്ച, പ്രദേശത്തിന്റെ വിസ്തീർണം 20,000 ചതുരശ്ര കിലോമീറ്ററിൽ കൂടുതലുള്ള നദികളെ മേജർ നദികളായി കണക്കാക്കുന്നു.
112. നദിയുടെ നീർവാർച്ചാ പ്രദേശത്തിന്റെ വിസ്തീർണം 20,000ത്തിനും രണ്ടായിരത്തിനുമിടയ്ക്കാണെങ്കിൽ മീഡിയം നദിയായി കണക്കാക്കും.
113. നദിയുടെ നീർവാർച്ചാ പ്രദേശത്തിന്റെ വിസ്തീർണം 2000 ചതുരശ്ര കിലോമീറ്ററിൽ താഴെയാണെങ്കിൽ ആ നദിയെ മൈനർ നദിയായി കണക്കാക്കും.
114. ആ ഗണത്തിൽപ്പെടുന്ന നദി കേരളത്തിലില്ല.
115. പെരിയാർ, ഭാരതപ്പുഴ, പമ്പ, ചാലിയാർ എന്നിവ.
116. കേരളത്തിലെ മറ്റ് 40 നദികളും മൈനർനദികൾ.
117. നെയ്യാർ. അഗസ്ത്യമലയിൽനിന്ന് ഉത്ഭവിച്ച് അറേബ്യൻ കടലിൽ പതിക്കുന്നു.
118. നാഗാലാൻഡ്.
119. ഇന്താങ്കി ദേശീയോദ്യാനം.
120. കുട്ടനാട്.
121. പൂന്തേനരുവി.
122. ചാലിയാർ.
123. 288.
124. കുറുവാ.
125. പാലക്കാട് ജില്ല.
126. പണ്ട് നിലവിലുണ്ടായിരുന്ന വെമ്പൊലനാട് എന്ന് പുരാതന രാജ്യത്തിന്റെ പേരിൽനിന്ന്.
127. വേമ്പനാട്ടുകായൽ.
128. അച്ചൻകോവിലാറ്, പമ്പ, മണിമലയാർ, മീനച്ചിലാർ, മൂവാറ്റുപുഴയാർ.
129. ഗംഗാ സാഗർ.
130. മഹാനദിയുടെ പോഷകനദി.
131. ലൂണി നദി. നദിയുടെ വൃഷ്ടി പ്രദേശങ്ങളിൽ മഴ വളരെ കുറവായതിനാൽ, നദിയിൽ ലവണാംശം വളരെ ഉയർന്നതാണ്. അതിനാൽ ലൂണി നദിയെ സാൾട്ട് റിവർ എന്നു വിളിച്ചുവരുന്നു.

132. ഗ്രീക്കു ഭാഷയിൽ 'പെന്റെ' എന്നാൽ അഞ്ച്. പൊട്ടാമിയ എന്നാൽ നദി എന്നുമാണ് അർഥം. അഞ്ചുനദികൾ എന്നാണ് വാക്കിന്റെ അർഥം.
133. അഞ്ചുനദികൾ.
134. അന്റാർട്ടിക്ക.
135. 110.
136. ഏഷ്യ-46 നദികൾ.
137. ആമസോൺ-6800 കി മീറ്റർ.
138. 6650 കി മീ.
139. 1. കിൻഷാസ (ഡെമോക്രാറ്റിക് റിപ്പബ്ലിക് ഓഫ് കോംഗോയുടെ തലസ്ഥാനം).
2. ബ്രാസവില്ലെ (റിപ്പബ്ലിക് ഓഫ് കോംഗോയുടെ തലസ്ഥാനം).
140. ത്ധലം.
141. നർമദ.
142. ഫറാക്ക.
143. ഗംഗ.
144. അരുണാചൽപ്രദേശ്.
145. *കുചേലവൃത്തം വഞ്ചിപ്പാട്ട്*-രാമപുരത്തു വാരിയർ.
146. നതോന്നത.
147. പള്ളിയോടങ്ങൾ.
148. ആലപ്പുഴ പുന്നമടക്കായലിലെ നെഹ്റു ട്രോഫി ജലോത്സവം.
149. ചമ്പക്കുളം മൂലം വള്ളംകളി, പായിപ്പാട്ട് ചതയം വള്ളംകളി (ഇപ്പോൾ തിരുവോണം, അവിട്ടം, ചതയം എന്നീ മൂന്നു ദിവസങ്ങളിലും വള്ളം കളിയുണ്ട്). ആറന്മുള ഉത്തൃട്ടാതി വള്ളംകളി.
150. പഞ്ചാബ്.
151. 'ലോസ്' എന്നറിയപ്പെടുന്ന മഞ്ഞനിറമുള്ള പൊടിമണ്ണിലൂടെ നദി ഒഴുകുന്നതിനാൽ വെള്ളത്തിന് മഞ്ഞനിറം കിട്ടുന്നു. അതുകൊണ്ടാണ് ഹുയാങ്ഹോയ്ക്ക് മഞ്ഞനദി എന്ന പേരുവരാൻ കാരണം.
152. എല്ലാവർഷവും മഴക്കാലത്ത് നൈൽ കരകവിഞ്ഞ് ഒഴുകുന്നു. വെള്ളപ്പൊക്കം കഴിയുമ്പോൾ കറുത്ത എക്കൽമണ്ണ് നൈലിന്റെ തീരങ്ങളിൽ അടിയുന്നു. വളക്കൂറുള്ള ഈ മണ്ണിലാണ് ഈജിപ്റ്റുകാർ കൃഷിചെയ്യുന്നത്. രാജ്യത്തിന്റെ സാമ്പത്തിക അടിത്തറ അതിലൂടെ മെച്ചപ്പെടുന്നു. നൈൽനദി ഇല്ലാതിരുന്നെങ്കിൽ ഈജിപ്ഷ്യൻ സംസ്കാരം മാത്രമല്ല, ഈജിപ്റ്റ് എന്ന രാജ്യംപോലും ഉണ്ടാകുമായിരുന്നില്ല. അതിനാൽ ഈജിപ്റ്റിനെ 'നൈൽ നദിയുടെ ദാനം' എന്നു വിളിക്കുന്നു.
153. ചർമണ്വതി.
154. വാൽമീകി.

155. മംഗലപ്പുഴ, മാർത്താണ്ഡപ്പുഴ.
156. ജലത്തിലെ പൂരം.
157. ചെറുകോൽപ്പുഴ.
158. നീലക്കുറിഞ്ഞി.
159. കേരളത്തിലെ കാശ്മീർ.
160. പെരിയാർ.
161. സർ ജോൺ മാർഷൽ.
162. ആർ ഡി ബാനർജി (1922-ൽ)
163. പാകിസ്താൻ.
164. ലാർക്കാനാ ജില്ലയിൽ.
165. മോഹൻജൊദാരോ.
166. വെള്ളപ്പൊക്കത്തിൽ നശിച്ചതായി കരുതപ്പെടുന്നു.
167. ലോതൽ.
168. ഗുജറാത്ത്.
169. ഗുജറാത്ത്.
170. രാജസ്ഥാൻ.
171. പശുപതി.
172. മാതൃദേവത.
173. കാള.
174. സിന്ധുനദീതട നിവാസികൾ.
175. സിന്ധുനദീതട സംസ്കാരം.
176. കൃഷി.
177. ദ്രാവിഡർ.
178. ആസൂത്രിത നഗരങ്ങൾ.
179. പശു.
180. 16.
181. സിന്ധുനദീതട സംസ്കാരം.
182. മൊഹൻജൊദാരോ.
183. മൊഹജൊദാരോ.
184. പഞ്ചാബിൽ.
185. മാനസ (മാനസ്-നദി; ദേശീയോദ്യാനം).
186. ഡാന്യൂബ് (ജർമനി, ഓസ്ട്രിയ, ഹംഗരി, സെർബിയ, മൊൾഡോവ, സ്ലോവാക്യ, ക്രൊയേഷ്യ, റുമാനിയ, ഉക്രൈൻ, ബൾഗേറിയ എന്നീ പത്തു രാജ്യങ്ങളിൽക്കൂടിയാണ് ഡാന്യൂബ് ഒഴുകുന്നത്.
187. ആമസോൺ.
188. സാംബസി നദിയിൽ.
189. നൈൽ (ബി സി 2800-ൽ).
190. കാവേരിനദിയിലെ കല്ലനായ് അണക്കെട്ട്.

191. ഹൈഡ്രോഫോൺ.
192. 1435 മീറ്റർ/സെക്കന്റ്.
193. പ്രാചീന ബാബിലോണിയയിൽ.
194. ചൈനയിലെ ഗ്രാന്റ് കനാൽ (1770 കിലോമീറ്റർ).
195. ഫ്രഞ്ചുകാരനായ ഫെർഡിനാൻഡ് ഡി ലെസെപ്സ്. (മെഡിറ്ററേനിയൻ കടലും ചെങ്കടലും തമ്മിൽ ബന്ധിപ്പിക്കുന്നത് - 190 കിലോമീറ്റർ).
196. ഗാർലന്റ് കനാൽ പദ്ധതി.
197. തെലുങ്കു ഗംഗാപദ്ധതി.
198. ബക്കിങ്ഹാം കനാൽ.
199. ചൈനയിലെ ഗ്രാന്റ് കനാൽ.
200. മാർച്ച് 22.

അനുബന്ധം 2

ഈ ഗ്രന്ഥത്തിൽ ഉൾപ്പെടുത്തിയിട്ടുള്ള നദികൾ

1.	സിന്ധു	2.	ഝലം	3.	ചിനാബ്
4.	രവി	5.	ബിയാസ്	6.	സത്‌ലജ്
7.	ഗംഗ	8.	ബ്രഹ്മപുത്ര	9.	സുബൻസിരി
10.	മനാസ്	11.	കമെങ്	12.	ബൂരിദിഹാങ്
13.	ധൻശ്രീ	14.	കോപിലി	15.	ടീസ്റ്റാ
16.	ജൽധക	17.	ടോർസ	18.	ബാരക്
19.	ഗോർനടി	20.	ഇംഫാൽ	21.	സരസ്വതി
22.	യമുന	23.	ചംബൽ	24.	ഗോമതി
25.	ഘേലാഘ്ര	26.	രാംഗംഗ	27.	സോൺ
28.	ദാമോദർ	29.	രൂപ്നരയൻ	30.	കോസി
31.	ഗണ്ഡക്	32.	മഹാനന്ദ	33.	കമല
34.	ബാഗ്മതി	35.	കിയുൽ	36.	പുൻപുൻ
37.	ദ്വാരിക	38.	ബുർഹി ഗണ്ഡക്	39.	അജോയ്
40.	കർമനാശ	41.	തമസ	42.	ഇൽദി
43.	സിപ്ര	44.	ബെത്വ	45.	കെൻ
46.	മഹാനദി	47.	ഗോദാവരി	48.	കൃഷ്ണ
49.	കാവേരി	50.	സുവർണരേഖ	51.	ബ്രാഹ്മണി
52.	വംശധാര	53.	നാഗവല്ലി	54.	പാലാർ
55.	പൊന്നൈയാർ	56.	പെന്നാർ	57.	കോർത്തലൈയാർ
58.	റിഷികുല	59.	ശാരദ	60.	ഗുണ്ഡൽകമ്മ
61.	ബുർഹ ബലങ്	62.	മൂസി	63.	പുല്ലേരു

64. മനേരു	65. കുൻലേരു	66. സ്വർണമുഖി
67. വെള്ളാർ	68. ട്രിച്ചിവെള്ളാർ	69. വൈഗ
70. ഗുന്ദർ	71. വൈപ്പാർ	72. താമ്രപർണി
73. ബൈതർണി	74. യെലേരു	75. സബർമതി
76. മാഹി	77. നർമദ	78. താപ്തി
79. പൂർണ	80. മാണ്ഡവി	81. ശതഞ്ജി
82. ഭാദർ	83. ധാധർ	84. അംബിക
85. വൈതർണ	86. ഉൽഹാസ്	87. സാവിത്രി
88. കാളി	89. ഗംഗാവലി	90. ശരാവതി
91. നേത്രാവതി	92. ഘഗ്ഗർ	93. സരസ്വതി
94. ലുനി	95. മഞ്ചേശ്വരംപുഴ	96. ഉപ്പളപ്പുഴ
97. ഷിറിയപ്പുഴ	98. മൊഗ്രാൽപ്പുഴ	99. ചന്ദ്രഗിരിപ്പുഴ
100. ചിറ്റാരിപ്പുഴ	101. നീലേശ്വരംപുഴ	102. കാര്യങ്കോട് പുഴ
103. കവ്വായിപ്പുഴ	104. പെരുവമ്പപ്പുഴ	105. രാമപുരംപുഴ
106. കുപ്പംപുഴ	107. വളപട്ടണം പുഴ	108. അഞ്ചരക്കണ്ടിപ്പുഴ
109. തലശ്ശേരിപ്പുഴ	110. മയ്യഴിപ്പുഴ	111. കുറ്റ്യാടിപ്പുഴ
112. കോരപ്പുഴ	113. കല്ലായിപ്പുഴ	114. ചാലിയാർ
115. കടലുണ്ടിപ്പുഴ	116. തിരൂർപ്പുഴ	117. ഭാരതപ്പുഴ
118. കുന്തിപ്പുഴ	119. കേച്ചേരിപ്പുഴ	120. പുഴക്കൽപ്പുഴ
121. കരുവന്നൂർപ്പുഴ	122. ചാലക്കുടിപ്പുഴ	123. പെരിയാർ
124. മൂവാറ്റുപുഴയാറ്	125. മീനച്ചിലാറ്	126. മണിമലയാറ്
127. പമ്പാനദി	128. അച്ചൻകോവിലാറ്	129. പള്ളിക്കലാറ്
130. കല്ലടയാറ്	131. ഇത്തിക്കരയാറ്	132. അയിരൂർപ്പുഴ
133. വാമനപുരംആറ്	134. മാമം ആറ്	135. കരമനയാറ്
136. നെയ്യാറ്	137. കബനി	138. ഭവാനിപ്പുഴ
139. പാമ്പാർ		

അനുബന്ധം 3

സംസ്ഥാനങ്ങളും പ്രധാന നദികളും

ക്രമ നമ്പർ	സംസ്ഥാനം	നദികൾ
1.	അരുണാചൽപ്രദേശ്	സുബാൻസിരി, ബ്രഹ്മപുത്ര, ലോഹിത്
2.	അസം	ബ്രഹ്മപുത്ര (സാങ്പോ), കപിലി, മാനസ
3.	ആന്ധ്രാപ്രദേശ്	ഗോദാവരി, കൃഷ്ണ, തുംഗഭദ്ര, പെന്നാർ, വംശധാര, നാഗാവലി
4.	ഉത്തരാഖണ്ഡ്	ഗംഗ, യമുന, അളകനന്ദ, ഭാഗീരഥി
5.	ഉത്തർപ്രദേശ്	ഗംഗ, യമുന, രാംഗംഗ, ഗോമതി, ചംബൽ, സിന്ധ്, കെൻ
6.	ഒറീസ	മഹാനദി, ബ്രാഹ്മിണി, വൈതരണി, ഇന്ദ്രവതി, സബ്രി, സിലരു, ദയ, റുഷികുലാ
7.	കർണാടകം	കൃഷ്ണ, കാവേരി, തുംഗഭദ്ര, ഭീമ, ഘട്പ്രഭ, മാൽപ്രഭ, വേദവതി, ഹേമ വതി, ശിംശ, അർക്കാവതി, ലക്ഷ്മണ തീർഥ, കബനി, കാളി, ഗംഗാവതി, സാരവതി, മാദ്ര, ഹാലതി, നേത്രാവതി
8.	ഗുജറാത്ത്	മാഹി, സബർമതി, താപ്തി, നർമദ
9.	ഗോവ	മണ്ഡോവി, സുവാരി, ചേപ്പോറ, ബേട്ടുൽ
10.	ഛത്തീസ്ഗഢ്	മഹാനദി, ഇന്ദ്രാവതി, ശബരി

11.	ജമ്മുകാശ്മീർ	സിന്ധു, ഝലം, ചിനാബ്
12.	ജാർഖണ്ഡ്	ദാമോദർ, സംഘ്, ഗംഗ
13.	തമിഴ്നാട്	കാവേരി, ഭവാനി, പാലാർ, പൊന്നെയാർ, അമരാവതി, വൈഗ, ചിറ്റാർ, താമ്രപർണി
14.	ത്രിപുര	ഗുംതി, മാനു, ഹോറ, മുഹുറി, ദിയോ
15.	നാഗാലാൻഡ്	ധാൻസിരി, ഡൊയാങ്, ജിംജി, മൊഗ്ളു, ദിഖു, തുയിലോങ്.
16.	പഞ്ചാബ്	സത്‌ലജ്, രവി, ബിലാസ്, ഝലം, ചിനാബ്
17.	പശ്ചിമബംഗാൾ	ഗംഗ, ദാമോദർ, ഭാഗീരഥി (ഹുഗ്ലി), രൂപ്നാരായൺ, അജോയ്, രംഗീത്
18.	ബീഹാർ	ഗണ്ഡക്, കോസി, ബ്രാഹ്മണി, സുവർണരേഖ, ഗംഗ, സോൺ
19.	മണിപ്പൂർ	ഇറിൽ, തൗബാൽ, ഇംഫാൽ, ബാരക്
20.	മധ്യപ്രദേശ്	നർമദ, താപ്തി, ചമ്പൽ, ബട്‌വ, ഇന്ദ്രാവതി
21.	മഹാരാഷ്ട്ര	ഗോദാവരി, താപ്തി, പൂർണ, വൈഗംഗ, ഇന്ദ്രാവതി, പൈഗംഗ, കൃഷ്ണ
22.	മിസോറാം	സോനായ്, തുയ്‌വാൾ, തവാങ് (ഫലേശ്വരി), തുയ്ചുങ്, തുയ്പൂയ്
23.	മേഘാലയ	സിംറാഗ്, മാണ്ട, ജിഞ്ജ്റാം, രോംഗ, കപിലി, കുപ്ലി, കിൻഷി, ഭിരഗു
24.	രാജസ്ഥാൻ	ലൂനി, ഘാഗർ, ചംബൽ, ബനാറസ്, പാർവതി, മാഹി
25.	സിക്കിം	ടീസ്റ്റ, രംഗീതു, ലോനാക്, ലാചുങ്ചു
26.	ഹരിയാന	ഘഗാർ, യമുന
27.	ഹിമാചൽപ്രദേശ്	സത്‌ലജ്, ബിയാസ്, രവി, ചിനാബ്, യമുന
28.	കേരളം	പെരിയാർ, ഭാരതപ്പുഴ, പമ്പ, അച്ചൻകോവിലാർ, ചാലിയാർ, കല്ലായിപ്പുഴ

ഇന്ത്യയിലെ ചില പ്രധാന അണക്കെട്ടുകളും നദികളും

ക്രമനമ്പർ	അണക്കെട്ട്	നദി	സംസ്ഥാനം
1.	ഭക്ര അണക്കെട്ട്	സത്‌ലജ്	ഹിമാചൽപ്രദേശ്
2.	ഹിരാക്കുഡ്	മഹാനദി	ഒറീസ
3.	തേഹ്‌രി	ഭാഗീരഥി	ഉത്തരാഖണ്ഡ്
4.	നാഗാർജുനസാഗർ	കൃഷ്ണ	ആന്ധ്രാപ്രദേശ്

5.	പോങ്ഡാം (മഹാ റാണാപ്രതാപ് സാഗർ)	ബിയാസ്	ഹിമാചൽപ്രദേശ്
6.	താവാഡാം	താവ	മധ്യപ്രദേശ്
7.	ഇന്ദിരാസാഗർ	നർമദ	മധ്യപ്രദേശ്
8.	ഗോവിന്ദവല്ലഭപന്ത് സാഗർ	റിഹാന്ത്	ഉത്തർപ്രദേശ്
9.	ശ്രീ ശൈലം	കൃഷ്ണ	ആന്ധ്രാപ്രദേശ്
10.	നിസാംസാഗർ	മഞ്ജീര	ആന്ധ്രാപ്രദേശ്
11.	ഉസ്മാൻ സാഗർ	മുസി	ആന്ധ്രാപ്രദേശ്
12.	പ്രവര	ഗോദാവരി	മഹാരാഷ്ട്ര
13.	കൊയ്ന ഡാം	കൊയ്ന	മഹാരാഷ്ട്ര
14.	ഉക്കാല്	താപ്തി	ഗുജറാത്ത്
15.	കൃഷ്ണരാജസാഗർ (വിശ്വേശ്വരയ്യ ഡാം)	കാവേരി	കർണാടകം
16.	അലമാട്ടി ഡാം	കൃഷ്ണ	കർണാടകം
17.	മേട്ടൂർ ഡാം	കാവേരി	തമിഴ്നാട്

ഇന്ത്യയിലെ പ്രധാന വെള്ളച്ചാട്ടങ്ങൾ

ക്രമ നമ്പർ	വെള്ളച്ചാട്ടം	നദി	സംസ്ഥാനം
1.	ജോഗ് വെള്ളച്ചാട്ടം (ഗെർസോപ്പ)	ശരാവതി	കർണാടകം
2.	ധൂത്സാഗർ	മണ്ഡോവി	ഗോവ
3.	ദാസം	കാഞ്ചി	ജാർഖണ്ഡ്
4.	ഹുണ്ട്രു	സുവർണരേഖ	ജാർഖണ്ഡ്
5.	ശിവസമുദ്രം	കാവേരി	കർണാടകം
6.	ദുദ്ദുമ	മഹാകുണ്ഡ്	ഒറീസ
7.	ഹൊഗെനാക്കൽ	കാവേരി	തമിഴ്നാട്
8.	ധുവാൻധർ	നർമദ	മധ്യപ്രദേശ്

നദിയില്ലാതെ വെള്ളച്ചാട്ടം

നദിയോ, കുന്നുകളോ പാറക്കെട്ടുകളോ ഒന്നുമില്ലാതെ വെള്ളച്ചാട്ടം സൃഷ്ടിക്കുക. എവിടെനിന്നാണ് ഇത്രയേറെ വെള്ളം താഴോട്ടു പതിക്കുന്നതെന്ന് കാണികൾ അത്ഭുതപ്പെടും. അമേരിക്കയിലെ ന്യൂയോർക്കിൽ കൃത്രിമമായി നിർമിച്ചതാണ് ഈ വെള്ളച്ചാട്ടം.

ഒലേഫർ ഏലിയാസൺ എന്ന കലാകാരനാണ് 120 അടി ഉയരമുള്ള ഈ ഭീമൻ വെള്ളച്ചാട്ടത്തിന്റെ ശിൽപ്പി. ന്യൂയോർക്ക് തുറമുഖത്ത് നാലിടങ്ങളിൽ ഇതുപോലെയുള്ള വെള്ളച്ചാട്ടങ്ങൾ ഏലിയാസണും സംഘവും പണിതീർത്തിട്ടുണ്ട്. വൈദ്യുതി

ഉപയോഗിച്ചാണ് ഈ വെള്ളച്ചാട്ടങ്ങൾ പ്രവർത്തിക്കുക. ജൂലൈ മുതൽ ഒക്ടോബർ വരെയുള്ള കാലയളവിൽ പൊതുജനങ്ങൾക്കു കാണാനായി ഇവ തുറന്നു കൊടുക്കുന്നു. 2008-ലാണ് ഇതിന്റെ നിർമാണം പൂർത്തിയാക്കിയത്.

ഇന്ത്യയിൽനിന്ന് ഉത്ഭവിച്ച് അയൽരാജ്യങ്ങളിലേക്ക് ഒഴുകുന്ന നദികൾ

ക്രമ നമ്പർ	നദിയുടെ പേര്	ഉത്ഭവസ്ഥാനം	നീളം (കി മീ)	പതനസ്ഥലം
1.	കർനഫുലി	മിസോറാം	144	ബംഗ്ലാദേശിലൂടെ ഒഴുകി ബംഗാൾ ഉൾക്കടലിൽ
2.	കലദൻ	മിസോറാം	290	ബർമയിലൂടെ ഒഴുകി ബംഗാൾ ഉൾക്കടലിൽ
3.	ഇംഫാൽ	മണിപ്പൂർ	320	ബർമയിലൂടെ ഒഴുകി ചിങ്വിൻ നദിയിൽ
4.	ടിക്സു	നാഗാലാൻഡ്	148	ബർമയിലൂടെ ഒഴുകി ചിങ്വിൻ നദിയിൽ

റഫറൻസ്

1. *Rivers of India* Radhakant Bharati, National Book Trust, India New Delhi - 16 (2008).
2. *The story of our Rivers*. Lila Majumdar, National Book Trust, India New Delhi - 16 (1981).
3. *ഭാരതവിജ്ഞാനകോശം*, പി ടി ഭാസ്കരപ്പണിക്കർ (ഭാഗം 1, 10) ഡി സി ബുക്സ്, കോട്ടയം (1975).
4. *ഭൂമിശാസ്ത്രവിശേഷങ്ങൾ*, ചേപ്പാട് ഭാസ്കരൻ നായർ, ചിന്താ പബ്ലിഷേഴ്സ്, തിരുവനന്തപുരം (2008).
5. *ഇന്ത്യയിലെ നദികൾ*, കേണൽ എൻ ബി നായർ, കേരള ഭാഷാ ഇൻസ്റ്റിറ്റ്യൂട്ട് തിരുവനന്തപുരം - 3 (2006).
6. *ഇന്ത്യയിലെ മഹാനദികൾ*, സുരേഷ് മണ്ണാറശാല, ഡി സി ബുക്സ്, കോട്ടയം (2007).
7. *കേരളത്തിലെ നദികൾ*, ഇ എ കരുണാകരൻ നായർ, ഗ്രാൻഡ് ബുക്സ്, കോട്ടയം - 1 (2007).
8. *പി ഭാസ്കരൻ കൃതികൾ സമ്പൂർണം*, ഡി സി ബുക്സ്, കോട്ടയം (2008).
9. *വയലാർ കൃതികൾ*, നാഷണൽ ബുക്സ്റ്റാൾ, കോട്ടയം (1976).

10. *മാണിക്യവീണ*, ഒ എൻ വി കുറുപ്പ്, ഡി സി ബുക്സ്, കോട്ടയം (2006).
11. *ദേവദാരു പൂത്തു*, ചുനക്കര രാമൻകുട്ടി, ജീവൻ പബ്ലിക്കേഷൻസ്, ചുനക്കര (2005).
12. *ഹൃദയ സരസ്*, ശ്രീകുമാരൻ തമ്പി, ഡി സി ബുക്സ്, കോട്ടയം (2008).
13. *ചാലകം* മാസിക, ചെങ്ങന്നൂർ, ഡിസംബർ 2008.
14. *മാതൃഭൂമി* ദിനപത്രം (പല വർഷങ്ങൾ).
15. *മലയാള മനോരമ* ദിനപത്രം (പല വർഷങ്ങൾ).
16. *കേരള കൗമുദി* ദിനപത്രം (പല വർഷങ്ങൾ).

www.ingramcontent.com/pod-product-compliance
Lightning Source LLC
LaVergne TN
LVHW102039051026
849518LV00014B/2026
* 9 7 8 8 1 2 6 2 0 4 1 6 8 *